AF761283

INSIGHT PUBLICA®

INSIGHT PUBLICA®

Nadakkavu, Kozhikode, Kerala
www.insightpublica.com
e-mail: insightpublica@gmail.com

Malayalanovel Padavum Ghatanayum
(Malayalam)
Azad

First Edition: November 2013
Second Edition: November 2018
Third Edition: November 2021
Copyright©Reserved
All rights reserved. No part of this publication may be reproduced, stored in a retrieval system, or transmitted, in any form, or by any means, electronic, mechanical, photocopying, recording or otherwise, without the prior permission of the publisher.
ISBN 978-93-82709-70-1

മലയാള നോവൽ
പാഠവും ഘടനയും

ആസാദ്

INSIGHT PUBLICA

പാഠവായനയുടെ സൂക്ഷ്മ ജാലകം

ഉത്തരാധുനിക ഭാഷാ-സാഹിത്യ ചർച്ചകൾ മലയാളത്തിൽ സുലഭമാകുന്നതിന് എത്രയോ മുമ്പുതന്നെ നൂതനമായി വികസിച്ചുവന്ന ഒരു ഭാഷാ-സാഹിത്യ ചിന്താസരണി എന്ന നിലയിൽ ഘടനാവാദ ചിന്തകളെയും ചിഹ്നശാസ്ത്രത്തെയും പാഠവായനകളെയും ആസ്പദമാക്കി മലയാളത്തിലെ പ്രശസ്തമായ നോവലുകളെ വായിച്ചെടുക്കാനുള്ള ഗൗരവതരമായ ശ്രമമായി തീർന്നതാണ് ഡോ. ആസാദിന്റെ ഈ പുസ്തകം.

ഭാഷാ-സാഹിത്യ വ്യവസ്ഥയിലൂടെ അതിസാധാരണമായിത്തീരുന്ന മറ്റൊരു വ്യവസ്ഥയെ നിരീക്ഷിക്കുകയും സാമൂഹ്യവ്യവസ്ഥയിലൂടെ ഭാഷാ-സാഹിത്യ ഘടനകളെ നിർണ്ണയിച്ചെടുക്കുകയും ചെയ്യുന്ന ഒരു സമഗ്രദർശന പദ്ധതി വികസിപ്പിച്ചെടുത്തുകൊണ്ടാണ് ഗ്രന്ഥകർത്താവ് ഇത് സാധിക്കുന്നത്.

തകഴിയുടെ രണ്ടിടങ്ങഴി, ചെമ്മീൻ ഉറൂബിന്റെ സുന്ദരികളും സുന്ദരന്മാരും ഒ.വി. വിജയന്റെ ഖസാക്കിന്റെ ഇതിഹാസം എന്നിങ്ങനെ മലയാള സാഹിത്യത്തിന്റെ ഭാഷാ പരിണാമങ്ങളെ സ്പർശിച്ച കൃതികളെയാണ് ആസാദ് തന്റെ വായനകൾക്ക് എടുത്തിരിക്കുന്നത്. ഉത്തരാധുനികമായ വാഗ്ലീലകൾക്കപ്പുറത്ത് ഗൗരവതരമായ ഭാഷാ-സാമൂഹ്യ ചർച്ചകൾക്ക് നാന്ദികുറിക്കുന്നവയായിത്തീരുന്നു ഈ വായനകൾ.

വി. പി. സുമേഷ്

1963 ൽ മലപ്പുറം ജില്ലയിൽ തേഞ്ഞിപ്പലത്തു ജനനം. തിരുത്തി എ. യു.പി സ്കൂൾ, കലിക്കറ്റ് സർവ്വകലാശാലാ ഗവ.മോഡൽ ഹൈസ്കൂൾ, ഫറൂഖ് കോളേജ്, കോഴിക്കോട് ഗവ: ആർട്സ് & സയൻസ് കോളേജ്, കലിക്കറ്റ് സർവ്വകലാശാലാ മലയാള വിഭാഗം എന്നിവിടങ്ങളിൽ വിദ്യാഭ്യാസം. മദിരാശി സർവ്വകലാശാലയിൽനിന്ന് എംഫിലും കേരള സർവ്വകലാശാലയിൽനിന്ന് പി എച്ച് ഡിയും ലഭിച്ചു. ദേശാഭിമാനി ദിന പത്രത്തിൽ സഹപത്രാധിപരായിരുന്നു. 1995 മുതൽ മഞ്ചേരി എൻ. എസ്.എസ് കോളേജ് അദ്ധ്യാപകൻ.

പ്രതിബോധത്തിന്റെ പാഠങ്ങൾ, വായനയിലെ വർഗസമരം, വാക്കും പ്രത്യയശാസ്ത്രവും, കാറൽ മാർക്സും ഫാന്റസി പാർക്കും, ഉദാരതയുടെ ഉറവുകൾ, മാർക്സിസവും സ്വത്വ രാഷ്ട്രീയവും എന്നിവ പ്രധാന കൃതികൾ. പ്രതിബോധത്തിന്റെ പാഠങ്ങൾക്ക് തായാട്ട് അവാർഡ്. സാംസ്ക്കാരിക രാഷ്ട്രീയ രംഗങ്ങളിൽ പ്രവർത്തനം.

ഭാര്യ : ചാരുലത
മകൾ: ഗയഹദിയ
വിലാസം: ചെമ്പകം, കൊളക്കാട്ടുചാലി.പി ഒ, മലപ്പുറം ജില്ല, 673634
drazadrp@gmail.com

ആസാദ്

ആമുഖം

നോവൽ പഠനങ്ങൾ മലയാളത്തിൽ ധാരാളമുണ്ട്. അവയിലേറെയും പ്രമേയാപഗ്രഥനത്തിൽ ഊന്നുന്നവയാണ്. ഭാഷാവ്യവഹാരത്തിൽ ഒളിഞ്ഞിരിക്കുന്ന അധികാരമുദ്രകളെ സംബന്ധിച്ച ആലോചനകളാണ് ഘടനയുടെ അടരുകളിലൂടെ പാഠത്തിലേക്കു പ്രവേശിക്കുന്നതു സംബന്ധിച്ച അന്വേഷണങ്ങളിലേക്ക് എന്നെ എത്തിച്ചത്. അതിനു ഘടനാവാദം എത്രത്തോളം സഹായകമാകുമെന്നായിരുന്നു ആദ്യ ചിന്ത. 1989ൽ യുജിസി ഫെലോഷിപ്പോടെ ഗവേഷണമാരംഭിക്കുമ്പോൾ പ്രിയപ്പെട്ട അദ്ധ്യാപകൻ ഡോ.ദേശമംഗലം രാമകൃഷ്ണൻ വഴികാണിച്ചു അനുഗ്രഹമായി. 1950 മുതൽ70വരെയുള്ള മലയാളനോവലുകൾ പൊതുവെയും രണ്ടു നോവലുകൾ സവിശേഷമായും പഠിക്കാനുറച്ചു. ഘടനാവാദ സമീപനങ്ങളെ പിൻപറ്റിയുള്ള പഠനമാണ് സ്വീകരിച്ചത്.

ഭാഷാവ്യവസ്ഥയെ രൂപപ്പെടുത്തിയ അടിസ്ഥാന ഘടകങ്ങളുടെ ചേരുവകളും അവ അർത്ഥക്ഷേത്രത്തിൽ വരുത്തുന്ന മാറ്റങ്ങളും പരിശോധിക്കുന്നതിലൂടെ നോവലുകളുടെ ആധാരഘടനകൾ കണ്ടെടുക്കാനായിരുന്നു ശ്രമം. സൂചക സൂചിത സ്വഭാവത്തോടുകൂടിയ ഓരോ ചിഹ്നവും മനുഷ്യന്റെ ബോധരൂപങ്ങളുടെ സൂക്ഷ്മ രൂപകമായാണ് പ്രവർത്തിക്കുന്നത്. മനസ്സും പ്രത്യയശാസ്ത്രവും രാഷ്ട്രീയവും സംസ്ക്കാരവുമെല്ലാം ഇതിൽ ഉൾച്ചേർന്നിരിക്കുന്നു. ഭാഷാവ്യവഹാരത്തിന്റെ ആന്തരഘടനകൾ ഇഴ പിരിച്ചെടുക്കുമ്പോൾ നോവലിൽ ഇവയുടെ ഘടനകളാണ് വേർതിരിയുന്നത്.

ഉത്തരാധുനിക ചിന്തകളും പഠനങ്ങളും മലയാളത്തിൽ സജീവമാകുന്നതിനും മുമ്പാണ് ഈ പഠനത്തിലേക്ക് ഇറങ്ങിത്തിരിച്ചത്. അഥവാ അത്തരം ശ്രമങ്ങളുടെ ഭാഗമായിരുന്നു ഇതെന്നവകാശപ്പെടുകയുമാവാം. 1992ൽ പ്രതിബോധത്തിന്റെ പാഠങ്ങളെഴുതുമ്പോൾ വ്യവഹാര വിമർശനത്തിന്റെ നേർത്തവെളിച്ചം കടന്നെത്തിയിരുന്നതുകൊണ്ടാണ്

പ്രതിബോധം എന്ന പദസംയോജനം സാധ്യമായത്. അതേ വർഷം പി.കെ.രാജശേഖരനൊപ്പം നോവൽ: ബോധവും പ്രതിബോധവും എന്ന പഠന സമാഹാരം എഡിറ്റു ചെയ്യുമ്പോൾ ആ വഴിക്ക് അല്പംകൂടി മുന്നോട്ടു നീങ്ങാനായി. അക്കാദമിക ഗവേഷണത്തിന്റെ പരിമിതി കൾക്കകത്തു നിർവ്വഹിക്കപ്പെട്ട വിശകലനങ്ങളുടെ പ്രബന്ധരൂപമാണ് രണ്ടു പതിറ്റാണ്ടിനു ശേഷം ഇപ്പോൾ പുസ്തകമാകുന്നത്.

ഈ വഴിയിലേക്ക് സ്നേഹനിർബന്ധങ്ങളിലൂടെ എന്നെ നയിച്ച അച്ഛൻ സി.കെ മാധവനും അമ്മ ആർ.പി.പത്മിനി അമ്മയ്ക്കും ഞാൻ ഈ പുസ്തകം സമർപ്പിക്കുന്നു ഈ പുസ്തകത്തിന്റെ പ്രസാധനം നിർവ്വഹിച്ച ഇൻസൈറ്റ് പബ്ലിക്കയ്ക്ക് നന്ദി. വി.പി.സുമേഷിനും നസീമയ്ക്കും നന്ദി.

ആസാദ്

ഉള്ളടക്കം

ഘടനാവാദവും നോവൽ രൂപവും

ഭാഷാപഠനം ഗൗരവപൂർവ്വം നിർവ്വഹിക്കാൻ തുടങ്ങിയിട്ട് നൂറ്റാണ്ടുകളായെങ്കിലും ഭാഷ ശാസ്ത്രീയമായ വിശകലനത്തിനു വിധേയമാകുന്നത് ഈ നൂറ്റാണ്ടിലാണ്. ശാസ്ത്രഗവേഷണത്തിന്റെ സമീപനവും രീതിശാസ്ത്രവും ഭാഷാപഠനത്തിനും പ്രയോജനപ്പെടുത്തിത്തുടങ്ങി. ഗ്രീക്കു പണ്ഡിതരായ പ്ലാറ്റോയും അരിസ്റ്റോട്ടിലും മുതൽ ഭാരതീയ പണ്ഡിതനായ പാണിനി വരെയുള്ളവർ രൂപപ്പെടുത്തിയ ഭാഷാസമീപനത്തിലെ വ്യാകരണബദ്ധത പുനർവിചാരത്തിനു വിധേയമായി. വരമൊഴിയോടൊപ്പം വാമൊഴിക്കും പ്രാമുഖ്യം ലഭിച്ചു. മാതൃഭാഷയിൽ എഴുതപ്പെട്ട കൃതികളെ മുൻനിർത്തി ഭാഷകളുടെ ചരിത്രം അന്വേഷിച്ചുപോകുന്ന പതിവിനു മാറ്റം വന്നു. ഭാഷകൾ തമ്മിലുള്ള ബന്ധവും ഭാഷയുടെ ഗോത്രസ്വഭാവവും വ്യാകരണത്തിലും പദസഞ്ചയത്തിലുമുണ്ടായ മാറ്റങ്ങളും നിരീക്ഷിക്കപ്പെട്ടു. അതോടൊപ്പം ഭാഷയെ ഒരു വ്യവസ്ഥയെന്ന നിലയിൽ തിരിച്ചറിയുകയും ഭാഷയുടെ ഘടകങ്ങൾ വേർപ്പെടുത്തി പരിശോധിക്കാൻ ആരംഭിക്കുകയും ചെയ്തു. കാൾ മാർക്സും സിഗ്മണ്ട് ഫ്രോയ്ഡും ഫെർഡിനന്റ് ഡിസസുറും ശാസ്ത്രീയമായ വിശകലനരീതികൾ അവതരിപ്പിച്ചു. സോഷ്യലിസത്തെ മാർക്സ് ശാസ്ത്രീയമാക്കി. മനശ്ശാസ്ത്രത്തെ ഫ്രോയ്ഡും. ഭാഷാപഠനത്തെ സസൂറും ശാസ്ത്രീയമാക്കാൻ ശ്രമിച്ചു. ശാസ്ത്രീയ ചിന്തയുടെ സ്വാധീനം അതതു ശിക്ഷണങ്ങൾക്കു മാത്രമല്ല അന്തർവിദ്യാപരമായ സംഭാവനകൾക്കും ഇട നൽകി. ഈ ഇടപെടലുകളുടെ ചരിത്രവും പരിണതികളും ഘടനാവാദത്തെയും നിർണയിച്ചിട്ടുണ്ട്.

എല്ലാ മാനവിക ശാസ്ത്രശാഖകളിലും ഘടനാപരമായ സമീപനരീതി (System approach) ഈ ശതകത്തിൽ രൂപംകൊണ്ടിട്ടുണ്ട്.

ശാസ്ത്രജ്ഞാന മണ്ഡലത്തിലുണ്ടായ പ്രതിസന്ധി പരിഹരിക്കുന്നതിനുള്ള ത്വരയാണ് രീതിശാസ്ത്രപരമായ ഈ പ്രവണതക്ക് നിദാനമായതെന്ന് ചൂണ്ടിക്കാണിക്കപ്പെട്ടിട്ടുണ്ട് (Blauberg 1977:15). സാമൂഹ്യശാസ്ത്രത്തിൽ ഘടനാ -പ്രകാര്യവിശകലനവും (Structural -Functional analysis) ഭാഷാശാസ്ത്രത്തിൽ ഘടനാവിശകലന(Structuralism)വും 'സിസ്റ്റം സമീപന'ത്തിന്റെ ഭാഗമായാണ് വികാസം പ്രാപിച്ചത്. വ്യത്യസ്ത വൈജ്ഞാനിക ശിക്ഷണങ്ങൾക്ക് ഇവ പരസ്പരാശ്രിതങ്ങളായി. നരവംശ ശാസ്ത്ര(Anthropology)വും മനശ്ശാസ്ത്ര(Psychology)വും ഭാഷാശാസ്ത്ര(Linguistics)വും പ്രതിഭാസവിജ്ഞാനീയ(Phenomenology)വും ഘടനാസമീപനത്തിന്റെ ഒട്ടേറെ ഗുണഫലങ്ങൾ പങ്കുവെച്ചിട്ടുണ്ട്. ഗണിതശാസ്ത്രം (Mathematics), തർക്കശാസ്ത്രം (Logic), ഭൗതികശാസ്ത്രം (Physics), ജീവശാസ്ത്രം (Biology) എന്നിവയും മറ്റു സാമൂഹ്യശാസ്ത്രങ്ങളും ഘടനയുമായി ബന്ധപ്പെട്ടതാണെന്നും അവയിലെല്ലാം ഘടനാസമീപനം പ്രസക്തമാണെന്നും ഷാങ്പിയാഷെ (Peaget 1971:37)അഭിപ്രായപ്പെടുന്നു. ഘടനയിൽ കേന്ദ്രീകരിക്കുന്ന ഏതു പ്രസ്ഥാനത്തെയും ഘടനാവാദം എന്നുവിളിക്കാമെന്ന് അലൻ ഡ്യുറാന്റ് ചൂണ്ടിക്കാണിക്കുന്നു (Durant 1990:32). പാറകൾ രൂപംകൊള്ളുന്നതിന്റെ ഘടനാ സവിശേഷതകൾ പരിശോധിക്കുന്ന ഭൂഗർഭ ശാസ്ത്രജ്ഞർ സ്ട്രക്ചറലിസ്റ്റുകൾ എന്ന് അറിയപ്പെടാറുണ്ടെന്നും അദ്ദേഹം എഴുതുന്നു.

ഭാഷാശാസ്ത്രത്തിന്റെ ഗുണഫലങ്ങളും രീതിശാസ്ത്രവും മുൻനിർത്തിയുള്ള സാഹിത്യവിശകലന സമ്പ്രദായത്തിന്റെ വികാസമാണ്. ഘടനാവാദം. ഭാഷ നിശ്ചിതമായ ഘടനയിലാണ് വാർന്നുവീഴുന്നത്. വ്യാകരണനിയമങ്ങൾ ഉൾപ്പെടെയുള്ള നിരവധി നിയമങ്ങൾ ഭാഷയെ നിർണയിക്കുന്നുണ്ട്. അബോധപൂർവ്വമായി നിർവ്വഹിക്കപ്പെടുന്ന ഭാഷാപ്രയോഗം പോലും ഈ വ്യവസ്ഥയ്ക്ക് കീഴ്പ്പെട്ടിരിക്കും. ഭാഷയെ നിർണയിക്കുന്ന ഈ ഘടനയാണ് ഭാഷയ്ക്ക് അർത്ഥം നൽകുന്നത്. വക്താവ് - വ്യവഹാരം - ശ്രോതാവ് എന്ന ഘടനയിലാണ്, ആശയവിനിമയത്തിനുള്ളതാകയാൽ, ഭാഷ സാമാന്യേന രൂപീകരിക്കപ്പെട്ടിട്ടുള്ളത്. ഉദാഹരണം:

'അ'ക്ക് 'ഇ'യെ ഒരു കാര്യം അറിയിക്കാനുണ്ട്.

അ: 'ഞാൻ ഇന്ന് ഓഫീസിൽ വരുന്നില്ല.'

ആശയത്തെ ഭാഷയുടെ ചിഹ്നങ്ങളാക്കിയാണ് 'അ' അത് ഉച്ചരിക്കുകയോ എഴുതുകയോ ചെയ്യുന്നത്. 'ഞാൻ' ഇവിടെ 'അ' തന്നെ . 'ഇന്ന് ഓഫീസിൽ വരുന്നില്ല എന്നിവക്കും ഇതുപോലെ ചില വിവക്ഷകളുണ്ട്. 'അ'യും 'ഇ'യും പൊതുവായി പങ്കുവെക്കുന്ന സന്ദർഭവും ഇവിടെ പ്രസക്തമാണ്. സമാന സാഹചര്യത്തിൽ മാത്രമേ 'ഇ'ക്ക് 'അ'യുടെ ചിഹ്നങ്ങൾ ആശയങ്ങളായി അപസങ്കേതനം ചെയ്യാൻ സാധിക്കൂ.

'ഞാൻ ഇന്ന് ഓഫീസിൽ വരുന്നില്ല' എന്ന് എഴുതിയത് മറ്റൊരാൾ വായിക്കാനിടയാവുന്നു എന്നിരിക്കട്ടെ. അപ്പോൾ 'ഞാൻ' ആരാണെന്നോ കാര്യം എന്താണെന്നോ വ്യക്തമാവുകയില്ല. ആശയവിനിമയത്തിന്റെ അടിസ്ഥാനപ്രക്രിയ അക്കമിട്ട് ഇങ്ങനെ വിശദമാക്കാം.

1. വക്താവ് ആശയത്തെ ചിഹ്നങ്ങളാക്കുന്നു
2. ഈ ചിഹ്നങ്ങൾ അയാൾ ഉച്ചരിക്കുന്നു/ എഴുതുന്നു
3. ശ്രോതാവ് ചിഹ്നങ്ങൾ കേൾക്കുന്നു
4. ശ്രോതാവ് ചിഹ്നങ്ങളെ ആശയങ്ങളായി അപസങ്കേതനം ചെയ്യുന്നു.
5. വ്യവഹാരത്തിൽ സന്ദർഭ (Context)വും പങ്കുവെക്കുന്നു.

ക്ലാസ്സിക്കൽ സ്ട്രക്ചറലിസത്തിന്റെ ഈ അടിസ്ഥാന നിരീക്ഷണത്തെ ആധാരമാക്കി രചനയുടെ നിഗൂഢതകൾ കണ്ടെടുക്കുന്ന പാരായണ കൗശലം വികസിപ്പിച്ചെടുത്ത അന്വേഷണമാണ് പോസ്റ്റ് സ്ട്രക്ചറലിസം, അപനിർമ്മാണം എന്നിവയിലെത്തി നിൽക്കുന്നത്. ഈ അന്വേഷണത്തിന്റെ ഗുണഫലങ്ങളെല്ലാം ഈ പഠനത്തിൽ ഘടനാവാദസമീപനത്തിന്റെ ഭാഗമായി സ്വീകരിച്ചിട്ടുണ്ട്. വ്യത്യസ്ത പടിഞ്ഞാറൻ സ്കൂളുകൾ ഘടനാവാദത്തിന്റെ വളർച്ചയുടെ വ്യത്യസ്ത ഘട്ടങ്ങളാണ് വെളിവാക്കുന്നത്. അതിനാൽ ഇവയിലേതെങ്കിലുമൊന്നുമാത്രം പിന്തുടരുകയാണെങ്കിൽ അതു പഠനത്തെ സമകാലികമല്ലാതാക്കാനാണ് ഇടവരുത്തുക.

ഘടനാവാദം : വികാസഘട്ടങ്ങൾ

വാക്കുകളുടെയും വസ്തുതകളുടെയും ബന്ധങ്ങൾ അന്വേഷിച്ച സ്വിസ് ഭാഷാശാസ്ത്രജ്ഞനായ ഫെർഡിനാന്റ് ഡി സസൂറാണ് ഭാഷാശാസ്ത്രത്തിൽ അടിസ്ഥാനപരമായ മാറ്റത്തിന് തുടക്കം കുറിച്ചത്. സാമൂഹികാസ്പദം എന്ന നിലയിലും വൈയക്തികാസ്പദം എന്ന നിലയിലും ഭാഷാപ്രയോഗത്തിന്റെ സവിശേഷതകൾ തിരിച്ചറിഞ്ഞ സസൂർ ഭാഷ ലാങ് (Langue) എന്നും പരോൾ (Parole) എന്നും വ്യതിരിക്തസ്വഭാവത്തോടുകൂടിയതാണെന്നും കണ്ടെത്തുന്നു. ഭാഷാശാസ്ത്രത്തിന്റെ അടിസ്ഥാനം 'ലാങ്' ആകുന്നു. 'പരോളി'നെ നിർണയിക്കത്തക്ക സ്വാധീനം 'ലാങി'നുണ്ട്. 'ലാങ്' സ്വായത്തമാക്കുമ്പോഴാണ് ഒരാൾക്ക് ഭാഷാസ്വാധീനമുണ്ടാകുന്നതെന്ന് ചില പണ്ഡിതൻമാർ അഭിപ്രായപ്പെടുന്നു. മറ്റു ചിലർക്ക് നേരെ വിപരീതമായ അഭിപ്രായവുമുണ്ട്. 'മനുഷ്യവംശത്തിനു സ്വഭാവികമായിട്ടുള്ളത്, വാചാഭാഷണമല്ല, ഒരു ഭാഷ സൃഷ്ടിക്കാനുള്ള കഴിവാണ്. അതായത് ചില പ്രത്യേക ആശയങ്ങൾക്ക് സമാന്തരമായി പ്രത്യേക ചിഹ്നങ്ങളുടെ വ്യവസ്ഥസൃഷ്ടിക്കാനുള്ള കഴിവ്' (ഉദ്ധരണം Hawkes 1977: 21)എന്നു സസൂർ വ്യക്തമാക്കുന്നുണ്ട്.

ഭാഷയിലെ വാക്കുകൾ വെറും അടയാളങ്ങളല്ല. വാക്കുകൾ ദ്വിമു

ഖങ്ങളാണ്. ഉച്ചരിക്കുന്നതോ രേഖപ്പെടുത്തുന്നതോ ആയ വശം സൂചകമാകുന്നു. അത് ഒരു ആശയത്തിലേക്ക് ചൂണ്ടിയാണ് നിൽക്കുന്നത്. സൂചിപ്പിക്കപ്പെടുന്ന മറുവശമാണ് സുചിതം. ഓരോ വാക്കും ഓരോ ചിഹ്നമാകുന്നു.

ചിഹ്നം ⟶ സൂചകം / സൂചിതം

ഏതെങ്കിലും ബാഹ്യനിയമത്തിന്റെ അടിസ്ഥാനത്തിലല്ല ഇവിടെ ഭാഷാഘടകങ്ങൾക്ക് അർത്ഥം സിദ്ധിക്കുന്നത്. അവയുടെ ബന്ധവ്യവസ്ഥയുടെ പ്രകാശനമെന്ന നിലയിലാണ്. വിവിധ ചിഹ്ന വ്യവസ്ഥകളിൽ ഒന്നു മാത്രമായ ഭാഷ എല്ലാവിധ ആവിഷ്കരണോപാധികളുടെയും മാതൃകയാണെന്ന് സസൂർ കരുതി. ചിഹ്നങ്ങളെക്കുറിച്ചും അവയുടെ ബന്ധങ്ങളെക്കുറിച്ചുമുള്ള പഠനമായി ഭാഷാശാസ്ത്രത്തെ വികസിപ്പിച്ചുവെന്നതാണ് സസൂറിന്റെ മുഖ്യ സംഭാവന. വ്യാകരണ നിയമങ്ങളുമായി ബന്ധപ്പെട്ട ഭാഷാ പഠനങ്ങളുടെ സാമ്പ്രദായിക ശീലങ്ങളിൽ നിന്നുമുള്ള ഒരു വിച്ഛേദമാണിത്.

ചിഹ്നശാസ്ത്രം

നിയമപ്രകാരവും ക്രമീകൃതവുമായ ഭാഷാപ്രയോഗം വഴിയാണ് അർത്ഥം ഉത്പാദിപ്പിക്കപ്പെടേണ്ടത് എന്നായിരുന്നു സാമ്പ്രദായിക ഭാഷാശാസ്ത്രത്തിന്റെ നിലപാട്. വ്യാകരണ നിയമങ്ങൾക്ക് വഴങ്ങാതെയുള്ള ഭാഷാപ്രയോഗങ്ങൾക്ക് അംഗീകാരമുണ്ടായിരുന്നില്ല. ഘടനാവാദമാകട്ടെ, ഭാഷാഘടകങ്ങളുടെ വിന്യസനസാധ്യതകൾ മുഴുവൻ സ്വാഗതം ചെയ്യുന്നു. വ്യാകരണനിയമങ്ങൾ മറികടന്നും ആശയവിനിമയം സാധ്യമാണെന്ന് ഘടനാവാദികൾ കരുതുന്നു. ഭാഷാപഠനത്തിൽ ഇത്തരമൊരു വിച്ഛേദത്തിന് വഴിയൊരുക്കിയത് സസൂറാണ്. 'പരപദങ്ങളുടെ ഏകകാലിക സാന്നിധ്യംകൊണ്ട് മൂല്യവത്താകുന്ന പദങ്ങളുടെ പരസ്പരാശ്രിതവ്യവസ്ഥയായാണ് ഭാഷയെ അദ്ദേഹം(Saussure 1959:114) കാണുന്നത്. ലാങ്, പരോൾ എന്നിങ്ങനെ ഭിന്ന സ്വഭാവത്തോടുകൂടിയ ഭാഷയുടെ അടിസ്ഥാനഘടകങ്ങൾ സൂചകം, സൂചിതം എന്നീ ദ്വിമുഖ സ്വഭാവമുള്ള ചിഹ്നങ്ങളാണെന്നും അദ്ദേഹം കണ്ടെത്തി. ചിഹ്നശാസ്ത്രത്തിന് പ്രാമുഖ്യമുള്ള ഒരു പഠനപദ്ധതിയായാണ് സസൂർ ഘടനാവാദം അവതരിപ്പിച്ചത്. ഒരു പൊതു ചിഹ്നശാസ്ത്രം വികസിപ്പിച്ചെടുത്തു വേണം ഭാഷാശാസ്ത്രത്തിലെ പ്രതിസന്ധികൾ പരിഹരിക്കേണ്ടതെന്നും അദ്ദേഹം കരുതി. (Lavers 1982:5).

ഒരു ചിഹ്നവ്യവസ്ഥയെന്ന നിലയിൽ ഭാഷയെ സമീപിക്കുന്ന ശാസ്ത്രമാണ് ചിഹ്നശാസ്ത്രം. ഓരോ ചിഹ്നത്തിനും അർത്ഥം സിദ്ധി

ക്കുന്നത് അതു പ്രവർത്തിക്കുന്ന സവിശേഷ വ്യവസ്ഥക്ക് അകത്തു വെച്ചാണ് (ഉദാ: ചുവപ്പുകാണുമ്പോൾ നിൽക്കുക എന്നത് ട്രാഫിക് വ്യവസ്ഥയാണ്.) അതിനാൽ ചിഹ്നശാസ്ത്രപരമായ സമീപനം പാഠത്തിൽ ഒളിഞ്ഞുകിടക്കുന്ന അർത്ഥം കണ്ടെത്തുന്നതിനാണ് മുൻഗണന നൽകിയത്. ‘‘ചിഹ്നങ്ങൾ എന്നാലെന്ത്? എങ്ങനെയാണ് അവ ചിഹ്നങ്ങളാകുന്നത്? അവ എവിടെനിന്നു വരുന്നു? അവയുടെ സാധ്യതകൾ എന്തെല്ലാമാണ്? തുടങ്ങിയ ചോദ്യങ്ങൾക്കുള്ള ഉത്തരമാണ് ചിഹ്നശാസ്ത്രം’’ എന്ന് ‘ചിഹ്നശാസ്ത്രത്തെപ്പറ്റി’ എന്ന ഗ്രന്ഥത്തിന്റെ മുഖവുരയിൽ (Innis 1985)പരിചയപ്പെടുത്തുന്നു. ചിഹ്നങ്ങളുടെ അർത്ഥം എന്താണെന്നല്ല. അവക്ക് അർത്ഥം എങ്ങനെ സിദ്ധിക്കുന്നു എന്നതാണ് ചിഹ്നശാസ്ത്രത്തിന്റെ അന്വേഷണമെന്ന് മാർഷൽ ബ്ലോൻസ്കി (Blonsky 1985:XXVII) യും ചൂണ്ടിക്കാട്ടുന്നു. അമേരിക്കൻ തത്വചിന്തകനായ സി.എസ്. പിയേഴ്സി (C.S. Pierce)ന്റെ തത്വങ്ങൾ ചിഹ്നശാസ്ത്രപരമായ സമീപനത്തെ ശാസ്ത്രീയമാക്കുന്നു. പിയേഴ്സ് ചിഹ്നത്തെ മൂന്നുതരമായി വേർതിരിച്ചു. ബിംബം(Icon), സൂചി (Index), പ്രതീകം (Symbol) എന്നിവയാണവ. സൂചകവും സൂചിതവും തമ്മിലുള്ള പ്രത്യക്ഷസാദൃശ്യമാണ് ‘ഐക്കൺ’. ഒരാളുടെ രേഖാചിത്രത്തിന് അയാളുമായുള്ള ബന്ധം കേവലം ആരോപിതമല്ല. ഈ സാദൃശ്യമാണ് ‘ഐക്കൺ’ ചിഹ്നമാകുന്നത്. സാമ്പ്രദായികവും ആരോപിതവുമായ അർത്ഥം സൂചിപ്പിക്കുന്നതാണ് ‘ഇൻഡക്സ്. കാർമേഘം മഴയെയും പുക തീയെയും സൂചിപ്പിക്കുന്നത് ഉദാഹരണം. പ്രതീകത്തിന് ഉദാഹരണം ഭാഷതന്നെയാണ്. സൂചിതവുമായുള്ള സ്വേഛാപരമായ ബന്ധമാണ് ഇതിനു നിദാനം. ഭാഷയിലെ ചിഹ്നങ്ങൾ ഇവയിൽ ഒരു വിഭാഗത്തിൽപ്പെടുന്നതായിരിക്കുമെന്ന് പിയേഴ്സ് (Innis 1985:8) നിരീക്ഷിച്ചു. 1904-ൽ ലേഡിവെൽബി(Lady Welby)ക്ക് അയച്ച കുറിപ്പുകളിലൊന്നിൽ ആർക്കിടെക്ചറിലും സംഗീതത്തിലും പ്രകടമാകുന്ന ഐക്കൺ ചിഹ്നത്തിന്റെ ആവിഷ്കാരത്തെപ്പറ്റി പിയേഴ്സ് പരാമർശിക്കുന്നുണ്ട് (Basin 1979:173)

സസൂറിന്റെ കാഴ്ചപ്പാടുകൾ വികസിച്ച ഭാഷാശാസ്ത്രഗവേഷണത്തിന് സൈദ്ധാന്തികമായ ചട്ടക്കൂടുകൾ നൽകി. അദ്ദേഹത്തിന്റെ വിദ്യാർത്ഥികൾക്കെന്നപോലെ ജനീവയിലും പ്രേഗിലും മറ്റിടങ്ങളിലുമുള്ള പണ്ഡിതൻമാർക്ക് ഇത് പ്രേരണയായി. 1928-ൽ ലീഡനിൽചേർന്ന ഭാഷാശാസ്ത്രജ്ഞരുടെ ഒന്നാം അന്താരാഷ്ട്ര സമ്മേളനം, യൂറോപ്യൻ ഭാഷാശാസ്ത്രത്തിൽ അക്കാദമികനിലവാരത്തോടെയുള്ള വിശാല സ്ട്രക്ചറലിസ്റ്റ് സമീപനം ആവിഷ്കരിക്കാൻ തീരുമാനിച്ചു. പ്രേഗ് സ്കൂളിലെ റോമൻ യാക്കൊബ്സൻ (Roman Jakobson) മാത്സ്യൂസ് (Mathesius) ട്രബസ്കോയ് (Trubetskoy) എന്നിവരും ജനീവ സ്കൂളിലെ ചാൾസ് ബല്ലി (Charles Bally), എ. സച്ചഹായ് (A. Sachehaye) എന്നിവരുമാണ് ഈ സമ്മേളനത്തിന്റെ സൂത്രധാരൻമാർ (Jackson 1991:62).

ജനീവ കേന്ദ്രമാക്കി നിലനിന്ന ജനീവ ലിംഗ്വിസ്റ്റിക് സ്കൂളിന്റെ ഭാഷാപഠനങ്ങൾക്ക് നേതൃത്വം നൽകിയത് ഫെർഡിനന്റ് സസൂറായിരുന്നു. പ്രധാനമായും അദ്ദേഹത്തിന്റെ ചിന്തകളാണ് സാഹിത്യസമീപനത്തെ ഘടനാവാദത്തിലേക്ക് വികസിപ്പിച്ചതെന്നു പറഞ്ഞുവല്ലോ. ഭാഷയുടെ വികാസം, വ്യവസ്ഥാരൂപീകരണത്തിൽ ഭാഷാഘടകങ്ങളുടെ വിന്യസത്തിനുള്ള സ്ഥാനം തുടങ്ങിയ വിഷയങ്ങളെ കേന്ദ്രമാക്കിയുള്ള നിരീക്ഷണങ്ങൾക്ക് ജനീവ സ്കൂൾ പ്രാധാന്യം നൽകി. 1916-ൽ പ്രസിദ്ധീകൃതമായ സസൂറിന്റെ കോഴ്സ് ഇൻ ജനറൽ ലിംഗ്വിസ്റ്റിക്സ്' (Course in General Linguistics) എന്ന കൃതിയാണ് ജനീവാ സ്കൂളിന് പ്രമാണപത്രമായത്.

റോമൻ യാക്കൊബ്സൻ (Roman Jackobson), ഐഖൻബാം (Eichenbaum), വിക്തർ ഷ്ക്ലോവ്സ്കി (Viktor Schklovsky), തിന്യാനോവ് (Tynyanov), പ്രോപ് (Propp), തുടങ്ങിയവരുടെ നേതൃത്വത്തിൽ രൂപം കൊണ്ട മോസ്കോ ലിംഗ്വിസ്റ്റിക് സർക്കിളി(Moscow Linguistics Circle)ന് പ്രചോദനമേകിയത് സസൂറിന്റെ ചിന്തകളാണ്. സാഹിത്യഭാഷയുടെ സവിശേഷതകളായിരുന്നു ഇവരുടെ നിരീക്ഷണ വിഷയം. സാഹിത്യ രചനകളും സാഹിത്യപാരമ്പര്യവും വ്യവസ്ഥാ ധർമ്മം നിർവ്വഹിക്കുന്നതെങ്ങനെയെന്ന അന്വേഷണമായിരുന്നു ഇവരുടെ രചനകൾ. ദി തിയറി ഓഫ് ഫോർമൽ മെത്തേഡ് (ഐഖൻബാം 1926), ദി ന്യൂ റഷ്യൻ പോയട്രി (യാക്കൊബ്സൻ 1921), ആർട് ആസ് ടെക്നിക് (വിക്തർ ഷ്ക്ലോവ്സ്കി 1917), മോർഫോളജി ഓഫ് ഫോക്ക്ടെയിൽ (പ്രോപ് 1928), ഓൺ ലിറ്റററി ഇവാല്യൂഷൻ (തിന്യാനോവ് 1929) എന്നിവയാണ് മോസ്കോ സർക്കിളിന്റെ പ്രധാന സംഭാവനകൾ.

റോമൻ യാക്കോബ്സൻ 1920ൽ പ്രേഗിൽ കുടിയേറുകയും മോസ്കോവിൽ തന്റെ സഹപ്രവർത്തകനായിരുന്ന ട്രബസ്കോയിയോടൊപ്പം പ്രേഗ് ലിംഗ്വിസ്റ്റിക് സ്കൂളിന് രൂപം നൽകുകയും ചെയ്തു. ഇരുപതുകളിലും മുപ്പതുകളിലും പ്രേഗ് സ്കൂൾ സാഹിത്യകൃതിയുടെ രൂപപഠനത്തിലും ഉച്ചാരണപ്രവണതകളുടെ പഠനത്തിലും ശ്രദ്ധേയമായ സംഭാവനകൾ നല്കി. 1928ൽ യാക്കൊബ്സണും തിന്യാനോവും കൂടിയാണ് സാഹിത്യത്തിലെ ഘടനാവാദം രൂപപ്പെടുത്തിയത്. യാക്കൊബ്സന്റെ 'ഭാഷാസാഹിത്യപഠനങ്ങളുടെ പ്രശ്നങ്ങൾ' (Problems in the study of Language and Literature)എന്ന ഗ്രന്ഥമായിരുന്നു ഘടനാവാദത്തിന്റെ മാനിഫെസ്റ്റോ. അതിൽ ഇങ്ങനെ പറയുന്നു.

'ലാങ്ങി'നെയും 'പരോളി'നെയും കൂടുതൽ ഉറപ്പിക്കുന്നതും അവ തമ്മിലുള്ള ബന്ധം വിശകലനം ചെയ്യുന്നതുമാണ് ഭാഷാശാസ്ത്രത്തിൽ അത്യന്തം ഫലവത്തായിട്ടുള്ളത്. ഇവയുടെ സാഹിത്യപ്രയോഗവുമായി ബന്ധപ്പെട്ട തത്വങ്ങൾ കൂടുതൽ വികസിപ്പിക്കേണ്ടതുണ്ട്.'' (ഉദ്ധരണം, Jackson 1991:45)

യാക്കൊബ്സൺ എഴുതിയ റിമാർക്സ് ഓൺ ദി ഫൊണോളജിക്കൽ ഇവലൂഷൻ ഓഫ് റഷ്യൻ കമ്പയേഡ് വിത്ത് ദാറ്റ് ഓഫ് ദി അതർ സ്ലാവിക് ലാംഗ്വേജസ് (Remarks on the phonological Evolution of Russian Compared with that of the other Slavic Languages) 1929ലും ട്രബ്സ്കോയിയുടെ 'ദി ഫൗണ്ടേഷൻ ഓഫ് ഫൊണോളജി' 1939ലും പ്രസിദ്ധീകരിക്കപ്പെട്ടു. സസൂറിന്റെ സിദ്ധാന്തങ്ങളുടെ വിപുലീകരണമാണ് പ്രേഗ് സ്കൂൾ നിർവ്വഹിച്ചത്. 1930കളിലെ പ്രേഗ് സ്ട്രക്ചറലിസ്റ്റ് സ്കൂൾ ഈ നൂറ്റാണ്ടിലെ പ്രമുഖ സ്കൂളുകളിലൊന്നായിരുന്നുവെന്ന് രേഖപ്പെടുത്തപ്പെട്ടിട്ടുണ്ട് (Jackson 1991:8).

രണ്ടാംലോക യുദ്ധകാലത്ത് - നാൽപതുകളുടെ ആദ്യം - യാക്കൊബ്സൻ അമേരിക്ക സന്ദർശിക്കാനിടയായി. ഒരു പ്രഭാഷണപര്യടനമായിരുന്നു അത്. ശബ്ദത്തെയും അർത്ഥത്തെയും ആസ്പദമാക്കി യാക്കൊബ്സൻ അമേരിക്കയിൽ ആറുപ്രഭാഷണങ്ങൾ നടത്തി. ഈ ഭാഷാശാസ്ത്ര പ്രഭാഷണങ്ങളിൽ ആകൃഷ്ടനായ ക്ലോഡ് ലെവിസ്ട്രോസ് (Claud Levi- Strauss) നരവംശശാസ്ത്രത്തെ കൂടുതൽ ശാസ്ത്രീയമാക്കാൻ ഘടനാണ്ടപര ഭാഷാശാസ്ത്രം (Structuralist Linguistics) പ്രയോജനപ്പെടുത്തി. ലെവിസ്ട്രോസിന്റെ ഭാഷാശാസ്ത്രത്തിലും നരവംശശാസ്ത്രത്തിലുമുള്ള ഘടനാപര വിശകലനം (Structural Analysis in Linguistics and Anthropology 1945) ഈ അന്വേഷണത്തിന്റെ സൈദ്ധാന്തിക വിശദീകരണമാണ്. ലെവിസ്ട്രോസ് എഴുതി: "ഭാഷാശാസ്ത്രത്തിന് സാമൂഹ്യ ശാസ്ത്രങ്ങൾക്കിടയിൽ സവിശേഷവും അനിഷേധ്യവുമായ ഒരു സ്ഥാനമാണുള്ളത്. മറ്റുള്ളവയെപ്പോലെ ഇത് കേവലം ഒരു സാമൂഹിക ശാസ്ത്ര ശാഖയല്ല. മഹത്തരവും ധാരാളവുമായ വികാസപരിണാമങ്ങൾ സംഭവിച്ചത് ഈ ശാസ്ത്രശാഖയിലൂടെയാണ്' (Levi -Straus 1986:31).

1950-ൽ ലെവിസ്ട്രോസ് ഇക്കോളെ പഠനസ്കൂളിന്റെ (Ecole Practique des Hautes Etudes, Paris) ഡയറക്ടറായി നിയമിതനായതോടെ പാരീസിൽ ഘടനാവാദവുമായി ബന്ധപ്പെട്ട പഠന പ്രവർത്തനങ്ങൾ ശക്തിയാർജ്ജിച്ചു. ഭാഷാശാസ്ത്രത്തെ മാതൃകയാക്കി സാംസ്കാരിക രൂപങ്ങളിലും സങ്കേതബദ്ധമായ ഒരന്വേഷണം നിർവ്വഹിക്കപ്പെട്ടു. ഘടനാവാദ സിദ്ധാന്തത്തിന്റെ അടിസ്ഥാനത്തിലായിരുന്നു അത്. റൊളാങ് ബാർത്ത് (Roland Batthes), ജാക്വസ് ലക്കൻ (Jaques Laccan), മിഖായേൽ ഫുക്കോ (Michael Faucault), ലൂയി അൽത്തൂസർ (Louis Althusser) എന്നിവർ ഘടനാവാദത്തെ സാഹിത്യസിദ്ധാന്തമെന്ന നിലയിൽ മികവുറ്റതാക്കി. സാംസ്കാരിക വിമർശനത്തിലേക്ക് നവീനമായ ഒരു ധാര തുറക്കാനും അവർക്കു സാധിച്ചു. മിത്തോളജീസ് (ബാർത്ത് 1957), ഫോർ ഫണ്ടമെന്റൽ കൺസപ്റ്റ്സ് ഓഫ് സൈക്കോ അനാലിസിസ് (ലക്കൻ 1964), ദി ഓർഡർ ഓഫ് തിങ്സ് (ഫുക്കോ 1966), സ്ട്രക്ചറൽ

ആന്ത്രപ്പോളജി (ലെവിസ്ട്രോസ് 1958), ലെനിൻ ആന്റ് ഫിലോസഫി ആന്റ് അദർ എസ്സെയ്സ് (അൽത്തൂസർ 1971) തുടങ്ങിയ കൃതികൾ വ്യത്യസ്ത പഠനമേഖലകളിലേക്ക് ഘടനാവാദവിശകലനത്തെ വിന്യസിപ്പിക്കുകയും വികസിപ്പിക്കുകയും ചെയ്തു.

ഘടനാവാദസിദ്ധാന്തങ്ങളുടെയും പ്രയോഗങ്ങളുടെയും ആചാര്യൻമാർ തന്നെ അറുപതുകളിൽ ഘടനാവാദത്തെ പുനർവിചാരത്തിനു വിധേയരാക്കി. ദാർശനികവും രാഷ്ട്രീയവുമായ നിലകളിൽ നിന്നു കൊണ്ടായിരുന്നു ഈ വിചാരം. ജാക്വസ് ദറീദ (ഓഫ് ഗ്രമറ്റോളജി 1967), മിഖായേൽ ഫുക്കോ (ഹിസ്റ്ററി ഓഫ് സെക്ഷ്വാലിറ്റി 1967), റൊളാങ് ബാർത്ത് (എസ് ബൈ ഇസെഡ് 1970), ജയിംസൺ (ദി പൊളിറ്റിക്കൽ അൺകോൺഷ്യസ്നസ് 1981), ജൂലിയ ക്രിസ്തേവ (റവല്യൂഷൻ ഓഫ് പൊളിറ്റിക്കൽ ലാംഗ്വേജ് 1974), എഡ്വേർഡ് സെയ്ദ് (ദി വേൾഡ്, ദി ടെക്സ്റ്റ് ആന്റ് ദി ക്രിറ്റിക് 1983) തുടങ്ങിയവരുടെ രചനകൾ പാരീസും അമേരിക്കയും കേന്ദ്രമാക്കി 1970കളിലും 80കളിലും രൂപ്പപെട്ട ഘടനാവാദാനന്തര പഠനങ്ങൾക്ക് നേതൃത്വമേകി.

രൂപവാദത്തിൽനിന്ന് ഘടനാവാദത്തിലേക്ക്

രൂപവാദത്തിന്റെ ഉപദർശനങ്ങൾ പലതും ഘടനാവാദത്തെ തുണച്ചിട്ടുണ്ട്. 1914-ൽ ഫ്യൂച്ചുറിസ്റ്റ് കവിത(Futurist Poetry)യെക്കുറിച്ചുള്ള വിക്തർ ഷ്ക്ലോവ്സ്കിയുടെ ഒരു പ്രബന്ധമാണ് റഷ്യൻ ഫോർമലിസത്തിന് തുടക്കം കുറിച്ചത്. ബോറിസ് ഐഖൻബാം (Boris Eikhenbaum), ഓസിപ് ബ്രിക് (Osip Brik), യൂറി തിന്യാനോവ് (Yuri Tynyanov) വ്ലദ്മിർ പ്രോപ് (Vladmir Propp) തുടങ്ങിയവർ ഈ ശാഖയുടെ വക്താക്കളും പ്രയോക്താക്കളുമായിരുന്നു. 1930കളോടെ ഈ പ്രസ്ഥാനം റഷ്യയിൽ നാമാവശേഷമായി. എന്നാൽ പ്രേഗിലെ ഭാഷാശാസ്ത്ര പണ്ഡിതർക്ക് ഇതു വലിയ മുതൽക്കൂട്ടായി. റോമൻ യാക്കൊബ്സൻ റഷ്യൻ ഫോർമലിസത്തിന്റെ ഗുണഫലങ്ങളെ ഭാഷാശാസ്ത്രപഠനത്തിന്റെ വികസനത്തിന് ഉപയോഗിക്കുകയുണ്ടായി. സാഹിത്യകൃതിയിലെ സാഹിത്യപരതയെക്കുറിച്ചും വസ്തുതകളുടെ അപരിചിതവൽക്കരണത്തെക്കുറിച്ചുമാണ് ഫോർമലിസം ചർച്ച ചെയ്യുന്നത്. കൃതിയുടെ യാഥാർത്ഥ്യത്തിന് വലിയ പ്രസക്തിയില്ല. ബാഹ്യയാഥാർത്ഥ്യവും പ്രമേയവും ഭാഷയും കർത്താവുമെല്ലാം ഇവിടെ സാഹിത്യരചനക്കുള്ള ഉപകരണങ്ങൾ മാത്രമാകുന്നു.

ഭാഷാപരമായ സദൃശങ്ങളിൽനിന്നാണ് ഘടനാവാദ -ആഖ്യാന സിദ്ധാന്തം രൂപപ്പെടുത്തിയത്. ആഖ്യാന നിയമങ്ങളുടെ അടിസ്ഥാനം വാക്യഘടനയാണല്ലോ. തൊദറോവ് ആഖ്യാനാത്മക വാക്യഘടനയെക്കുറിച്ച് നിരീക്ഷിക്കുന്നുണ്ട്. വാക്യഘടനയും ആഖ്യാനവുമായി

ബന്ധപ്പെടുത്തിയുള്ള അന്വേഷണം കുറേക്കൂടി വികസിപ്പിച്ചത് വ്ലാദ്മിർ പ്രോപ്പാണ്. റഷ്യൻ നാടോടിക്കഥകളെ ആസ്പദമാക്കി അദ്ദേഹം നടത്തിയ പഠനം ഘടനാവാദ സമീപനത്തിന്റെ ശക്തമായ സമീപഭൂതകാലാനുഭവമാകുന്നു. വ്യത്യസ്ത നാടോടിക്കഥകൾക്ക് ഏകദേശം ഒരേ പാറ്റേണാണുള്ളതെന്ന് അദ്ദേഹം കണ്ടെത്തുന്നു. കഥകൾ നിർമ്മിതമായിരിക്കുന്നത് പ്രധാനമായും മുപ്പത്തിയൊന്ന് പ്രകാര്യങ്ങളെ (functions) ആസ്പദമാക്കിയാണെന്നും ആഖ്യാന ഭാഷയുടെ സാഫല്യം ഈ പ്രകാര്യങ്ങളെ അനുക്രമമായി പ്രകാശിപ്പിക്കുന്നതിലാണെന്നും പ്രോപ് കരുതി(Matejka 1971:95). മുപ്പത്തിയൊന്നു പ്രകാര്യങ്ങളും അക്കമിട്ടെഴുതുന്ന പ്രോപ് കണ്ടെത്തുന്നത് നാടോടിക്കഥകളുടെ പാറ്റേണുകളാണെങ്കിലും അവ മിത്തുകളുടെയും മഹാകാവ്യങ്ങളുടെയും വിശകലനത്തിനും സഹായകരമാണെന്ന് ലെവിസ്ത്രോസിന്റെ പഠനങ്ങൾ തെളിയിച്ചു. പ്രോപ്പിനോട് പല കാര്യങ്ങളിലും വിയോജിപ്പു പുലർത്തുന്ന ലെവിസ്ട്രോസ് 'ഈഡിപ്പസ് മിത്ത്' വിശകലനം ചെയ്യുമ്പോൾ പ്രോപ്പിന്റെ രീതിയാണ് സ്വീകരിച്ചത്.

പ്രേഗ് ഭാഷാശാസ്ത്രസ്കൂളിന്റെ നായകനായിരുന്ന റോമൻ യാക്കൊബ്സൻ അടിസ്ഥാനപരമായി ഫോർമലിസ്റ്റാണ്. അദ്ദേഹത്തെ സംബന്ധിച്ചിടത്തോളം കാവ്യശാസ്ത്രം ഭാഷാശാസ്ത്രത്തിന്റെ വിപുലമായ മണ്ഡലത്തിൽ ഉൾപ്പെടുന്നു. ഭാഷയുടെ കാവ്യപരമായ ധർമം (Poetic function) കണ്ടെത്തുകയാണ് കാവ്യശാസ്ത്ര പഠനത്തിന്റെ ലക്ഷ്യം. റഷ്യൻ ഫോർമലിസ്റ്റ് പ്രസ്ഥാനത്തിന്റെ പ്രധാനപ്പെട്ട അന്വേഷണ വിഷയം സാഹിത്യപരത (Litereriness)യായിരുന്നുവല്ലോ. യാക്കൊബ്സൺ ഫോർമലിസ്റ്റ് ദൗത്യം വിപുലമാക്കുകയായിരുന്നു എന്നർത്ഥം.

രണ്ടു ഭാഷാസങ്കല്പങ്ങൾ യാക്കൊബ്സൻ ആവിഷ്കരിച്ചു. ഒന്ന്: ധ്രുവത്വധാരണ (Notion of Polarities) ഭാഷ വിരുദ്ധമോ വിപരീതമോ ആയ രണ്ടു ഗുണ -സ്വഭാവ-ങ്ങളെ വഹിക്കുന്നു എന്ന സങ്കല്പമാണ് ഇതിന്റെ അടിസ്ഥാനം. രണ്ട് : സമാനത്വധാരണ(notion of equivalence). മൂല്യത്തിലോ അർത്ഥത്തിലോ തുല്യത വഹിക്കുന്നു എന്ന സങ്കല്പമാണിത്. സസൂറിന്റെ ദ്വന്ദ്വാത്മകവിപര്യയം (binary opposition) എന്ന സങ്കല്പനം മുൻനിർത്തിയാണ് യാക്കൊബ്സൺ ധ്രുവത്വധാരണ വികസിപ്പിച്ചത്. റിച്ചാർഡ് ഹാർലന്റ് യാക്കൊബ്സനെ ഉദ്ധരിച്ച് ഇക്കാര്യം വിശദമാക്കുന്നുണ്ട് (Harland 1987:83). ധ്രുവത്വധാരണം, ചിഹ്നങ്ങളുടെ അഭേദത്തിലും സമാനത്വധാരണ തുടർച്ചയായ സാന്നിധ്യം കൊണ്ടുണ്ടാകുന്ന തുല്യതയിലും അധിഷ്ഠിതമാകുന്നു. ഈ സങ്കല്പങ്ങളാണ് മെറ്റഫർ (Metaphor) മെറ്റോണിമി (Metonymy) എന്നീ അലങ്കാരങ്ങളുടെ അടിസ്ഥാനം. 'മെറ്റഫർ' ഭാഷയുടെ ലംബതല (Vertical) ബന്ധങ്ങളെയാണ് പ്രയോജനപ്പെടുത്തുന്നതെന്ന് സസൂർ അഭിപ്രായപ്പെടുന്നു.

മെറ്റഫറിനും മെറ്റോണിമിക്കും അകത്താണ് പുതിയ ഭാഷാ ചിഹ്നങ്ങൾ രൂപപ്പെടുന്നത്. അതിനു സഹായകമാകുന്നത് തെരഞ്ഞെടുപ്പ് (Selection), സംയോജനം (Combination)എന്നീ പ്രക്രിയകളാണ് ഈ വിശകലനത്തെ അവലംബമാക്കിയാണ് യാക്കൊബ്സൺ "തെരഞ്ഞെടുപ്പിന്റെ അക്ഷത്തിൽ നിന്ന് സംയോജനത്തിന്റെ അക്ഷത്തിലേക്കുള്ള സന്തുലന തത്വത്തെ എടുത്തുകാണിക്കുകയാണ് കാവ്യധർമ്മം" (Lodge 1992:39) എന്ന നിഗമനത്തിൽ എത്തിച്ചേരുന്നത്.

"അത്യന്തം വൈവിധ്യമാർന്ന ആവിഷ്കരണ രീതികളുള്ള സമകാല ശാസ്ത്രത്തിന്റെ വികസിച്ച ധാരണകൾ ഉൾക്കൊള്ളാൻ നമുക്ക് ഘടനാവാദത്തേക്കാൾ ഫലപ്രദമായ ഒരു പദ്ധതി കണ്ടെത്തുക പ്രയാസകരമാണ്. ആധുനിക ശാസ്ത്രത്തിൽ നിരീക്ഷിക്കപ്പെടുന്ന ഏതു പ്രതിഭാസവും വസ്തുതകളുടെ കൂമ്പാരമായല്ല ഘടനകളുടെ സാകല്യമായാണ് ഗണിക്കപ്പെടുന്നത്. വ്യവസ്ഥയുടെ ആന്തര നിയമങ്ങൾ - അവ നിശ്ചലമോ, വികസ്വരമോ ആവട്ടെ - വെളിപ്പെടുത്തലാണ് നിർവ്വഹിക്കാനുള്ള ദൗത്യം." (ഉദ്ധരണം : Jackson 1991:58) എന്ന നിരീക്ഷണം ശക്തിപ്പെട്ടു. 1929-ൽ തന്നെ യാക്കൊബ്സൻ ഘടനാവാദത്തിന്റെ പ്രസക്തി ചൂണ്ടിക്കാണിക്കുന്നുണ്ട്. സാഹിത്യസിദ്ധാന്തമോ സമീപനമോ ആയി ഘടനാവാദം സ്വാധീനം നേടിയെടുക്കുന്നതിനു മുമ്പാണ് ഭാഷാശാസ്ത്രത്തിലെ പ്രധാന പ്രവണതകൾ (Main trends in the science of Language) എന്ന ഗ്രന്ഥത്തിൽ അദ്ദേഹം ഇങ്ങനെ രേഖപ്പെടുത്തിയിട്ടുള്ളത്. യഥാർത്ഥത്തിൽ യാക്കൊബ്സന്റെ സാഹിത്യസമീപനത്തിന്റെ മാനിഫെസ്റ്റോ കൂടിയാണിത്. പ്രേഗ് സ്കൂളിന്റെ ഭാഷാശാസ്ത്ര നിരീക്ഷണങ്ങൾ സംബന്ധിച്ച സൈദ്ധാന്തിക നിലപാടുകൾ 1928-ൽ പ്രസിദ്ധീകരിച്ച ഭാഷാസാഹിത്യപഠനങ്ങളുടെ പ്രശ്നങ്ങൾ എന്ന ഗ്രന്ഥത്തിൽ യാക്കൊബാസനും തിന്യാനോവും വ്യക്തമാക്കിയിട്ടുണ്ട്. സസൂറിന്റെ നിഗമനങ്ങളുടെ അടിസ്ഥാനത്തിൽ നടന്ന പഠനത്തിന്റെ സാഫല്യമാണ് പ്രസ്തുത കൃതി. ഘടനാവാദം സംബന്ധിച്ച ഈ തിന്യാനോവ് - യാക്കൊബ്സൻ തിസീസിന്റെ തുടർച്ചയായി നടന്ന ചർച്ചകളിലാണ് യാക്കൊബ്സൻ ഘടനാവാദത്തിന്റെ പ്രസക്തി ഊന്നിപ്പറയുന്നത്.

പാഠവിശകലനം

സാമൂഹ്യശാസ്ത്ര -മനശ്ശാസ്ത്ര മേഖലകളിൽ അനുഭവമാത്രവാദ (empiricism)ത്തിന് മേൽക്കൈ കിട്ടിയിരുന്ന കാലത്താണ് ലെവിസ്ട്രോസ് ഇതിനെതിരായ പുതിയ നിലപാടു സ്വീകരിക്കാൻ നിർബന്ധിതനായത്. മനശ്ശാസ്ത്രത്തിൽ ബിഹേവിയറിസം എന്ന പേരിലും നരവംശശാസ്ത്രത്തിൽ കൾച്ചറൽ റിലേറ്റിവിസം എന്ന പേരിലുമാണ് അനുഭവമാത്രവാദം പ്രയോഗിക്കപ്പെട്ടത്. നരവംശശാസ്ത്രത്തെ കൂടു

തൽ ശാസ്ത്രീയമാക്കാൻ ഘടനാവാദത്തിന്റെ സാധ്യതകൾ ലെവിസ്ട്രോസ് പ്രയോജനപ്പെടുത്തി. വിവാഹനിയമങ്ങളും കുടുംബവ്യവസ്ഥയും ഭാഷയെപ്പോലെ ചില അനുഷ്ഠാനങ്ങളിലൂടെ വ്യക്തികളും സമുദായവും തമ്മിലുള്ള സവിശേഷ വ്യവഹാരം സാധിക്കുന്നു. ഇവിടെ വിനിമയ ഘടകം സമുദായത്തിലെ സ്ത്രീകളാണ്. അവർ കുടുംബങ്ങൾക്കും വംശങ്ങൾക്കുമിടയിൽ കൈമാറ്റം ചെയ്യപ്പെടുന്നു. ഭാഷയിലെ വാക്കുകളെപ്പോലെയാണിത്. (ഉദ്ധരണം, Sturrock 1979 :25). എന്നിങ്ങനെ നരവംശപഠനങ്ങളെ ഘടനാവാദരീതികളുമായി ലെവിസ്ട്രോസ് ബന്ധപ്പെടുത്തുന്നു. പാഠത്തിൽ യാന്ത്രികമായി ഇടപെടുകയല്ല, വ്യാഖ്യാനചതുരതയോടെ വിമർശനാത്മകമായി ഇടപെടുകയാണ് വേണ്ടതതെന്ന് അദ്ദേഹം സാക്ഷ്യപ്പെടുത്തി. കുടുംബത്തിലെ ലൈംഗിക നിരോധനങ്ങളും നിയമങ്ങളുമാണ് സ്ത്രീകളെ വിതരണം ചെയ്യാൻ പുരുഷനെ പ്രേരിപ്പിക്കുന്നത്. ഒരു കുടുംബത്തിൽനിന്ന് മറ്റൊരു കുടുംബത്തിലേക്ക് വിവാഹം എന്ന പേരിൽ സ്ത്രീ കൈമാറ്റം ചെയ്യപ്പെടുന്നു. ന്യൂക്ലിയർ കുടുംബങ്ങൾ രൂപീകരിക്കപ്പെടുന്നു എന്നതേക്കാൾ സാമൂഹിക ഘടനയിലുണ്ടാകുന്ന വൈപുല്യമാണ് ശ്രദ്ധിക്കപ്പെടേണ്ടതെന്നും ലെവിസ്ട്രോസ് കരുതി. ഭാഷാപഠനത്തിന്റെ സാങ്കേതികത്വത്തിൽനിന്നും സാംസ്കാരിക വിചാരത്തിന്റെ സാധ്യതകളിലേക്കുള്ള കുതിപ്പാണ് ലെവിസ്ട്രോസിന്റെ ചിന്തകൾ. പിൽക്കാലത്ത് മനശ്ശാസ്ത്ര പണ്ഡിതനായ ലക്കനും മറ്റും പിന്തുടർന്നത് ഇതേ വഴിയാണ്.

ഫ്രഞ്ചു ഫിലോസഫിയുമായി ഏറ്റുമുട്ടിയായിരുന്നു ഫ്രാൻസിൽ ഘടനാവാദത്തിന്റെ വളർച്ച. പ്രതിഭാസ വിജ്ഞാനീയ (phenomenology)വും അസ്തിത്വവാദ (Existentialism)വുമായിരുന്നു ഫ്രഞ്ചു ചിന്തയിലെ രണ്ടു മുഖ്യധാരകൾ. അറിവിനെക്കുറിച്ചും അസ്തിത്വത്തെക്കുറിച്ചും അടിസ്ഥാനപരമായ പ്രശ്നങ്ങളുയർത്താൻ പ്രമുഖതത്വചിന്തകരായ എഡ്മണ്ട് ഹുസ്സോൾ, ഹൈഡർ, സാർത്ര്, മാർലോപോണ്ടി തുടങ്ങിയവർക്കു സാധിച്ചു. കേവല വസ്തുതാപരമോ അനുഭവമാത്രവാദപരമോ ആയ നിരീക്ഷണങ്ങളിൽ നിന്നും ഫ്രഞ്ചുചിന്തയെ വിമുക്തമാക്കിയത് മാർക്സിന്റെയും ഫ്രോയ്ഡിന്റെയും സസൂറിന്റെയും ചിന്തകളുടെ പുനർവിചാരമാണെന്ന് ജാക്സൻ)Jackson 1991:2) ചൂണ്ടിക്കാണിച്ചിട്ടുണ്ടല്ലോ.

ഫ്രഞ്ചുഘടനാവാദത്തിലെയും ചിഹ്നവിജ്ഞാനീയത്തിലെയും പ്രമുഖനായ റൊളാങ് ബാർത്ത്, തന്റെ നിലപാടുകൾ രൂപപ്പെടുത്തിയത് ഫ്രഞ്ചുതത്വചിന്തയുമായി നിരന്തരം ഏറ്റുമുട്ടിക്കൊണ്ടാണ്. അനുഭവമാത്രവാദത്തിത്തിനെതിരെ ലെവിസ്ട്രോസ് തുടങ്ങിവെച്ച വിമർശനം സാമ്പ്രദായിക വിമർശനപദ്ധതികളിൽ ഒരു വിഛേദമുണ്ടാക്കി. ഇതു തുടർന്നു വികസിപ്പിച്ചത് ബാർത്തും ലക്കനും ദറീദയും ഫൂക്കോയും അൽത്തൂസറുമെല്ലാമാണ്. ഇവർ ഘടനാവാദത്തെ കൂടുതൽ ജനകീ

യമാക്കി. അതുവഴി സാർത്രിന്റെ അസ്തിത്വവാദംപോലെയുള്ള തത്വ ശാസ്ത്രങ്ങളെ നിഷ്പ്രഭമാക്കാനും പകരമായി ഘടനാവാദത്തെ പ്രതി ഷ്ഠിക്കാനും സാധിച്ചു

സാർത്രിനോട് ആധർമ്മണ്യം പുലർത്തിക്കൊണ്ടാണ് ബാർത്ത് വി മർശന രംഗത്ത് കടന്നുവരുന്നത്. റൈറ്റിംഗ് ഡിഗ്രി സീറോ (writing Degree Zero)യും മിത്തോളജീസും ബാർത്തിന്റെ ആദ്യകാലരചനക ളാണ്. ബ്രഹ്ത്തും (Brecht) റോബ് ഗില്ലറ്റു (Robbe -Gillet)മാണ് ബാർ ത്തിനെ സ്വാധീനിച്ച മറ്റു രണ്ടുപേർ സാർത്രിനെപ്പോലെ ബാർത്തും തന്റെ സാഹിത്യസമീപനം രൂപീകരിച്ചത് ഇടതുപക്ഷത്തു നിലയുറ പ്പിച്ചുകൊണ്ടാണ്. ഫ്രഞ്ച് അക്കാദമിക നിലപാടുകളെയും മുതലാളിത്ത വ്യവസ്ഥയെയും അദ്ദേഹം നിശിതമായി എതിർത്തു. അമ്പതുകളായ പ്പോഴേക്കും സാർത് പാരീസിലെ പ്രശസ്തമായ ഒരു ദാർശനിക സംഘ ത്തിന്റെ നായകനായി മാറിയിരുന്നു. അസ്തിത്വവാദ ദാർശനികൻ എന്ന നിലയിൽ സാർത്ര് പുതിയൊരു അക്കാദമിയുടെ വക്താവായി മാറി. ഇക്കാലത്ത് സാർത്രിന്റെ നിഴലിൽ നിന്നുകൊണ്ടാണെങ്കിലും ബാർത്ത് സസൂർ, മാർക്സ്, ഫ്രോയ്ഡ് എന്നിവരുടെ ചിന്തകളുമായി അടുത്തി ടപഴകി. സസൂറും യാക്കൊബ്സനും ലെവിസ്ട്രോസും വികസിപ്പിച്ച ഘടനാവാദ ഭാഷാശാസ്ത്രത്തിന്റെ മണ്ഡലത്തിലായി ബാർത്തിന്റെ തുടർന്നുള്ള അന്വേഷണങ്ങൾ. ഈ ഘട്ടത്തിലും തന്റെ രാഷ്ട്രീയ നിലപാടുകൾക്ക് കീഴിൽ നിന്നുകൊണ്ടുതന്നെയായിരുന്നു അദ്ദേഹം പഠനം നടത്തിയത്. മുതലാളിത്തത്തിന്റെ വർഗസംസ്കാര (Class cul- ture)ത്തെ സ്വാഭാവികമാക്കും വിധമാണ് ജനങ്ങൾ മിത്തുകളും ചിഹ്നങ്ങളും ബിംബങ്ങളുമെല്ലാം പ്രയോഗിക്കുന്നതെന്ന് അദ്ദേഹം കണ്ടെത്തി. അതിനാൽ മിത്തുകളും ചിഹ്നങ്ങളുമെല്ലാം ഒരു പുനർ പാരായണത്തിനു വിധേയമാക്കേണ്ടതുണ്ടെന്നും ബാർത്ത് കരുതി. ചിഹ്നങ്ങളുടെ ശാസ്ത്രം വികസിപ്പിച്ചുകൊണ്ടുവേണം ബൂർഷാശീല വൽക്കരണത്തെ പ്രതിരോധിക്കേണ്ടതെന്ന തിരിച്ചറിവിന് സസൂറിന്റെ ചിന്തകളാണ് അദ്ദേഹത്തെ തുണച്ചത്. 'മിത്ത് ഇന്ന് (Myth Today) എന്ന ലേഖനം ബാർത്തിന്റെ ചിന്തയിൽവന്ന ഈ ഗുണകരമായ വ്യതി യാനത്തിനു സാക്ഷ്യം നൽകുന്നു. മിത്ത്, ബാർത്തിനെ സംബന്ധിച്ചി ടത്തോളം ചിഹ്നവ്യവസ്ഥയുടെ രണ്ടാംക്രമ (Second Order Semiolog- ical System)മാകുന്നു.

ആദ്യക്രമത്തിൽ ചിഹ്നം സൂചകവും സൂചിതവും ചേർന്നതാണ്.

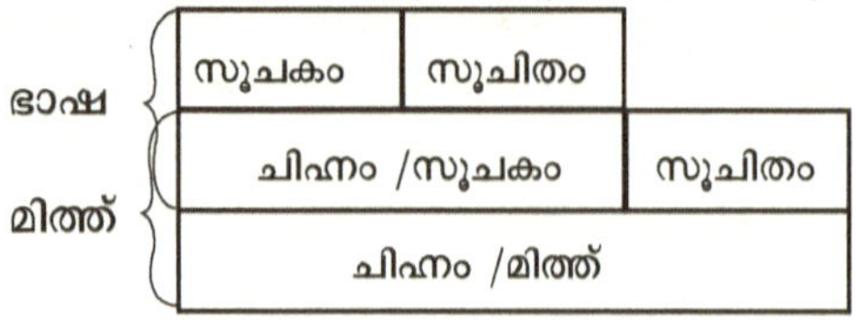

ഇത് സസൂർ ആവിഷ്കരിക്കുന്ന ചിഹ്നം തന്നെയാണ്. രണ്ടാംക്രമത്തിൽ ആദ്യക്രമത്തിലെ ചിഹ്നം സൂചകമേ യാകുന്നുള്ളൂ. സൂചിതം മിത്താണ് (Barthes 1973: 124)

1964-ൽ ബാർത്ത് പ്രസിദ്ധീകരിച്ച 'ചിഹ്നശാസ്ത്രത്തിന്റെ ഘടകങ്ങൾ (Elements of Semiology) ചിഹ്നശാസ്ത്രം പ്രയോഗിക്കുന്നവർക്കുള്ള ഒരു സഹായക ഗ്രന്ഥം കൂടിയാണ്. മനുഷ്യസംസ്കാരവുമായി ബന്ധപ്പെട്ട സമസ്ത ചിഹ്നവ്യവസ്ഥകളും വിശദീകരിക്കാൻ ഘടനാവാദ രീതിശാസ്ത്രത്തിനു സാധിക്കുമെന്ന വിശ്വാസം ഈ കൃതിയിൽ ബാർത്ത് പ്രകടിപ്പിക്കുന്നുണ്ട് (ഉദ്ധരണം, Seldon 1985:74).

ജാക്വസ് ലക്കൻ, ജാക്വസ് ദറീദ തുടങ്ങിയ ചിന്തകരുമായി അടുത്ത് ബന്ധപ്പെടാനായപ്പോൾ ബാർത്തിന്റെ ചിന്തകൾക്ക് നവീനമായ ദിശാമാറ്റമുണ്ടായി. പാഠത്തെ വ്യാഖ്യാനിക്കാൻ അതിന് അർത്ഥം നൽകുകയല്ല, വ്യത്യസ്താർത്ഥങ്ങൾ ചൂണ്ടിക്കാണിക്കുകയാണ് വേണ്ടതെന്നും 'പാഠം സൂചകങ്ങളുടെ നക്ഷത്രപഥമാണ് സൂചിതങ്ങളുടേതല്ലെ'ന്നും (ഉദ്ധരണം, Dant 1991:116) ബാർത്ത് s/zൽ വിശദമാക്കുന്നുണ്ട്. ബൽസാക്കിന്റെ Sarrasine എന്ന കഥ മുൻനിർത്തിയുള്ള വിശകലനമാണ് ബാർത്തിന്റെ 'എസ് ബൈ ഇസെഡ്' (s/z).ഘടനാവാദസിദ്ധാന്തത്തിന്റെ പ്രയോഗപരിശീലനം കൂടിയായിരുന്നു അദ്ദേഹത്തിന് ഈ കൃതി. താൻകൂടി പങ്കാളിയായ ഈ ഘട്ടത്തെ ബാർത്ത് 'പാഠവിശകലന' (Textual Analysis)ത്തിന്റെ കാലയളവായാണ് കരുതിയത്. ചിഹ്നശാസ്ത്രപരമായ സങ്കേതങ്ങളുടെ ആദ്യകാല വിശകലനം, ഒളിഞ്ഞു കിടക്കുന്ന അർത്ഥം കണ്ടെത്താൻ ഉദ്ദേശിക്കപ്പെട്ടവയായിരുന്നെങ്കിൽ 'എസ് ബൈ ഇസെഡി'ൽ ബാർത്ത് നിർവ്വഹിച്ചത് മറ്റൊന്നാണ്. ചിഹ്നശാസ്ത്ര സങ്കേതങ്ങൾ ഒളിഞ്ഞുകിടക്കുന്ന അർത്ഥത്തെ തുറന്നുകാണിക്കുകയല്ല വ്യവഹാരത്തിന്റെ ഘടനാവൽകൃത സ്വഭാവവും അതിലെ എഴുത്തുകാരൻ കഥാപാത്രം - വായനക്കാരൻ' ത്രികോണമുൾപ്പെട്ട വ്യവസ്ഥാവ്യൂഹവും തുറന്നുകാണിക്കുകയാണ് ചെയ്യുന്നത്. ഘടനാവാദത്തിലുണ്ടായ ഈ നവീനമായ ഉണർവ്വാണ് -വിശകലനരീതിയിൽ വന്ന മാറ്റമാണ് - പോസ്റ്റ് സ്ട്രക്ചറലിസം എന്ന് അറിയപ്പെടുന്നത്. ഭാഷാ വ്യവസ്ഥയിലെ ഏറ്റവും ചെറിയ ഘടകമായ സ്വനിമ (Phoneme)ത്തെ ആസ്പദിച്ചുണ്ടായ വിശകലനം ഘടനാവാദ പഠനത്തിൽ ആദ്യമുണ്ടായ പ്രമുഖ വികാസമാണ്. 'എസ് ബൈ ഇസെഡി'ൽ ബാർത്ത് Sarrasine/Sarrazine എന്നിങ്ങനെയുള്ള ഉച്ചാരണഭേദം പരിശോധിക്കുന്നു. ഉച്ചാരണത്തിൽ കടന്നുവരുന്ന 'Z'ഉം ഉച്ചരിക്കാത്ത 'ട'ഉം പരിശോധനാ വിധേയമാകുന്നു. ദി പ്ലഷർ ഓഫ് ദി ടെക്സ്റ്റ് (The Pleasure of the text), ദി എമ്പയർ ഓഫ് സൈൻസ് ((The Empire of signs)എ ലവേഴ്സ് ഡിസ്കോഴ്സ് (A lover's Discourse) എന്നിവ ബാർത്ത് ഈ ഘട്ടത്തിൽ പ്രസിദ്ധീക

രിച്ച കൃതികളാണ്.

സാഹിത്യത്തിന്റെ അർത്ഥം അതു നിലനിൽക്കുന്ന സാംസ്കാരിക ഭൂമികയുമായി ബന്ധപ്പെട്ടിരിക്കുന്നു. സാഹിത്യം അത് ഒരാൾ സൃഷ്ടിക്കുന്നതാണെന്നും അത് മറ്റുള്ളവർക്ക് ആസ്വദിക്കാനുള്ളതാണെന്നുമുള്ള സങ്കല്പം ഉപഭോഗാധിഷ്ഠിതമായ ബൂർഷ്വാ സമൂഹത്തിന്റെ സങ്കല്പം തന്നെയാണെന്ന് ബാർത്ത് അഭിപ്രായപ്പെടുന്നു. അർത്ഥബഹുത്വം (Plurality) സന്ദിഗ്ദ്ധത (ambiguity) എന്നിവ സാഹിത്യത്തിൽ എതിർക്കപ്പെടേണ്ടതാണെന്ന ധാരണ വളർന്നത് അങ്ങനെയാണ്. ബൂർഷ്വാ എഴുത്ത് നിഷ്കളങ്കമേയല്ല. അത് ബൂർഷ്വാ വ്യവസ്ഥയുടെ പുനർരൂപീകരണമാണ് നിർവ്വഹിക്കുന്നത്. പാഠത്തിൽ എഴുത്തുകാരൻ ഉദ്ദേശിച്ച അർത്ഥം വായിച്ചെടുക്കാൻ നിയോഗിക്കപ്പെട്ടവനാണ് വായനക്കാരൻ എന്ന സാമ്പ്രദായിക ധാരണയെ ബർത്ത് ചോദ്യംചെയ്യുന്നു. പാഠങ്ങൾക്ക് വിവിധ അർത്ഥങ്ങളുണ്ടാകാം. അതു നിർണ്ണയിക്കുന്നതിൽ വായനക്കാരനുകൂടി പങ്കുണ്ടാകുന്നു. വായന ഒരു പ്രയോഗ (Practice) മായി വികസിക്കുന്നു. ഉപഭോക്താവായി കരുതപ്പെട്ടിരുന്ന വായനക്കാരൻ ഉത്പാദകനായി മാറുന്നു. ഫുക്കോ ഇങ്ങനെ എഴുതുന്നു.

''ചിഹ്നം അതിനെ തിരിച്ചറിയാൻ കഴിയുന്ന ഒരാളെ നിശ്ശബ്ദതയിൽ കാത്തുനിൽക്കുകയല്ല അറിയുക എന്ന പ്രക്രിയയിൽ മാത്രമേ ചിഹ്നം തന്നെ രൂപംകൊള്ളുന്നുള്ളൂ'' (Foucault 1970:59).

'പാഠ'ത്തെയും 'കൃതി'യെയും ബാർത്ത് വേർതിരിക്കുന്നുണ്ട്: കൃതിയിൽ നിന്നു പാഠത്തിലേക്ക്' എന്ന ലേഖനത്തിൽ. പാഠങ്ങളുടെ ഗ്രന്ഥരൂപമാണ് കൃതി. പാഠം രീതിശാസ്ത്രപരമായ വ്യവഹാരമണ്ഡലമാകുന്നു. (Barthes 1989:57) വായനയിലാണ് പാഠം സൃഷ്ടിക്കപ്പെടുന്നത്. പലർ വായിക്കുമ്പോഴും പലതവണ വായിക്കുമ്പോഴും പാഠങ്ങൾ മാറിവരാം. ഗ്രന്ഥകർത്താവിന്റെ പാഠം എന്നതു മിഥ്യയാകുന്നു. ഈ ആശയത്തിൽനിന്നാണ് ബാർത്ത് 'ഗ്രന്ഥകർത്താവിന്റെ മരണം' ((The death of the author) എന്ന സങ്കല്പം കണ്ടെടുക്കുന്നത്. 'ഉത്പാദന പ്രവർത്തനത്തിലൂടെയാണ് പാഠം അനുഭവയോഗ്യമാകുന്നത്.' (Barths 1989: 58) എന്ന് ബാർത്ത് വ്യക്തമാക്കുന്നു. ഇത് മറ്റൊരു കർത്തൃത്വത്തെ അവരോധിക്കുക കൂടിയാണ്.

ബാർത്തിന്റെ നിരീക്ഷണമനുസരിച്ച് വായനക്കാരൻ പാഠത്തെ ഏകീകരിക്കുക((Unify)യല്ല, വിഘടീകരിക്കുകയും ശകലീകരിക്കുകയുമാണ് (disperse and fragment) ചെയ്യുന്നത്, ആ പ്രവർത്തിനത്തിലൂടെയാണ് അർത്ഥത്തിന്റെ ബഹുത്വം കണ്ടെടുക്കേണ്ടത്. ദറീദയുടെ അപനിർമ്മാണ സിദ്ധാന്തം ഈ ചിന്തയുടെ തുടർച്ചയാകുന്നു.

ഘടനാവാദത്തിന്റെ തുടർച്ച

സ്ട്രക്ചറലിസത്തിന്റെ വികസിച്ച തുടർച്ച മാത്രമാണ് പോസ്റ്റ് - സ്ട്രക്ചറലിസം. ഡേവിഡ് ലോഡ്ജ് സ്ട്രക്ചറലിസത്തിന്റെ രണ്ടു ശാഖകൾ വിശദീകരിക്കുന്നുണ്ട്. ഒന്ന് ക്ലാസ്സിക്കൽ സ്ട്രക്ചറലിസം. രണ്ട്, പോസ്റ്റ് സ്ട്രക്ചറലിസം. അനുഭവമാത്രവാദ രീതിശാസ്ത്രത്തിനെതിരെയുള്ള ക്ലാസ്സിക്കൽ സ്ട്രക്ചറലിസ്റ്റ് നിലപാട് വിപുലീകരിക്കാൻ മാർക്സിസം, മനശ്ശാസ്ത്രവിശകലനം, തത്വശാസ്ത്രം എന്നിവയുടെ സാധ്യതകൾ ഉപയോഗപ്പെടുത്തുന്നു. ഈ ഘട്ടത്തിൽ സാഹിത്യത്തെയെന്നപോലെ സാംസ്കാരിക സ്ഥാപനങ്ങളെയും അപഗ്രഥനവിധേയമാക്കുന്നു. സസൂറും യാക്കൊബ്സനും ലെവിസ്ട്രോസും ആദ്യഘട്ടത്തിന്റെയും ബാർത്തും ലക്കനും ഫുക്കോയും അൽത്തൂസറും ദറീദയും രണ്ടാം ഘട്ടത്തിന്റെയും ശക്തരായ പ്രയോക്താക്കളാണ്.

ആധുനിക ഭാഷാശാസ്ത്രത്തിന്റെ സ്ഥാപകനായ സസൂറിൽ നിന്നുള്ള വിഛേദമാണ് മിഖായേൽ ബക്തിന്റെ ഭാഷാശാസ്ത്രത്തിന്റെ സാമാന്യാടിസ്ഥാനമായി കരുതപ്പെട്ടിരുന്നത്. മൂർത്തമായ ഭാഷാപ്രയോഗമായ ഭാഷണത്തെ ഭാഷയുടെ സാന്ദർഭികമായ ആവിഷ്കാരമായേ സസൂർ കണ്ടുള്ളൂ. ഭാഷണത്തിന്റെ മൂർത്ത രൂപത്തിലല്ലാതെ ഭാഷ നിലനിൽക്കുന്നില്ലെന്ന് ബക്തിൻ കരുതി. ഭാഷയിലെ ചിഹ്നങ്ങളെ വ്യവസ്ഥപ്പെടുത്തുന്നത് ഭാഷ ഉപയോഗിക്കുന്നവരുടെ സാമൂഹിക രൂപീകരണവും അവരുടെ പ്രതിപ്രവർത്തനത്തിന്റെ ഉപാധികളുമാണെന്ന് ബക്തിൻ സിദ്ധാന്തിക്കുന്നു. സാമൂഹിക വ്യവസ്ഥകൾ മാറ്റുന്നതോടെ ചിഹ്നങ്ങളുടെ അർത്ഥവ്യവസ്ഥകളും മാറുന്നു. (സച്ചിദാനന്ദൻ 1990:19). സസൂറിന്റെ ശാസ്ത്രത്തിലെ ഭാഷ സംഭാഷണമല്ല, ആത്മഭാഷണമാണ്. അത് അർത്ഥത്തെ സജീവമായ സാമൂഹിക പ്രക്രിയയയിൽ നിന്ന് ('ആയിത്തീരൽ, എന്ന ചരിത്ര പരിണതിയിൽ നിന്ന്) പറിച്ചകറ്റി ആദർശാത്മകമായ ഒരു'ആയിരിക്കൽ' എന്ന നിലയിൽ ജഢീകരിക്കുന്നു എന്നും സച്ചിദാനന്ദൻ ചൂണ്ടിക്കാണിക്കുന്നു. (സച്ചിദാനന്ദൻ 1990:99).

ഘടനാവാദത്തിന്റെ പരിമിതികൾ മറികടക്കാനുള്ള ശ്രമങ്ങൾ എന്ന നിലയിലാണ് സ്വീകരണ സിദ്ധാന്ത (Reception yheory)വും അപനിർമ്മാണ (De construction) വും രംഗപ്രവേശം ചെയ്തത്. കൃതി, കർത്താവ് എന്നീ സങ്കല്പനങ്ങൾക്കു പകരം വായനയെയും വായനക്കാരനെയും കേന്ദ്രസ്ഥാനത്തു നിർത്തുകയാണ് സ്വീകരണസിദ്ധാന്തങ്ങൾ ചെയ്യുന്നത്. കർത്താവിന്റെ മരണം എന്ന രചനയിലൂടെ ബാർത്ത് ഘടനാവാദത്തിനു നൽകിയ മികച്ച സംഭാവനയും വിപ്ലവകരമായ ഈ ആശയമാണ്. 'ഉത്പാദകർക്കെതിരെ ഉപഭോക്താക്കളുടെ വിപ്ലവം' എന്ന് ടെറിഈഗിൾടൺ (ഉദ്ധരണം, സച്ചിദാനന്ദൻ 1990:90) സ്വീകര

ണസിദ്ധാന്തങ്ങളെ വിശേഷിപ്പിക്കുന്നു. ബാർത്തിനെപ്പോലെ സ്വീകരണവാദികളും വായനയെ ഉത്പാദന പ്രവർത്തനമാണ് കാണുന്നത്. വായനക്കാർ പ്രത്യക്ഷകർത്താവിനെ നിരാകരിച്ച് പാഠത്തിൽ സൂചിതമാകുന്ന കർത്താവിനെ കണ്ടെടുക്കണം. വായനക്കാരുടെ പ്രകൃതി, അനുഭവം പരിശീലനം, മൂല്യബോധം, ലക്ഷ്യം എന്നിവയിലെ വ്യത്യാസങ്ങൾ അവരുത്പാദിപ്പിക്കുന്ന പാഠങ്ങളിലും പ്രതിഫലിക്കും. ഊഹം, ഓർമ, വ്യാഖ്യാനം എന്നിവയിലൂടെ കൃതികളുടെ അർത്ഥവിവക്ഷകളിലെത്തിച്ചേരുന്ന പ്രയോഗമാണ് വായനയെ സ്വീകരണവാദികൾ കാണുന്നത് (സച്ചിദാനന്ദൻ 1990:90). സ്റ്റാൻലിഫിഷ് (Stantey Fish), ഹാൻസ് റോബർട്ട് ജോസ് (Hans Robert Jauss), റൊമാൻ ഇൻ ഗാർഡൻ (Roman in Garden) തുടങ്ങിയവർ സ്വീകരണവാദത്തിന്റെ വക്താക്കളാണ്. 1960-ൽ പടിഞ്ഞാറൻ ജർമനിയിൽ പിറവിയെടുത്ത സ്വീകരണവാദം അമേരിക്കയിൽ ശക്തിയാർജ്ജിച്ച റീഡർ റസ്പോൺസ് (Reader- Response criticism) വിമർശനത്തിനു സമാനമായി കണക്കാക്കപ്പെടുന്നു. സ്വീകരണവാദത്തിന്റെ ആദ്യകാലനായകരിൽ ഒരാളായ വോൾഫ് ഗാങ് ഐസർ (Wolf gang Iser) റീഡർ റസ്പോൺസ് വിമർശകനായും അറിയപ്പെടുന്നു.

മനശ്ശാസ്ത്ര വിശകലനത്തിലെ നവീന നിരീക്ഷണങ്ങൾ വഴി സിനിമയിലും സാംസ്കാരിക സിദ്ധാന്തങ്ങളിലും പുതിയ ദിശാബോധമുണ്ടാക്കിയ ജാക്വസ്‌ലക്കനും രാഷ്ട്രീയവും വൈജ്ഞാനികവുമായ ഘടനകളുടെ ബന്ധത്തെപ്പറ്റി നവീന സങ്കല്പനങ്ങൾ അവതരിപ്പിച്ച ഫൂക്കോയും ആധുനികതയും അത്യാധുനികതയും സംബന്ധിച്ച സംവാദങ്ങളിൽ ക്രിയാത്മകമായി ഇടപെട്ട ഷാങ് ഫ്രാൻസ് ലിയോടാഡും പോസ്റ്റ് സ്ട്രക്ചറലിസ്റ്റ് ചിന്തകളെ ബഹുമുഖ സാധ്യകളിലേക്ക് വിന്യസിപ്പിച്ചിട്ടുണ്ട്. സാഹിത്യത്തെ ആസ്പദിച്ചുള്ള വിശദമായ സംവാദങ്ങൾക്ക് തുടക്കം കുറിച്ച ജാക്വസ് ദറീദ, അപനിർമ്മാണത്തിന്റെ അവതാരകനായും അറിയപ്പെടുന്നു. ദറീദയുടെ 'ഡിഫറൻസ്' എന്ന പഠനമാണ് ഈ ആശയത്തിന്റെ ആരംഭം കുറിച്ചത്. 1974-ൽ അദ്ദേഹം പ്രസിദ്ധം ചെയ്ത 'ഓഫ് ഗ്രമറ്റോളജി' എന്ന കൃതി അപനിർമ്മാണത്തിന്റെ മാനിഫെസ്റ്റോയായും സ്വീകരിക്കപ്പെട്ടു. ജെ. ഹില്ലീസ് മില്ലർ, പോൾ ഡിമാൻ, ജെഫ്രി ഹാർട്ട്മാൻ, ഹരോൾഡ് ബ്ലും തുടങ്ങിയവർ ഈ ശാഖയിലെ പ്രമുഖരാണ്.

അപനിർമ്മാണത്തിന്റെ അഞ്ചുതരത്തിലുള്ള പ്രയോഗം ആന്റണി ഈസ്തോപ്പ് വിശദീകരിക്കുന്നുണ്ട്. ഒന്ന്: കൃതി അപ ഘടനാപരമായി പരിശോധിക്കുക വഴി നിർമിതിയുടെ തന്ത്രങ്ങളും പ്രക്രിയകളും വിശദമാക്കൽ. സംരചനാപരമായ സവിശേഷതകളാണ് പഠനവിഷയം. രണ്ട്: വ്യത്യസ്ത വ്യവഹാര സാധ്യതകളുടെ ആശ്രയത്തോടുകൂടിയുള്ള വ്യവഹാരം. 'ഫുക്കോൾത്തിയൻ രീതി' എന്നാണിത് അറിയപ്പെടുന്നത്.

മൂന്ന്: മറഞ്ഞുകിടക്കുന്ന വ്യവസ്ഥാപിത പ്രയോഗങ്ങളും വ്യത്യസ്ത വൈജ്ഞാനിക തലങ്ങളിലൂടെയുള്ള ക്രമരഹിതമായ അന്വേഷണവും വെളിപ്പെടുത്തുന്ന പരിശോധന -ലെഫ്റ്റ് ഡീ കൺസ്ട്രക്ഷൻ എന്നാണ് ഇത് അറിയപ്പെടുന്നത്. നാല്: അമേരിക്കൻ ഡീ കൺസ്ട്രക്ഷൻ -പോൾ ഡിമാന്റെ ദറീദയെക്കുറിച്ചുള്ള പഠനത്തിൽ നിന്നും രൂപപ്പെട്ട വിമർശകപ്രയോഗങ്ങളും രീതികളുമാണിത്. ഒരു കൃതി അതിൽ നിന്നു തന്നെ എങ്ങനെ വേർപ്പെട്ടിരിക്കുന്നു എന്നാണ് വിമർശനാത്മകപാരായണം വഴി കണ്ടെത്തുന്നത്. അഞ്ച്: ദറീദിയൻ ഡീ കൺസ്ട്രക്ഷൻ -ദ്വന്ദ്വാത്മക വിപര്യയത്തെ ആസ്പദമാക്കിയുള്ള പഠനമാണിത്.

സൂചകങ്ങൾ തിരിച്ചറിയപ്പെടുന്നത് സസൂർ സൂചിപ്പിച്ചതുപോലെ ശബ്ദങ്ങളുടെ വ്യത്യാസം കൊണ്ടുമാത്രമല്ല, അവയിൽ പതിഞ്ഞുകിടക്കുന്ന ഉപയോഗങ്ങളുടെ മുദ്രകൾകൊണ്ടു കൂടിയാണ്. ഓരോ തവണ നാം ഒരു വാക്കു പ്രയോഗിക്കുമ്പോഴും നാം അറിയാതെ തന്നെ ആ വാക്കിന്റെ പ്രയോഗസാധ്യതകൾ കൂടി വിളിച്ചുണർത്തപ്പെടുന്നുണ്ട്. (സച്ചിദാനന്ദൻ 1990:101). വരമൊഴിയിലും വാമൊഴിയിലും ഇത് ഏറെക്കുറെ ഒരേപോലെയാണെങ്കിലും വരമൊഴിക്ക് സവിശേഷപ്രാധാന്യം കൈവരുന്ന സന്ദർഭങ്ങളുണ്ട്. വക്താവും ശ്രോതാവും വാമൊഴിയിൽ പ്രസക്തമാണെങ്കിലും വരമൊഴിയിൽ സന്ദർഭമായി ശാശ്വതീകരിക്കപ്പെടുന്നില്ല. വിവിധസന്ദർഭങ്ങളിലൂടെ ലിഖിതഭാഷ വായിക്കപ്പെടാം. വക്താവും ശ്രോതാവും മാറിവരാം എന്നർത്ഥം. രചന കടന്നുപോകുന്ന നിരവധി സന്ദർഭങ്ങളിൽ ഒന്നു മാത്രമാണ് രചനാസന്ദർഭമെന്ന് സച്ചിദാനന്ദൻ (1990:101) ചൂണ്ടിക്കാണിക്കുന്നുണ്ട്.

ഘടന

പരസ്പരാശ്രിതങ്ങളായ ഘടകങ്ങളുടെ ഗണമാണ് ഘടന എന്ന തത്വം എല്ലാ ഘടനാവാദികളും അംഗീകരിച്ചു. പരസ്പരാശ്രിതമായ ഘടക-ചിഹ്നങ്ങളുടെ ചേർച്ച കേവലം താർക്കികവും ഗണിതപരവുമായ അന്വേഷണങ്ങളിലൂടെ കണ്ടെടുക്കുന്ന പ്രവണതപോലും ദൃശ്യമായി. ഇത്തരം യാന്ത്രികസമീപനങ്ങൾ സാഹിത്യവിമർശത്തിൽ ഘടനാവാദത്തിന്റെ സാധ്യതകൾ പരിമിതപ്പെടുത്തുകയായിരുന്നു. ഇതര വൈജ്ഞാനികമണ്ഡലങ്ങളിലാകട്ടെ, ഘടനാവാദത്തിന്റെ സാധ്യത സഫലമായി പ്രയോജനപ്പെടുത്തിയിട്ടുമുണ്ട്. നരവംശശാസ്ത്രപഠനത്തിൽ കുടുംബവും പാരമ്പര്യവും വിലയിരുത്തുമ്പോൾ ലെവിസ്ട്രോസിന് ജ്വലിക്കുന്ന കാഴ്ചയായത് ഘടനാവാദത്തിന്റെ ചിഹ്നശാസ്ത്രസമീപനമാണ്. പ്രതിഭാസവിജ്ഞാനീയത്തിലെ പ്രതിസന്ധി മറികടക്കാൻ ജാക്വസ് ദറീദയും മനശ്ശാസ്ത്രത്തിൽ ഷാങ്പിയാഷെ, ലക്കൻ എന്നിവരും രാഷ്ട്രീയസിദ്ധാന്തത്തിൽ മിഖായേൽ ഫൂക്കോയും ഘട

നാവാദത്തിന്റെ ഉപദർശനങ്ങളെ സമർത്ഥമായി പ്രയോജനപ്പെടുത്തി. അവരെല്ലാം വ്യത്യസ്തവൈജ്ഞാനിക ശിക്ഷണങ്ങൾക്കു കീഴ്പെടുത്തിക്കൊണ്ടാണ് ഘടനാവാദത്തെ സമീപിച്ചതെന്ന് ശ്രദ്ധിക്കേണ്ടതുണ്ട്.

സസൂറിന്റെ ഘടക (syntagmatic) പൂരക (paradigmatic) ബന്ധങ്ങളുടെ വിഭജനം ഘടനാവാദത്തിന്റെ അടിസ്ഥാനപ്രമാണങ്ങളിലൊന്നായി പിന്തുടരപ്പെട്ടിട്ടുണ്ട്. 'അവൻ സമർത്ഥനായ വിദ്യാർത്ഥിയാണ്.' എന്ന വാക്യത്തിൽ സമർത്ഥനായ എന്ന പദത്തിന് 'അവൻ, വിദ്യാർത്ഥിയാണ്' എന്നീ പദങ്ങളോട് ഘടകബന്ധമാണുള്ളത്. 'സമർത്ഥനായ' എന്നിടത്ത് അലസനായ, നിഷേധിയായ, നല്ല, ചീത്ത എന്നിങ്ങനെയുള്ള പദങ്ങൾകൊണ്ടും ഈ വാക്യം പൂരിപ്പിക്കാവുന്നതാണ്. ഇങ്ങനെ പകരം പ്രതിഷ്ഠിക്കാൻ സാധ്യമായ പദ-ചിഹ്ന-ങ്ങളെ പൂരകബന്ധങ്ങൾ എന്നു വിളിക്കുന്നു. ചിഹ്നപരമായ ഈ സാധ്യതകൾ ഘടനാവാദപഠനത്തിന്റെ മുഖ്യപ്രേരണയാണ്.

ഓരോ പദ-ചിഹ്ന-വും ഓരോ സമുദായമാണ്. മനസ്സും ഭാഷയും പ്രത്യയശാസ്ത്രവും മിത്തും സംസ്കാരവുമുള്ള സമുദായം. പദങ്ങൾ ചേരുമ്പോൾ സംസ്കാരസമന്വയമോ സംസ്ക്കാരവിഛേദമോ സംഭവിക്കാം. മിത്തുകൾ പുനർനിർമ്മിക്കപ്പെടുകയോ തകരുകയോ ചെയ്യാം. കാലബോധം തകിടം മറിയാം. പ്രത്യയശാസ്ത്രം നവീകരിക്കപ്പെടാം. സമൂഹത്തിന്റെ ദിശാബോധത്തെതന്നെ മാറ്റിയെടുക്കാനുള്ളകരുത്ത് ഭാഷയ്ക്കു ലഭിക്കുന്നത് അങ്ങനെയാണ്. ഘടനാവാദം ചിഹ്നവിന്യസനത്തിന്റെ യാന്ത്രികചര്യകൾക്കപ്പുറം ഊർവ്വരവും സാർത്ഥകവുമാകുന്നത് അപ്പോഴാണ്. 'ഘടനാവാദത്തിന്റെ ദാരിദ്ര്യത്തെക്കുറിച്ചെഴുതുമ്പോൾ ലിയോനാഡ് ജാക്സൺ ഇക്കാര്യം ചൂണ്ടിക്കാണിക്കുന്നുണ്ട്.

'സമുദായം, മനസ്സ്, ഭാഷ, മിത്ത് എന്നിവക്കും അവയുടെ ആന്തരികസംഘാതങ്ങളുടെ പാറ്റേണുകൾക്കും അനുസരിച്ച് വ്യത്യസ്തമാകുന്ന വിശകലന പ്രതിഭാസമാണ് ഘടനാവാദം' (Jackson 1991:23) എന്ന് അദ്ദേഹം എഴുതുന്നു.

സാഹിത്യത്തിൽ ഘടനാവാദത്തിന്റെ ഗുണഫലങ്ങൾ സഫലമായി പ്രയോജനപ്പെടുത്തിയത് റൊളാങ് ബാർത്താണ്. 'എസ്ബൈ ഇസെഡി'ന്റെ സ്വനിമ ഭേദങ്ങളിലേക്ക് സൂക്ഷ്മമായി കണ്ണോടിക്കുന്ന ബാർത്ത് വ്യവസ്ഥയുടെ അതിരുകളിൽചെന്ന് കലഹിക്കുന്നു. പ്രശ്നം ഭാഷയുടേതു മാത്രമല്ലെന്ന് അറിയാനുള്ള വഴിയായി ബാർത്തിനു ഘടനാവാദം. മറ്റുപലർക്കും അത് പ്രശ്നം ഭാഷയിലേക്കൊതുക്കാനുള്ള നിമിത്തമായിരുന്നു. ഈ വൈരുധ്യം തിരിച്ചറിഞ്ഞുകൊണ്ടേ ഘടനാവാദത്തിന്റെ സാധ്യതകൾ കണ്ടെടുക്കാനാവുകയുള്ളൂ. ഭാഷയിലെ ചിഹ്നം കേവലഭാഷാശാസ്ത്രത്തിന്റെ വിഷയമല്ലെന്നും കാലം, മനസ്സ്, മിത്ത്, സംസ്കാരം, സമുദായം എന്നിവയുടേതുകൂടിയാണെന്നും അറിയുമ്പോൾ ഘടനാവാദവിശകലനത്തിന്റെ അതിർത്തി വിപുലമാകുക

യാണ്. 'എന്റെ കണ്ണാ' എന്ന അഭിസംബോധനയിലെ 'കണ്ണൻ' വക്താവിന്റെ മാനസികാവസ്ഥമാത്രമല്ല സാംസ്കാരികനിലയും മിത്തുകളുടെ സ്വാധീനവും വെളിപ്പെടുത്തുന്നുണ്ട്. അതാവട്ടെ, 'എന്റെ പൊന്നേ' എന്ന സംബോധനയിൽ പാടേ മാറിപ്പോകുന്നു. പൊന്നിന് പ്രാധാന്യം ലഭിച്ച കാലവും സംസ്കാരവും മറ്റൊന്നാണ്. ആ മാനസികാവസ്ഥയുടെ സൂക്ഷ്മതയും 'കണ്ണാ' എന്നു വിളിക്കുമ്പോഴുള്ളതായിരിക്കയില്ല.

'ഘടനാവാദത്തിൽ മനുഷ്യനുമായി ബന്ധപ്പെട്ട എല്ലാ സാമൂഹിക സാംസ്കാരിക പ്രയോഗങ്ങളുടെ സങ്കേതങ്ങളും നിയമങ്ങളും വ്യവസ്ഥകളും കണ്ടെത്താനുള്ള ത്വരയാണുള്ളത്." (Selden 1965:69). എന്നു രാമൻ സെൽഡൻ അഭിപ്രായപ്പെടുന്നു. റൊളാങ് ബാർത്ത് തന്നെയും "സമകാല ഭാഷാശാസ്ത്രത്തിന്റെ രീതികളുപയോഗിച്ച് വെളിപ്പെടുന്ന സാംസ്കാരിക വിശകലനങ്ങളുടെ വിചാരമാണ് ഘടനാവാദം" (Culler 1986:3) എന്ന് അഭിപ്രായപ്പെടുന്നുണ്ട്.

ഇത് തീർച്ചയായും ക്ലാസ്സിക്കൽ സ്ട്രക്ചറലിസത്തിൽ നിന്നു കുതറിമാറിയ വളർച്ചയുടെ സൂചനകളാണ്. രൂപവാദത്തിന്റെ പരിമിതവൃത്തത്തിൽ നിന്ന് ഉള്ളടക്കത്തിന്റെ ചേരുവകകളിലേക്കും പ്രത്യയശാസ്ത്രങ്ങളിലേക്കുമുള്ള സൂക്ഷ്മസൂചനകൾ തേടിയ പോസ്റ്റ് സ്ട്രക്ചറലിസത്തിന്റെയും അപനിർമ്മാണത്തിന്റെയും സാധ്യതകളിലേക്ക് കുതിച്ച പഠനപദ്ധതി എന്ന നിലയ്ക്കാണ് ഘടനാവാദം ഈ പഠനത്തിന്റെ അടിസ്ഥാനമായി സ്വീകരിച്ചിട്ടുള്ളത്. ക്ലാസ്സിക്കൽ സ്ട്രക്ചറലിസത്തിന്റെ ഭാഷാശാസ്ത്രബദ്ധമായ നിയമങ്ങളിൽ കുരുങ്ങിക്കിടക്കുന്നില്ല ഇവിടെ അന്വേഷണം എന്നർത്ഥം. 'എന്തിനെയും ഘടനയായി കാണുക' എന്ന പഴയ രീതിക്കുപകരം 'എന്തിന്റെയും ഘടനകളെ അഴിച്ചെടുത്തു വിശകലനം ചെയ്യുക' എന്ന രീതിയിലേക്ക് - മതാത്മക നിലപാടിൽ നിന്ന് ശാസ്ത്രീയ നിലപാടിലേക്ക് - പഠനരീതി വികസിച്ചുകഴിഞ്ഞു.

ഇന്ത്യൻ സമീപനം

കൃതി (Work)യിൽ നിന്ന് പാഠത്തെ വേർതിരിക്കുന്നത് അരൂപിയെങ്കിലും അകപ്പൊരുൾ ഉരുത്തിരിയുന്ന അർത്ഥക്ഷേത്രമാണല്ലോ. വാചകങ്ങൾക്കകത്തെ വാച്യമായി ശബ്ദവൃത്തി പരിശോധനയിൽ ഭാരതീയ കാവ്യമീമാംസകൾ ഈ സാധ്യത ഏറെ പരിമിതികളോടെയാണെങ്കിലും മുമ്പേ തിരിച്ചറിഞ്ഞിട്ടുണ്ട്. പദങ്ങൾക്ക് സിദ്ധിച്ചിട്ടുള്ള വ്യവഹാരികാർത്ഥവും വാക്യനിർമ്മിതിയിൽ അവയുടെ വ്യവഹാരവും ഏകകാലികമാണെന്ന ധാരണയാണ് ആചാര്യൻമാർക്കുണ്ടായിരുന്നത്. 'വാഗർത്ഥാ വിവ സംപൃക്തൗ' എന്നാരംഭിക്കുന്ന കാളിദാസന്റെ രഘുവംശ ശ്ലോകത്തിൽ വാക്കും അർത്ഥവും തമ്മിലുള്ള ബന്ധത്തിന്റെ അവിഭാ

ജ്യത വ്യക്തമാക്കുന്നുണ്ടല്ലോ.

ചിഹ്നശാസ്ത്രവും സിഎസ് പ്രിയേഴ്സിന്റെ ചിഹ്നവിഭജനവും ആവിർഭവിക്കുന്നതിനും നൂറ്റാണ്ടുകൾക്കുമുമ്പു തന്നെ സംസ്കൃതത്തിൽ ശബ്ദവ്യാപാരത്തിന്റെ സവിശേഷതകൾ പഠനവിധേയമാക്കിയിട്ടുണ്ട്. പൗരസ്ത്യശാസ്ത്രത്തിൽ അഭിധ, ലക്ഷണ, വ്യഞ്ജന എന്നിങ്ങനെയുള്ള മൂന്നുതരം ശബ്ദവ്യാപാരത്തെക്കുറിച്ച് വിശദീകരിക്കുന്നുണ്ട്. 'സാങ്കേതികാർത്ഥസ്യബോധനാദഗ്രിമാഭിധാ' എന്നാണ് വിശ്വനാഥ കവിരാജൻ അഭിധയെ നിർവചിക്കുന്നത്. വാച്യാർത്ഥവാചകങ്ങളായ ശബ്ദങ്ങൾക്ക് രൂഢം, യൗഗികം, യോഗരൂഢം എന്നിങ്ങനെ പ്രകാരഭേദം കല്പിച്ചിട്ടുണ്ട്. ലക്ഷണയിൽ, പദങ്ങളുടെ അർത്ഥാവിഷ്കാരത്തിന് വ്യാവഹാരികാർത്ഥത്തിൽനിന്ന് ഭിന്നമായ ഒരർത്ഥം ആരോപിക്കുന്നു. വാച്യാർത്ഥലക്ഷ്യാർത്ഥങ്ങൾക്ക് അതീതമായ ഒരു നവീനാർത്ഥം പകരുന്നതാണ് വ്യഞ്ജന. ശബ്ദാർത്ഥപഠനത്തിന്റെ ഈ ഭാരതീയാനുഭവം പാശ്ചാത്യമായ ചിഹ്നവിജ്ഞാനത്തിന്റെയും ഘടനാവാദത്തിന്റെയും പ്രാചീനമുദ്രകളാകുന്നത് ധ്വനിസിദ്ധാന്തം വികസിപ്പിക്കുന്നതോടെയാണ്. ആനന്ദവർദ്ധനനാണ് ധ്വനിസിദ്ധാന്തത്തിന്റെ പ്രണേതാവ്. 'കാവ്യസ്യാത്മാ ധ്വനി' എന്നാണ് ധ്വന്യാലോകകാരന്റെ പ്രശസ്തമായ നിർവ്വചനം. അർത്ഥം അതിന്റെ സ്വത്വത്തെയും ശബ്ദം അതിന്റെ അർത്ഥത്തെയും സ്വയം അപ്രധാനീകരിച്ച് കാവ്യാത്മാവായ അർത്ഥത്തെ ധ്വനിപ്പിക്കുന്ന തരം കാവ്യവിശേഷമാണ് ധ്വനി എന്ന പണ്ഡിതമതം ഡോ. ടി. ഭാസ്കരൻ (1978:262) ഉദ്ധരിക്കുന്നുണ്ട്.

ഇവിടെ ധ്വനിക്കുന്ന കാവ്യാത്മാവായ അർത്ഥംതന്നെയാണ് ഘടനാവാദത്തിലെ കൃതിയിൽ നിന്നുവേർതിരിയുന്ന പാഠം എന്നു പറയാം. ധ്വനിവാദികൾ പക്ഷേ, ഈ ധ്വന്യാർത്ഥം രൂപീകരിക്കാൻ വളരെയേറെ സ്വാതന്ത്ര്യമൊന്നും പാരായണത്തിൽ അനുവദിച്ചിരുന്നില്ല. നവീനപാശ്ചാത്യ സിദ്ധാന്തങ്ങളാകട്ടെ, എഴുത്തുകാരൻ എന്ന സങ്കല്പത്തെത്തന്നെ ചോദ്യം ചെയ്തിട്ടുണ്ട്. കർത്താവും കൃതിക്കകത്തെ കർത്താവും രണ്ടാണെന്ന് കൃതിയിൽനിന്ന് പാഠത്തിലേക്കുള്ള (From work to Text)പരിശോധനയിൽ റൊളാങ് ബാർത്ത് ചൂണ്ടിക്കാട്ടുന്നുണ്ടല്ലോ.

പദത്തിന്റെ വ്യാവഹാരികാർത്ഥത്തെ അപ്രധാനമാക്കി ജ്വലിക്കുന്ന മറ്റൊരർത്ഥമാണ് ആനന്ദവർദ്ധന് ധ്വനി. ഇത് പാശ്ചാത്യനിർവ്വചനത്തിലൂടെയുള്ള രൂപകം (metaphor) - ഭാരതീയാലങ്കാര പദ്ധതിയിലെ രൂപകമല്ല - തന്നെയാണെന്ന് സൂചിപ്പിക്കപ്പെട്ടിട്ടുണ്ട്. ഒരു ചിഹ്നവിജ്ഞാനീയതത്വത്തിന്റെ പ്രാഥമികാവിഷ്കാരം നിറവേറ്റുകയായിരുന്നു ആനന്ദവർദ്ധനൻ എന്നാണ് വി.സി. ശ്രീജൻ (ശ്രീജൻ 1993:49) അവകാശപ്പെടുന്നത്. കാവ്യനിർമ്മാണത്തിലെ ധ്വനനവൃത്തിക്ക്, വാക്യഘടനകളുടെ തെരഞ്ഞെടുപ്പിലൂടെയും സംയോജനത്തിലൂടെയും അർത്ഥസാധ്യതകൾ നൽകുന്ന ആധുനികരചനാതന്ത്രങ്ങളുമായി അടുത്ത ബന്ധം

കാണാം. "ഇന്ന് പാശ്ചാത്യ കാവ്യമീമാംസയിലെ ഏറ്റവും നൂതനമായ ചിന്താപ്രഭകളെക്കൂടി മങ്ങിക്കുമാറ് ഏകാന്തഭാസുരമായ ഒരു പ്രസ്ഥാനമായി ധ്വനിസിദ്ധാന്തം തെളിഞ്ഞുവന്നിട്ടുണ്ട്." (സുകുമാർ അഴീക്കോട് 1983) എന്ന് ഡോ. സുകുമാർ അഴീക്കോട് അഭിപ്രായപ്പെടുന്നത് ഈ അടിസ്ഥാനത്തിലാണ്.

ഘടനാവാദം മലയാളത്തിൽ

ഘടനാവാദവും അതിന്റെ തുടർച്ചയായി വന്ന വിശകലന പദ്ധതികളും മലയാളം അറിഞ്ഞുതുടങ്ങിയത് എൺപതുകളിലാണ്. ഡോ. എസ്. രവീന്ദ്രൻ, സച്ചിദാനന്ദൻ, പ്രൊഫ. പിടി. ചാക്കോ, വി.സി ശ്രീജൻ, വി.സി. ഹാരിസ്, ബി. രാജീവൻ, പി.പി. രവീന്ദ്രൻ തുടങ്ങിയവരാണ് ഈ പഠനപദ്ധതി മലയാളത്തിനു പരിചയപ്പെടുത്തിയത്. എൺപതുകളുടെ തുടക്കത്തിൽ പ്രത്യയശാസ്ത്രപാരായണത്തിന്റെ സാഫല്യമായി പ്രസിദ്ധീകരിക്കപ്പെട്ട 'കലാവിമർശം -മാർക്സിസ്റ്റ് മാനദണ്ഡം (എഡിറ്റർ - രവീന്ദ്രൻ) എന്ന സമാഹാരത്തിൽ ചിഹ്നശാസ്ത്രത്തിന്റെയും ഘടനാവാദത്തിന്റെയും പ്രവണതകൾ പ്രത്യക്ഷപ്പെട്ടിരുന്നു. എൻ.എസ് മാധവന്റെ 'ഖസാക്കിലെ സമ്പദ്വ്യവസ്ഥ എന്ന പഠനം ഘടനാവാദപരിശോധനയുടെ ആദ്യകാല മലയാളാനുഭവമാണ്.

ഭാഷാശാസ്ത്രം, ചിഹ്നവിജ്ഞാനീയം, ശൈലീ വിജ്ഞാനീയം തുടങ്ങിയ ഭാഷാപദ്ധതികളുടെ ഇടപെടൽ ഘടനാവാദത്തിനു കടന്നുവരാൻ അനുകൂലമായ അന്തരീക്ഷം ഒരുക്കിയിരുന്നു. ഭാഷയും മനശ്ശാസ്ത്രവും (പ്രഭാകരവാര്യർ 1978), ശൈലീവിജ്ഞാനം സമകാലപഠനങ്ങൾ (അച്യുതചനുണ്ണി 1984), വടക്കൻ പാട്ടിന്റെ പണിയാല (രാഘവവാര്യർ 1982), കാവ്യഭാഷയിലെ പ്രശ്നങ്ങൾ (രാമകൃഷ്ണൻ. ദേശമംഗലം 1986), കവിയുടെ കലാതന്ത്രം (രാമകൃഷ്ണൻ. ദേശമംഗലം 1989), വള്ളത്തോളിന്റെ കാവ്യശില്പം (കൃഷ്ണവാര്യർ 1977) തുടങ്ങിയ രചനകളിൽ അന്തർവിദ്യാപരമായ (interdisciplinary) ഉപലബ്ധികൾ ധാരാളമാണ്. ചിഹ്നശാസ്ത്ര ഘടനാവാദ (Semiological Structuralism)ത്തിന്റെ ഉപദർശനങ്ങൾ ശൈലീപരമായ പാരായണത്തിന്റെയും ഭാഗമാണ്.
കഥകളുടെയും നോവലിന്റെയും സ്ട്രക്ചറലിസ്റ്റ് വഴി (ചാക്കോ 1984), ഘടനാവാദത്തിന്റെ പൊരുൾ തേടുമ്പോൾ (വിജയൻ 1987), ഘടനാസിദ്ധാന്തം ഭാഷാശാസ്ത്രത്തിൽ (പ്രഭാകരവാര്യർ കെ.എം. 1985), ഡീകൺസ്ട്രക്ഷൻ (രവീന്ദ്രൻ, എസ് 1988), ഘടനാസിദ്ധാന്തം സാഹിത്യവിമർശനത്തിൽ (അജയകുമാർ എൻ 1988), ഘടനാവാദത്തിന് ഒരു മുഖവുര (ശ്രീനാഥ് എം. 1988), കിരാതത്വത്തിന്റെ സുവർണരേഖകൾ (രവീന്ദ്രൻ പി.പി 1989), ചിഹ്നം - പ്രതിസന്ധി - വായന (ഹാരിസ് വി.സി 1991), സൃഷ്ടിയും നിരൂപണവും (രവീന്ദ്രൻ എസ്. 1989), സൗന്ദ

ര്യശാസ്ത്രം ഭൗതികവാദത്തിലേക്ക് (സച്ചിദാനന്ദൻ 1990), സാഹിത്യകൃതി: എഴുത്തുകാരന്റെതും വായനക്കാരന്റേതും. (രാമകൃഷ്ണൻ, ദേശമംഗലം 1991) ചിന്തയിലെ രൂപകങ്ങൾ (ശ്രീജൻ വി.സി. 1991), പ്രവാചകന്റെ മരണം ശ്രീജൻ വി.സി. 1993. എ. മിഖായേൽ ബക്തിനും ആധുനികോത്തര സംസ്കാരവിമർശനവും (രാജീവൻ, ബി. 1993) തുടങ്ങിയവയാണ് മലയാളത്തിൽ ഘടനാവാദത്തെപ്പറ്റി പ്രസിദ്ധീകരിച്ച പ്രധാനപഠനങ്ങൾ. എന്നാൽ ഈ പുതിയമാനദണ്ഡം ഉപയോഗിച്ച് സാഹിത്യരചനകളെ വിശകലനം ചെയ്യുന്ന പഠനങ്ങൾ മലയാളത്തിൽ അപൂർവ്വമാണ്. ഉള്ളതു പ്രധാനമായും വി.സി.ശ്രീജന്റേതുമാണ്. സക്കറിയ, ടി. പത്മനാഭൻ, എൻ.എസ് മാധവൻ എന്നിവരുടെ കഥകളും മഞ്ഞ് (എം.ടി. വാസുദേവൻനായർ), ഗുരുസാഗരം (ഒ.വി. വിജയൻ) തുടങ്ങിയ നോവലുകളും കുറത്തി (കടമ്മനിട്ട എന്ന കവിതയും ശ്രീജൻ പഠനവിധേയമാക്കിയിട്ടുണ്ട്. വി.സി ഹാരിസിന്റെ ഗുരുസാഗരപഠനവും മാധവിക്കുട്ടിയുടെ കഥകളെക്കുറിച്ചുള്ള പി.പി. രവീന്ദ്രന്റെ പഠനവും ഈ ശാഖയിലെ മികച്ച സംഭാവനകളാണ്.

നോവലും ഘടനയും

''മനുഷ്യരുടെ സാമൂഹ്യജീവിതമാണ് ചരിത്രത്തിന്റെ പ്രധാനവിഷയം. നോവലിലാകട്ടെ, ഓരോ കഥാപാത്രത്തിന്റെ സ്വകീയമനോഭാവങ്ങളും വികാരങ്ങളുമത്രേ ഗ്രന്ഥകർത്താവിന്റെയും വായനക്കാരുടെയും ശ്രദ്ധയെ സവിശേഷം ആകർഷിക്കുന്നത്''(പോൾ 1959:30)

എം.പി. പോൾ ചരിത്രരചനയും നോവലും തമ്മിൽ വേർതിരിക്കുന്നു. കഥാപാത്രങ്ങളുടെ സ്വകീയമനോഭാവങ്ങളും വികാരങ്ങളും തുറന്നിടുന്നു എന്നതാണ് നോവലിന്റെ പ്രത്യേകത. 'ആധുനിക ബൂർഷ്വാസമൂഹത്തിന്റെ ഇതിഹാസമാണ് നോവൽ. (Fox 1954:80) എന്ന നിർവ്വചനത്തിന്റെ പൊരുളും അതുതന്നെ. ബൂർഷ്വാസമൂഹത്തിന്റെ മികച്ച സംഭാവനയാണ് ആധുനിക വ്യക്തി. മുതലാളിത്ത പൂർവ്വഘട്ടത്തിൽ വൈയക്തികസാധ്യതകൾ വളരെ പരിമിതങ്ങളായിരുന്നു. വ്യക്തിയുടെ ലോകം ഇരുളടഞ്ഞതായിരുന്നു. വ്യവസായവിപ്ലവത്തെത്തുടർന്നുണ്ടായ നവോത്ഥാനമാണ് ജനാധിപത്യം (Democracy), മാനവികത (humanism) തുടങ്ങിയ മൂല്യവ്യവസ്ഥകൾക്ക് ജൻമം നൽകിയത്. ഇവയുടെ ഉത്പന്നമാണ് ആധുനിക വ്യക്തി. ആധുനിക ബൂർഷ്വാസമൂഹമെന്നത് ഈ വ്യക്തികളുടെ ആന്തരികസാധ്യതകൾകൂടി നിറഞ്ഞതാണ്. ക്ലാസ്സിക് കലകളുടെ ഘടനകൾ ഭേദിച്ചുകൊണ്ട് വ്യക്തിയാർജ്ജിച്ച വളർച്ചയുടെ പ്രകാശരേഖയായ നോവൽ ബൂർഷ്വാസമൂഹത്തിന്റെ ഇതിഹാസമാകുന്നുവെന്നാണ് ഫോക്സ് നിർവ്വചിച്ചത്. ക്ലാസ്സിക് കലാരൂപങ്ങൾ കാത്തുപോന്ന 'നിഗൂഢസൗന്ദര്യ'ങ്ങളുടെ സ്ഥാനത്ത് പുതിയ

ജനകീയ സൗന്ദര്യസമീപനങ്ങൾ പിറവിയെടുത്തു. മിത്തുകളും പ്രതീകങ്ങളുമെല്ലാം പൊതുബോധത്തിൽ നവീനവ്യവഹാരത്തിന്റെ സങ്കേതങ്ങളായി കടന്നുകയറി. നോവൽ മനുഷ്യബോധത്തെ വിപുലീകരിക്കുകയും അഗാധമാക്കുകയും ചെയ്തുവെന്ന് റാൾഫ് ഫോക്സ് (Fox 1954:80) വിശദീകരിക്കുന്നത് ഈ അഭിപ്രായത്തിലാണ്. ബോധത്തിന്റെ സമസ്തരൂപങ്ങളിലും നവോത്ഥാനാനന്തര മൂല്യസങ്കല്പങ്ങളുണർത്തിയ വിചാരവികാരങ്ങൾ നോവലിന്റെ സത്തയായി. 'മധ്യകാലത്ത് മാനവികതാവിരുദ്ധമായ സമീപനങ്ങൾക്കിടയിൽ നോവലിനു പിറവിയെടുക്കുക അസാധ്യമായിരുന്നുവെന്ന് ജാക്മിച്ചെ (Mitchell 1975:248)ലും അഭിപ്രായപ്പെടുന്നുണ്ട്. മാനവികവാദത്തിന്റെ ഉദയമാണ് മിച്ചെൽ ചൂണ്ടിക്കാട്ടുന്ന പ്രധാനസംഭവം. അധികാരത്തിന്റെ സൂക്ഷ്മമായി വ്യക്തിയുടെ അഹം രൂപപ്പെട്ടു. പ്രയോഗം ചിന്ത, പ്രകൃതി, സംസ്കാരം, സ്ത്രീ -പുരുഷൻ എന്ന ദ്വന്ദ്വങ്ങൾ നോവലിന്റെ അടിസ്ഥാനവൈരുദ്ധ്യങ്ങളെ നിർണ്ണയിക്കാൻ തുടങ്ങി.

ആമുഖം, ഉദ്വേഗം, പ്രതീക്ഷ, വിമോചനം, നിർവ്വഹണം എന്നിങ്ങനെയുള്ള പഞ്ചഘടകങ്ങളും അവയുടെ ചേരുവകകളിലെ സവിശേഷതകളും ഇഴപിരിച്ചു കാണിക്കുന്ന എം.പി. പോൾ തന്നെയാണ് വ്യക്തിയുടെ മനോഭാവവും വികാരങ്ങളുമാണ് നോവലിന്റെ സത്ത എന്ന് അഭിപ്രായപ്പെടുന്നത്. ഈ മനോഭാവങ്ങൾക്കും വികാരങ്ങൾക്കും ഘടനയുണ്ട്. ഇത് നിർണ്ണയിക്കുന്നത് പൊതുബോധമാണ്. പൊതുബോധത്തിനാകട്ടെ, വിവിധബോധരൂപങ്ങളെ നിർണ്ണയിക്കുന്ന അധികാരത്തിന്റെ ഘടനയാണുള്ളത്. സാമൂഹികരൂപീകരണത്തിന്റെ സവിശേഷതകളിലാണ് പൊതുബോധത്തിന്റെ വേരുകളുള്ളതെന്ന് കാതറിൻ ബെൽസി (Belsey 1988:3) വിശദീകരിക്കുന്നുണ്ട്. നവോത്ഥാനത്തോടൊപ്പം ആധുനിക രാഷ്ട്രസങ്കല്പവും പിറവിയെടുത്തു. ഫ്യൂഡൽ ജീവിതത്തിന് അപ്രാപ്യമായിരുന്ന ഒരു രാഷ്ട്രീയ ദർശനത്തിന്റെ പിൻബലവും ആധുനികജീവിത്തിനു കൈ വന്നു. ഭരണകൂടവും ജനങ്ങളുമായുള്ള ബന്ധം നാടുവാഴിത്തത്തിൽ സ്തൂപികാസദൃശമായിരുന്നുവെങ്കിൽ, മുതലാളിത്ത (Capitalism)ത്തിൽ അതു ചത്വരസമാനമാണ്. ആദ്യത്തേതിൽ അധികാരം മുകൾബിന്ദുവിലേക്ക് കേന്ദ്രീകരിക്കപ്പെടുന്നു. രണ്ടാമത്തേതിലാകട്ടെ, ഓരോ ബിന്ദുവിലേക്കും വികേന്ദ്രീകരിക്കപ്പെടുന്നു. എങ്കിലും മൂലധനാധിഷ്ഠിത വ്യവസ്ഥയിൽ കേന്ദ്രാധികാരം മുകൾത്തട്ടിൽത്തന്നെ നിലനിൽക്കുന്നു. നിയമം, നിയമപാലകർ, കോടതി, തടവറ, പള്ളി, പള്ളിക്കൂടം, തൊഴിൽശാലകൾ, പാഠശാലകൾ തുടങ്ങിയവയിലൂടെ അധികാരത്തിന്റെ സ്ഥൂലം പ്രവർത്തിക്കുമ്പോൾ വ്യക്തിയിലെ 'അഹം മറ്റൊരു അധികാരസ്ഥാപന (രാഷ്ട്രത്തിന്റെ സൂക്ഷ്മം)മായി രൂപപ്പെടുന്നു. വ്യക്തി - കുടുംബം- സമുദായം - രാഷ്ട്രം എന്നിങ്ങനെയാണ് അധികാരശൃംഖല സുഘടിതമാകുന്നത്.

വ്യക്തിയെ ഈ ഘടനയിൽ ഒതുക്കിനിർത്തുന്ന അധികാരത്തിന്റെ ഉപരിവ്യവസ്ഥയാണ് പൊതുബോധം. മതം, സദാചാരം, തത്വചിന്ത തുടങ്ങിയവയുടെയെല്ലാം വിവിധ നിയമങ്ങളായി ഇതു പ്രവർത്തിക്കുന്നു.

ടോൾസ്റ്റോയിയുടെ 'യുദ്ധവും സമാധാനവും' എന്ന നോവലിനെക്കുറിച്ചു പഠിക്കുമ്പോഴാണ് നോവൽ അടിസ്ഥാനപരമായി സ്വാതന്ത്ര്യത്തെക്കുറിക്കുന്നു(Wilson 1977: 73)വെന്ന് കോളിൻ വിൽസൺ അഭിപ്രായപ്പെടുന്നത്. സ്വാതന്ത്ര്യം എന്നത് നിയന്ത്രണങ്ങൾക്കെതിരായ സമരമാണ്. അതുകൊണ്ടാണ് രചന തന്നെയും, നിയന്ത്രിക്കുന്നവരും നിയന്ത്രണവിധേയരാകുന്നവരും തമ്മിലുള്ള അധികാരബന്ധത്തിന്റെ വ്യവസ്ഥാപിതവൈരുദ്ധ്യങ്ങൾ വാക്കുകളിൽ പകർത്തുക, (Said 1991: 47) എന്നതാണെന്ന് ഫുക്കോയെ പിൻപറ്റിക്കൊണ്ട് എഡ്വാർഡ് സെയ്ദ് വ്യക്തമാക്കുന്നത്. രചനയിൽ വെളിപ്പെടുന്ന ഈ നിഷേധം പൊതുബോധത്തിനും അതിന്റെ രൂപങ്ങൾക്കുമെതിരെയുള്ള നിഗൂഢകലാപമാകുന്നു. വ്യവസ്ഥാവ്യൂഹത്തിന്റെ വിചാരകൗശലങ്ങളോട് ഏറ്റുമുട്ടുമ്പോൾ പുതിയ ഭാഷയും പുതിയ ഘടനയും പിറവിയെടുക്കുന്നു. നോവലിന്റെ ഈ പ്രതിബോധമണ്ഡലം ജീവിതത്തിന്റെ പൊതുമണ്ഡലത്തെ വിമർശനാത്മകമായി പുനർനിർ നിർമ്മിക്കുകയാണ്.

പാഠത്തിന് ബോധം, അബോധം എന്നിങ്ങനെയുള്ള രണ്ടു വ്യവഹാരികതലങ്ങളുണ്ട്. ജനപ്രിയ നോവലുകളിൽ മിക്കപ്പോഴും പാരായണസാധ്യത പാഠത്തിന്റെ ബോധത്തിൽ ഒതുങ്ങിനിൽക്കുന്നു. രൂപകാക്ഷത്തെ തീരെ അവഗണിച്ചുകൊണ്ടുള്ള രചനകളാണിവ. പ്രത്യക്ഷബോധത്തിലൂടെയുള്ള ഉല്ലാസയാത്രകളായാണ് ജനപ്രിയ നോവലുകൾ അനുഭവപ്പെടുന്നത്. ഇതിനനുയോജ്യമായ പദചേരുവകകളും വിശേഷണങ്ങളും മിത്തുകളും പ്രതീകങ്ങളുമാണ് നോവൽ ശരീരത്തിലുണ്ടാവുക. സ്ഥിരം പാറ്റേണുകൾ തന്നെ വ്യത്യസ്തരീതിയിൽ വിന്യസിക്കപ്പെടുന്നു. 'പുരുഷൻ - സ്ത്രീ - എതിർ സാഹചര്യം എന്ന ത്രികോണവും' നൻമ -തിൻമ എന്ന ദ്വന്ദ്വവും ഈ നോവലുകളുടെ സ്ഥിരം ഫോർമുലയാണ്. പാഠത്തിന്റെ അബോധത്തിലേക്കിറങ്ങുന്ന നോവലുകളാകട്ടെ, ആഖ്യാനത്തിലും ഘടനയിലും പ്രമേയത്തിലുമെല്ലാം വിസ്ഫോടനാത്മകമായ ചേരുവകകളാകുന്നു. ഈ ചിന്തയുടെ അടിസ്ഥാനത്തിൽ 1950 മുതൽ 70 വരെയുള്ള മലയാളനോവലിന്റെ ഘടനാപരമായ പ്രശ്നങ്ങളെന്തൊക്കെയായിരുന്നുവെന്ന് അടുത്ത ഭാഗത്തിൽ ചർച്ച ചെയ്യുന്നു. ഈ രണ്ടു ദശകങ്ങളിലെ പരിവർത്തനോൻമുഖമായ മലയാളനോവലിന്റെ സ്ഥൂലം, സൂക്ഷ്മം, പാഠം, പ്രശ്നപാഠം എന്നീ തലങ്ങൾ സംക്ഷിപ്തമായി പരിശോധിക്കുന്നു.

നോവൽ : പാഠവും പ്രശ്നപാഠവും

കടന്നുപോയ ശതകത്തിലെ പ്രമുഖ സാഹിത്യരൂപമായ നോവലിൽ പതിഞ്ഞുകിടക്കുന്ന മുദ്രകളിലേറെയും അക്കാലയളവിലെ സാമൂഹിക രാഷ്ട്രീയ സംഭവങ്ങളും മുന്നേറ്റങ്ങളുമായി ബന്ധപ്പെട്ടവയാണ്. ശാസ്ത്ര സാങ്കേതിക വിദ്യാ വിപ്ലവം,ലോകയുദ്ധങ്ങൾ,കോളനിരാജ്യങ്ങളിലെ വിമോചനപ്പോരാട്ടങ്ങൾ,ആഭ്യന്തര കലാപങ്ങൾ, ജനാധിപത്യ -സോഷ്യലിസ്റ്റ് ആശയധാരകൾക്കു ലഭിച്ച സ്വീകാര്യത, ഫാസിസത്തിന്റെ കടന്നു കയറ്റവും പതനവും, നവസ്വതന്ത്ര രാഷ്ട്രങ്ങളുടെ കുതിപ്പുകൾ, യൂറോ കേന്ദ്രിതമായിരുന്ന പഴയ അധിനിവേശങ്ങളുടെ കിതപ്പുകളൊടുങ്ങുംമുമ്പ് യു എസ് കേന്ദ്രിതമായി ആരംഭം കുറിച്ച സാമ്പത്തിക രാഷ്ട്രീയ കടന്നു കയറ്റങ്ങൾ, സോഷ്യലിസ്റ്റ്-ജനാധിപത്യ ഭരണകൂടങ്ങളുടെ കുതിപ്പുകൾ കിതപ്പുകൾ, നവസാങ്കേതിക വിദ്യാ വികാസം അതിന്റെ ഭാഗമായി ആശയവിനിമയ രംഗത്തുണ്ടായ വിസ്മയകരമായ വളർച്ച എന്നിവയെല്ലാം നോവൽ ശരീരത്തിലും സൂക്ഷ്മത്തിലും അടയാളങ്ങൾ പതിച്ചിട്ടുണ്ട്. ജീവിതത്തിന്റെ കോശങ്ങളിലേക്ക് ഇവയോരോന്നും സൂക്ഷ്മാനുഭവങ്ങളുടെ അടരുകളായി അടിഞ്ഞുചേരുന്ന രാസവിദ്യയാണ് നോവലുകളുടെ ആഖ്യാനങ്ങളെ അന്വേഷണാത്മകമാക്കിയത്.

സിഗ്മണ്ട് ഫ്രോയ്ഡും യുങ്ങും മുതൽ വിൽഹം റെയ്ക്കും എറിക്ഫ്രോമും വരെയുള്ള മനശ്ശാസ്ത്രജ്ഞരുടെയും കാറൽ മാർക്സും എംഗൽസും ലെനിനും മുതൽ ഗാന്ധിജിയും അന്തോണിയോ ഗ്രാംഷിയും വരെയുള്ള രാഷ്ട്രീയ തത്ത്വജ്ഞാനികളുടെയും പ്രയോക്താക്കളുടെയും നിരീക്ഷണങ്ങൾ ഇരുപതാം നൂറ്റാണ്ടിലെ പ്രമുഖ സാംസ്ക്കാരിക സ്വാധീനതകളായി മാറി. ദക്കാർത്തെ, ഹെഗൽ,കാന്റ്

തുടങ്ങിയവരിൽനിന്ന് ജീൻ പോൾ സാർത്രിലേക്കെത്തുന്ന സ്വാതന്ത്ര്യത്തിന്റെ ചിന്താ പദ്ധതികളും ജർമ്മനിയിൽ ഫ്രാങ്ക്ഫർട്ട് കേന്ദ്രമാക്കി പ്രവർത്തിച്ച പുത്തൻ ഇടതുപക്ഷത്തിന്റെ സാഹസികമായ സൈദ്ധാന്തികാന്വേഷണങ്ങളും ബർമിംഗ്ഹാമിൽ ആരംഭം കുറിച്ച സാംസ്ക്കാരിക പഠന വിശകലന രീതികളും ആഗോള ധൈഷണികതയെ ചടുലവും ചലനാത്മകതവുമാക്കിത്തീർത്തു. ഇതിനു പ്രേരകവും കരുത്തുമായത് പ്രധാനമായും ഫെർഡിനാന്റ് സൊസ്യൂറിന്റെ ക്ലാസുമുറികളിൽ പുതിയ ഉണർവ്വാർജ്ജിച്ച ഭാഷാശാസ്ത്രം, ഭിന്ന ശിക്ഷണങ്ങളുമായുള്ള അന്തർവിദ്യാപരമായ സമ്പർക്കങ്ങളിലൂടെ കൈവരിച്ച വളർച്ചയാണ്.

അറിവിന്റെയും വിനിമയത്തിന്റെയും മണ്ഡലങ്ങളിലുണ്ടായ വികാസം സൂക്ഷ്മ സാമൂഹികാനുഭവങ്ങളെ എങ്ങനെ മാറ്റിത്തീർത്തുവെന്നതിന് മുഖ്യ സാക്ഷ്യം നോവൽ സാഹിത്യമാണ്. ലോകയുദ്ധാനന്തര സാങ്കേതിക വിദ്യാ വിപ്ലവത്തിൽനിന്ന് ഉത്ഭവിച്ച മൂന്നു സവിശേഷ പ്രവണതകൾ നോവലിൽ മുദ്രിതമാണെന്ന് വാലെന്റീന ഇവാഷേവ നിരീക്ഷിക്കുന്നു: തങ്ങളുടെ കൃതികൾക്ക് ഒരു വസ്തുതാധിഷ്ഠിതമായ അടിത്തറ സൃഷ്ടിക്കുവാൻ എഴുത്തുകാർക്കിടയിലെ വ്യഗ്രതയാണ് ആദ്യത്തേത്. അമ്പതുകളുടെ മധ്യകാലം മുതൽ ശാസ്ത്ര കൃതികൾക്കു ലഭിക്കുന്ന അംഗീകാരവും ദാർശനിക ചിന്തയോടുള്ള ആഭിമുഖ്യവുമാണ് മറ്റു രണ്ടു പ്രവണതകൾ. സാങ്കേതിക വിപ്ലവവും സാഹിത്യവും ഇരുപത്തിയൊന്നാം നൂറ്റാണ്ടിന്റെ പടിവാതിൽക്കൽ എന്ന ഇവാഷേവയുടെ കൃതി പാശ്ചാത്യ നോവലുകളെ മുൻനിർത്തിയുള്ള വിശകലനമാണ്.

സാങ്കേതികവിദ്യാ വിപ്ലവത്തിന്റെ ഉപലബ്ധികളായ പ്രതിഭാസങ്ങൾ ശൈലിയിലും ഉള്ളടക്കത്തിലും നോവലിനെ മാറ്റിത്തീർത്തിട്ടുണ്ടെന്നും 1960കളിലും എഴുപതുകളിലും അമേരിക്ക ജർമ്മനി ഫ്രാൻസ്, ഇറ്റലി എന്നിവിടങ്ങളിലെല്ലാമുണ്ടായ നോവലുകളും നാടകങ്ങളും അവയുടെ മുൻഗാമികളിൽനിന്ന് വ്യത്യാസപ്പെട്ടിരിക്കുന്നുവെന്നും അദ്ദേഹം വിശദീകരിക്കുന്നുണ്ട്. ആലങ്കാരിക ഭ്രമങ്ങളിൽനിന്നും പൊടുന്നനെ പിൻവാങ്ങാനും വസ്തുതാഖ്യാനത്തിന്റെ പുതുരീതി തേടാനും എഴുത്തുകാർ നിർബന്ധിതരായി. ഛന്ദോബദ്ധവും വരേണ്യപ്രൗഢവുമായ ഭാഷാ പ്രവണതകളിൽനിന്നും വൃത്താന്തവിവരണത്തിന്റെ സ്വാഭാവികതയിലേക്കാണ് പുതിയ സാഹിത്യരൂപം ചാലുകീറിയത്. ജനപ്രിയ നോവലുകളുടെ കുത്തിയൊഴുക്കിനിടയാക്കിയ സാഹചര്യമിതാണ്. ആഖ്യാനത്തിൽ വന്നുചേർന്ന സ്വാഭാവികതയും ലാളിത്യവും അതിന്റെ ഉള്ളടക്കത്തിലെ സങ്കീർണാനുഭവങ്ങളുമായി നിരന്തരം കലഹിക്കുന്നതാണ് പിന്നീട് കാണുന്നത്. ഏറ്റവും ലളിതമായ വൃത്താന്ത വിവരണം പോലും സ്ഥലകാലങ്ങളുടെയോ മനോനിലകളുടെയോ ദാർശനിക

യുക്തികളുടെയോ ഭേദചിന്തകൾക്കകത്തു പ്രശ്നപാഠങ്ങൾ സൃഷ്ടിച്ചുകൊണ്ടിരിക്കുന്നു. ഇരുപതാം ശതകത്തിൽ വ്യാപകമായ സാമാന്യബോധത്തിന്റെ മുഖ്യപ്രവണതകളായി യുക്തിബോധവും സൈദ്ധാന്തികാഭിമുഖ്യവും സ്വീകരിക്കപ്പെട്ടതിന്റെ വെളിച്ചത്തിലാണിത്. മനശാസ്ത്രത്തിലും ഭാഷാശാസ്ത്രത്തിലും സാമൂഹികശാസ്ത്രത്തിലുമൊക്കെയുണ്ടായ വിസ്ഫോടനങ്ങളുടെ അലകൾ ബോധരൂപങ്ങളിലെല്ലാം ആഴത്തിൽ പ്രതിഫലിച്ചുതുടങ്ങി എന്നർത്ഥം.

എഴുത്തുകാർ തികഞ്ഞ ബോധ്യത്തോടെയാണ് പുതിയ പ്രകാശങ്ങളെ സ്വീകരിക്കുന്നതെന്ന് കരുതുന്നവരുണ്ട്. അതല്ല,സാമാന്യബോധത്തിലും അബോധത്തിലുമുള്ള അനുഭവങ്ങളുടെ സ്വാഭാവികാവിഷ്ക്കാരമാണ് എഴുത്തുകാർ നിർവ്വഹിക്കുന്നതെന്നു കരുതുന്നവരുമുണ്ട്. കേസരി ബാലകൃഷ്ണപിള്ള ഇങ്ങനെ എഴുതുന്നു; ''ഇന്നത്തെ പാശ്ചാത്യ നോവലെഴുത്തുകാരിൽ പലരും മനസ്സിന്റെ അടിത്തട്ടിനെപ്പറ്റിയുള്ള ഫ്രോയ്ഡ് മുതലായ ഇന്നത്തെ മനശ്ശാസ്ത്രജ്ഞന്മാരുടെ കണ്ടുപിടുത്തങ്ങളെക്കുറിച്ചുള്ള പൂർണവും അഗാധവുമായ ജ്ഞാനത്തോടുകൂടിയും അവയെ ആസ്പദിച്ചുമാണ് പാത്രസൃഷ്ടി ചെയ്യാറുള്ളത്...... ഏറ്റവും നിസ്സാരവും ക്ഷണഭംഗുരവുമായ ഒരു വികാരത്തെപ്പോലും ഒരൊറ്റ തലമുടിയെ ആയിരം ഭാഗങ്ങളായി വിഭജിച്ചു പരിശോധിക്കന്നതുപോലെ അപഗ്രഥിച്ചു പരിശോധിക്കുന്നതിൽ മാർസൽ പ്രൂസ്റ്റ് എന്ന പ്രസിദ്ധ ഫ്രഞ്ച് നോവലെഴുത്തുകാരനുള്ള പാടവം അനന്യ സദൃശമാണ്''(കേസരി 1984:80).

കേസരിയുടെ വാക്യങ്ങളിൽ പ്രകടമാകുന്ന രണ്ടു കാര്യങ്ങളുണ്ട്. ഒന്ന്, പുതിയ ജ്ഞാന മേഖലകളിൽ എഴുത്തുകാരനുള്ള അവഗാഹം. രണ്ട്: അപഗ്രഥന പാടവം. മാർസൽ പ്രൂസ്റ്റ് പ്രമേയത്തിലും രീതിശാസ്ത്രത്തിലും പുലർത്തുന്ന പുതുമയും പതിവു രീതികളിൽനിന്നുള്ള കുതിച്ചുചാട്ടവുമാണ് കേസരിയെ ആവേശംകൊള്ളിക്കുന്നത്. ഫ്രോയ്ഡിയൻ ചിന്ത നോവലിലുണ്ടാക്കിയ സംഭാവന അദ്ദേഹം മറ്റൊരിടത്തും വിശദമാക്കുന്നുണ്ട്: ''ചപലങ്ങളായ പല വികാരങ്ങളുടെയും കേന്ദ്രത്തിൽ, അവയെ നിയന്ത്രിക്കുന്ന ഒരു പ്രത്യേകമായ സ്ഥിര വികാരത്തെ സ്ഥാപിച്ച് ഒരു പാത്രത്തിന്റെ സ്വഭാവത്തിന് ഒരു വ്യക്തിമുദ്ര നൽകി പാത്ര സൃഷ്ടി ചെയ്യുകയായിരുന്നു ഫ്രോയ്ഡിനു മുമ്പുള്ള നോവലെഴുത്തുകാർ ചെയ്തിരുന്നത്. ഇതു നിമിത്തം പ്രസ്തുത കേന്ദ്രവികാരത്തിന്റെ സ്വഭാവമനുസരിച്ച്, പാത്രങ്ങളെ ശിഷ്ടപാത്രങ്ങളെന്നും ദുഷ്ടപാത്രങ്ങളെന്നും മഹാന്മാരെന്നും നീചരെന്നും തരംതിരിക്കുന്നതും പതിവായിരുന്നു. പ്രാചീന ഭാരതീയാലങ്കാരികന്മാരുടെ ധീരോദാത്താദി നായകവിഭാഗങ്ങളെപ്പോലെ ഉപരിപ്ലവമായ മനശ്ശാസ്ത്ര ജ്ഞാനത്തിൽനിന്നു ജനിച്ചവയാണ് പ്രസ്തുത തരം തിരിവുകൾ. വ്യക്തിമുദ്ര(personality)എന്ന ആശയം കേവലം മിഥ്യയാണെന്നും,

സകല മനുഷ്യരിലും സഹജമായി കാണാവുന്നതും ഒരു മനുഷ്യന്റെയും പ്രത്യേക നേട്ടമല്ലാത്തതുമായ പരസ്പര വിരുദ്ധ വികാരങ്ങളുടെ ഒരു കെട്ടുമാത്രമാണ് ഒരു മനുഷ്യനെന്നും ഫ്രോയ്ഡും ശിഷ്യരും സ്ഥാപിക്കുകയുണ്ടായി'(കേസരി 1984:182).ഈ ബോധ്യത്തിൽനിന്നു മുന്നോട്ടു പോകാനാണ് പ്രൂസ്റ്റ് ശ്രമിച്ചതെന്നു കേസരി കരുതുന്നു.

പുതിയ ജ്ഞാനമേഖലകളുമായി നോവലെഴുത്തുകാർക്കുണ്ടാവേണ്ട അടുപ്പത്തെക്കുറിച്ച് 1935ൽ നവലോകം പ്രസിദ്ധീകരിക്കുമ്പോൾ കേസരിക്കു ബോധ്യമുണ്ടായിരുന്നു.ജ്ഞാന സിദ്ധാന്തങ്ങളിൽനിന്നു ലഭിക്കുന്നതും അനുഭവങ്ങളിൽ ഊറിക്കൂടുന്നതും എന്നിങ്ങനെ നിയതമായ ജ്ഞാന ശിക്ഷണത്തിലും അരാജകത്വത്തോളം പോന്ന സാഹസികാന്വേഷണത്തിലും ഒരേയിടത്ത് എത്തിച്ചേർന്നെന്നും വരാം. തത്ത്വചിന്തകർ സൈദ്ധാന്തിക രൂപം നൽകുന്ന ആശയങ്ങളും അനുഭവങ്ങളും സാമാന്യജീവിതത്തിന്റെ ഭാഗമായി നില നിൽക്കുന്നവയാണെന്നും അവയുടെ ഭിന്നാവിഷ്ക്കാരങ്ങളാണ് കലാകാരന്മാരും സാഹിത്യകാരന്മാരും നിർവ്വഹിച്ചുപോരുന്നതെന്നും പറയാനാവുന്നത് ആധുനികതയുടെ രംഗപ്രവേശത്തോടെയാണ്. ആധുനികത കടന്നുവന്നത് നോവലിൽക്കൂടിയുമാണെന്നതിനാൽ അത്തരം ആവിഷ്ക്കാര പ്രവണതകൾ നോവലിന്റെ സഹജസ്വഭാവമായി കാണണം. ഫ്രോയ്ഡിനു മുമ്പേ സങ്കീർണമായ മാനസികാവിഷ്ക്കാരങ്ങൾകൊണ്ട് വായനക്കാരനെ വിസ്മയിപ്പിക്കാൻ ഡൊസ്റ്റോവ്സ്ക്കിക്കു സാധിച്ചതിന്റെ മികച്ച തെളിവാണ് കുറ്റവും ശിക്ഷയും എന്ന നോവൽ. ഒരു വ്യക്തിയെന്നു നാം വിശ്വസിച്ചുപോരുന്ന ഏകീകൃത മനുഷ്യൻ വാസ്തവത്തിൽ പരസ്പര വിരുദ്ധങ്ങളും അസംസ്കൃതങ്ങളുമായ പല ജന്മ വാസനകളുടെയും വികാരങ്ങളുടെയും ഒരു സുഘടിതമായ കെട്ടാണെന്നുള്ള നവീന മനശ്ശാസ്ത്രത്തിലെ കണ്ടുപിടുത്തം ജ്ഞാനദൃഷ്ടിയാൽ അറിഞ്ഞ് സാഹിത്യത്തിൽ നേരത്തേ പ്രയോഗിക്കാൻ തുടങ്ങിയവരെന്ന് റഷ്യൻ നോവലെഴുത്തുകാരൻ ഡസ്റ്റോവ്സ്കിയെയും ഫ്രഞ്ചു നോവലെഴുത്തുകാരൻ സ്റ്റെന്താളിനെയും കേസരി മറ്റൊരിടത്തു(1984:61) വിശേഷിപ്പിക്കുന്നുണ്ട്.

ജ്ഞാനദൃഷ്ടികൊണ്ടു കാണുന്നത് എന്നിടത്ത് ഒരു വിശകലനം ആവശ്യമുണ്ട്. ഫ്രോയ്ഡ് സ്വീകരിച്ച രീതിശാസ്ത്രവും അതിന്റെ അടിസ്ഥാനത്തിൽ എത്തിച്ചേർന്ന നിഗമനവും അതിന്റെ സിദ്ധാന്തവൽക്കരണവും നവീനമായിരുന്നു. എത്രയോ മനുഷ്യരെ സൂക്ഷ്മമായി നിരീക്ഷിച്ച് ശാസ്ത്രീയമായാണ് അദ്ദേഹം നിഗമനത്തിലെത്തിയത്. അന്നത്തെ ജ്ഞാന സിദ്ധാന്തങ്ങളുടെയും രീതിശാസ്ത്രങ്ങളുടെയും പുതുക്കിപ്പണിയൽകൂടിയായിരുന്നു അത്. ഡൊസ്റ്റോവ്സ്കിയാകട്ടെ ആഭ്യന്തര പ്രക്ഷോഭങ്ങളും സാമ്പത്തിക മാന്ദ്യവും അന്യവൽക്കരണവും ഉഴുതുമറിച്ചിട്ട പത്തൊമ്പതാം ശതകത്തെയാണ് ഫ്രോയ്ഡിനു മുമ്പേ പകർത്തിയത്. സങ്കീർണ സന്ദർഭങ്ങളിലെ മനുഷ്യരുടെ പെരു

മാറ്റവും മാനസികാവസ്ഥകളുമായിരുന്നു അദ്ദേഹത്തിന്റെ വിഷയം. ജർമ്മനിയിൽ ഫ്രോയ്ഡും റഷ്യയിൽ ഡസ്റ്റോവ്സ്കിയും മനസ്സെന്ന മഹാലോകത്തെ രണ്ടു വിധത്തിലറിഞ്ഞു. ഒരാൾ സംഭവങ്ങളിൽനിന്ന് വൈകാരികത മാറ്റി യുക്തിനിഷ്ഠമായി. മറ്റെയാൾ സംഭവങ്ങളുടെ വൈകാരികതയിൽ പരോക്ഷ യുക്തികളുടെ പ്രകാശനമായി. പതിനെട്ടും പത്തൊമ്പതും ശതകങ്ങളിൽ ഉത്പാദന വിതരണ ബന്ധങ്ങളിലുണ്ടായ മാറ്റവും കീഴാള ജന ജാഗരണവും പുതിയ ജ്ഞാനോദയവും ചെറുത്തുനിൽപ്പുമെല്ലാം രണ്ടു സമീപനങ്ങളെയും ഊർജ്ജിതപ്പെടുത്തിയ ഘടകങ്ങളാണ്.

തൊഴിലാളി വർഗ ജീവിതം നോവലിലും ഇതര സാഹിത്യ ശാഖകളിലും പ്രത്യക്ഷപ്പെട്ടുതുടങ്ങി എന്നത്,അമ്പതുകളിലെയും അറുപതുകളിലെയും ഇംഗ്ലീഷ് സാഹിത്യത്തിലെ ഒരു പ്രധാന സംഭവമായി മേരി ഈഗിൾടെനും ഡേവിഡ് പിയേഴ്സും(Eagleton,Mary 1979:130) ചൂണ്ടിക്കാട്ടുന്നു. ഇംഗ്ലീഷ് നോവലിസ്റ്റുകളെ അപേക്ഷിച്ച് വെയിൽസിലെ തൊഴിലാളി വർഗ എഴുത്തുകാരിൽ ഭൂരിപക്ഷവും തൊഴിലാളി വർഗത്തിൽതന്നെ പിറന്നവരായിരുന്നുവെന്നും അതിനാൽ വെൽഷ് നോവലുകളിലെ ജീവിതം വർഗത്തിനകത്തുതന്നെ രൂപ്പെട്ടതാണെന്നും ഒരു പഠനത്തിൽ റെയ്മണ്ട് വില്യംസ് (1982:115) വിശദീകരിക്കുന്നുണ്ട്. ലവ് ഓൺ ദി ഡോൾ, ദി വീക്രറ്റ് കിങ്ഡം എന്നീ നോവലുകളുടെ കർത്താവായ വാൾട്ടർ ഗ്രിൻഡ്, ഡ്രിഫ്റ്റ്, എബ്ബ് ആന്റ് ഫ്ലോ എന്നീ നോവലുകളുടെ കർത്താവായ ജയിംസ് ഹാൻലി തുടങ്ങിയവരും തൊഴിലാളിവർഗ സാഹിത്യകാരന്മാരായി പരിഗണിക്കപ്പെടുന്നു. പാരീസ് കമ്യൂണോടെ ലോകശ്രദ്ധ നേടിയ പുതിയ വിപ്ലവ ശക്തിയുടെ വ്യാപനവും മുന്നേറ്റവും എല്ലാ വൻകരകളിലുമുണ്ടായി. പതിനാറാം ശതകംമുതലുള്ള ഉത്പാദനശക്തികളുടെ വളർച്ച പ്രതിപാദിക്കുന്നുണ്ട് റോബിൻസൺ ക്രൂസോ. ബൽസാക്കും റിച്ചാർഡ്സും കീഴാള ജീവിതം ആവിഷ്ക്കരിച്ചവരാണ്. ജനങ്ങളുടെ ദുരിതങ്ങളും രോഗങ്ങളും കീഴ്പ്പെടലുകളും അവരെ എങ്ങനെ അതിജീവനത്തിന് പ്രാപ്തരാക്കുന്നുവെന്നാണ് ടോൾസ്റ്റോയിയും ഡസ്റ്റോവ്സ്കിയും മാക്സിം ഗോർക്കിയും ആവിഷ്ക്കരിക്കാൻശ്രമിച്ചത്.

ഭൗതികോത്പ്പാദന രംഗത്തെ കുതിച്ചുകയറ്റം മുതലാളിത്ത മൂല്യ സങ്കൽപ്പങ്ങളെ സമ്പന്നമാക്കി. വ്യക്തികളുടെ ആത്മബോധത്തെ അതു ജ്വലിപ്പിച്ചു. സൂക്ഷ്മമായ ഒരധികാര സ്ഥാപനമായി അഹം പരിണമിക്കുന്നതെങ്ങനെയെന്ന് മുതലാളിത്ത വികാസം പഠിപ്പിച്ചു. സ്വാഭാവികമായും തനിക്കകത്തും പുറത്തുമുള്ള അധികാര സ്വരൂപങ്ങളോട് നിരന്തരം പൊരുതുന്ന ഒരു ലോക വീക്ഷണവും സൗന്ദര്യ ദർശനവും വളർന്നുവന്നു.

മൂന്നാംലോക രാജ്യങ്ങളിൽ നോവൽ ഗുണപരമായ ഒരു വഴിത്തി

രിവാണുാക്കിയത്. ലാറ്റിനമേരിക്കയിലും ആഫ്രിക്കയിലും ഇന്ത്യയിലും വിമോചനോന്മുഖവും സമരോജ്ജ്വലങ്ങളുമായ രചനകളുായി. റിയലിസ്റ്റ് രചനാ സങ്കേതം പുതിയ പരീക്ഷണങ്ങൾക്കു വിധേയമായി. സെർവാന്റീസ്, ബൽസാക്ക് തുടങ്ങിയവർ മുതൽ മൊപ്പസാങ് വരെയുള്ള നോവലിസ്റ്റുകളുടെ രചനാരീതി പുതിയ ജീവിതാവിഷ്ക്കാരത്തിനു മതിയാവാതെ വന്നു. യഥാതഥമായ സൂക്ഷ്മാവിഷ്ക്കാരം സംഭവങ്ങൾക്കൊപ്പം സംഭവ്യതകളെക്കൂടി റിയലിസത്തിന്റെ ഭാഗമാക്കി. വൈയക്തികമോ ശകലിതമോ പ്രാദേശികമോ ആയ അനുഭവഭിന്നതകൾ റിയലിസത്തിന്റെതന്നെ ആഖ്യാനഭേദമായി. ഇന്നു നാം റിയലിസത്തെക്കുറിച്ചു സംസാരിക്കുമ്പോൾ മനസ്സിലുള്ളത് ബൽസാക്കിന്റെയും ഡിക്കൻസിന്റെയും പാരമ്പര്യം മാത്രമല്ലെന്നു നിരൂപകർ (ഈവാഷേവ 1982:16) തിരിച്ചറിഞ്ഞു.

മലയാള നോവലിന്റെ ആരംഭകാലം സാമ്പ്രദായിക റിയലിസത്തിന്റെ ആവിഷ്ക്കാരഭേദംകൊണ്ടു സമ്പന്നമായിരുന്നു. സി.വി.രാമൻപിള്ളയും ഒ.ചന്തുമേനോനും ഒരേ സങ്കേതത്തിന്റെ രു ധാരകളാണ് സൃഷ്ടിച്ചത്. ഇതിൽനിന്നും ഏറെ വ്യത്യസ്തമായ ഒരു ആഖ്യാനരീതി 1940കളോടെ ഉയർന്നുവന്നു. ഈ അന്വേഷണത്തിന്റെ പുഷ്ക്കല കാലമായിരുന്നു അമ്പതുകളും അറുപതുകളും. ഈ രു ദശകങ്ങളിൽ നോവൽ സ്വരൂപത്തിനുായ പരിണതികൾ സൗന്ദര്യശാസ്ത്രത്തിന്റെയും പ്രത്യയശാസ്ത്രത്തിന്റെയും അടിസ്ഥാനത്തിലുള്ള വിശകലനങ്ങൾക്ക് വിധേയമായിട്ടുണ്ട്. കാവ്യചർച്ചകളിലെ ശുദ്ധകല/പുരോഗമനകല ചർച്ചകളുടെയും രൂപഭദ്രതാവാദങ്ങളുടെയും തുടർച്ചകൾ നോവൽ വിശകലനങ്ങളിലേക്കു കടന്നുവന്നു. രിടങ്ങഴിയോ ചെമ്മീനോ നല്ല നോവലെന്ന ചർച്ച ഒരുദാഹരണമാണ്. പ്രത്യയശാസ്ത്ര വിശകലനത്തിലൂന്നിയ ശുദ്ധ പുരോഗമനവാദികൾ രണ്ടിടങ്ങഴിയുടെയും ശുദ്ധ സൗന്ദര്യവാദികൾ ചെമ്മീനിന്റെയും പക്ഷം ചേരുകയായിരുന്നു. റിയലിസത്തിനു വന്ന വികാസം നോവൽഘടനയിലുാക്കിയ മാറ്റമാണ് പരിശോധിക്കേിയിരുന്നത്.

രണ്ടിടങ്ങഴിയോ ചെമ്മീനോ?

രണ്ടിടങ്ങഴി മണ്ണിന്റെ കഥയാണ്; ഒപ്പം ചിരുതയുടെയും. ഈ നോവലിന്റെ രണ്ടു കേന്ദ്രങ്ങളാണവ. അവയിലൂടെ നോവൽ വികസിക്കുന്നത് രണ്ടു ത്രികോണങ്ങളായി അടയാളപ്പെടുത്താം. മണ്ണ്, ജന്മി, കുടിയാൻ എന്നിവയാണ് ആദ്യ ത്രികോണത്തിലെ മൂന്നു കോണുകൾ. ചിരുത, കോരൻ (ഭർത്താവ്), ചാത്തൻ (കാമുകൻ) എന്നിങ്ങനെ രണ്ടാമത്തേതിലും.

ഈ ത്രിതല ബന്ധങ്ങൾ സമാന്തരമായി സംഭവിക്കുകയാണ്.

മണ്ണിനെ അവകാശമാക്കിയ ജൻമി, മണ്ണിനെ മോഹിക്കുന്ന തൊഴിലാളി (കുടിയാൻ), മണ്ണ് എന്നീ ഘടകങ്ങൾ തമ്മിലുള്ള ബന്ധത്തിന് സമാന്തരമായി ചിരുതയെ അവകാശമാക്കിയ കോരൻ, ചിരുതയെ മോഹിക്കുന്ന ചാത്തൻ, ചിരുത എന്നീ ഘടകങ്ങളിലൂടെ കഥ വികസിക്കുന്നു. ജൻമിയിൽ നിന്നും മണ്ണിനെ മോചിപ്പിക്കാനുള്ള സമരത്തിലാണ് കുടിയാൻമാർ. ഏറ്റുമുട്ടലുകൾ നടക്കുന്നു. ഈ സമരത്തിൽ സജീവ പങ്കാളിയാകാൻ കോരൻ രണ്ടാം ത്രികോണം തകർക്കുന്നു. ചാത്തൻ - ചിരുത ഋജുരേഖ തീർത്ത് കോരൻ ജയിലിൽ പോകുന്നു. എന്നാൽ ഛേദിക്കപ്പെട്ട ത്രികോണത്തിന്റെ ഭാഗമായി നിൽക്കാനാണ് ചാത്തനും ചിരുതയും നിശ്ചയിച്ചത്.

ജയിൽ മോചിതനായി വന്ന കോരന്, തങ്ങൾ ത്രികോണത്തിന്റെ ഭാഗം മാത്രമായിരുന്നുവെന്ന് (ഋജുരേഖയിൽ സന്ധിച്ചിട്ടില്ലെന്ന്) ബോധ്യപ്പെടുത്തിക്കൊണ്ട് ചാത്തൻ ചിരുതയെ കൈമാറുന്നു. സ്ത്രീവിനിമയത്തിന്റെ മറയലും തെളിയലുമായി ത്രിതലബന്ധം 'രണ്ടിടങ്ങഴി'യിൽ നിലനിൽക്കുന്നു.

മണ്ണ് കേന്ദ്രമായുള്ള ത്രികോണത്തിലും മാറ്റം സംഭവിച്ചിട്ടില്ല. വിനിമയങ്ങൾക്ക് ശക്തിയും വേഗവും വർദ്ധിച്ചുവെന്നേയുള്ളൂ. കോരന്റെ മകൻ വെളുത്തയും 'കൃഷിഭൂമി കർഷകന്' എന്ന മുദ്രാവാക്യം വിളിക്കുന്നു. ത്രികോണത്തിന്റെ ഘടന തകർക്കാനുള്ള ശക്തി സ്വരൂപിച്ച ഘടകം അതിന്റെ ഭാഗമായിത്തന്നെ നിലനിൽക്കുന്നു. പൊതുവിൽ വ്യവസ്ഥക്ക് ക്ഷതമേൽപ്പിക്കാത്തതും എന്നാൽ നിഷേധസ്വഭാവം പ്രകടമാക്കുന്നതുമായ പൊതുഘടനയാണ് 'രണ്ടിടങ്ങഴി'ക്കുള്ളത്. ഇതിൽ എഴുത്തുകാരന്റെ പരിമിതികൾ കാര്യമായ സ്വാധീനം ചെലുത്തിയിട്ടുണ്ട്. തകഴി തന്നെ എഴുതുന്നു.

''ഒരു കുറ്റസമ്മതം ഈ അവസരത്തിൽ നടത്തേണ്ടിയിരിക്കുന്നു. രണ്ടിടങ്ങഴിയിൽ ഒരു ജാഥയുടെ കാര്യം പറയുന്നുണ്ട്. ചെങ്കൊടി അലിഖിതമായ നിയമത്തിൽ അന്ന് നിരോധിക്കപ്പെട്ടതാണ്. ഞാനിപ്പോഴുമോർക്കുന്നു. ഒരു നിരോധനമുണ്ടാകാതിരിക്കാൻ വേണ്ടി കോൺഗ്രസ്സിന്റെ കൊടിക്കീഴിൽ എന്ന് ആ ജാഥയെ വിശേഷിപ്പിച്ചു. ഭീരുത്വമാണ്. സമ്മതിക്കുന്നു. കോൺഗ്രസ്സിന് അന്ന് പ്രത്യേകമായ ട്രേഡ് യൂണിയൻ സംഘടനകളില്ല. തൊഴിലാളികൾ സംഘടിച്ചുവെന്നേയുള്ളൂ. അത് മാർക്സിയൻ തത്വശാസ്ത്രത്തിന്റെ സ്വാധീനത്തിലുമായിരുന്നു'' (തകഴി 1991:221)

തകഴി ഏറ്റു പറയുന്ന ഈ ഭീരുത്വം 'രണ്ടിടങ്ങഴി'യെ വ്യവസ്ഥാപക്ഷ ഘടനയിൽ നിലനിർത്തിയ ഘടകങ്ങളിൽ ഒന്നാണ്.

'രണ്ടിടങ്ങഴി'യിലെന്നപോലെ രണ്ടുത്രികോണങ്ങൾ 'ചെമ്മീനി'ലും കാണാം. ഇവിടെ സ്ത്രീയും കടലുമാണ് കേന്ദ്രങ്ങൾ. കടൽ 'രണ്ടിടങ്ങഴി'യിലെ മണ്ണുതന്നെയാണ്. സാമ്പത്തികവിനിമയത്തിന്റെ അടിസ്ഥാ

നമെന്ന നിലയിലാണ് മണ്ണും കടലും പ്രസക്തമാകുന്നത്. ഇവിടെ ഒന്നാം ത്രികോണത്തിൽ, കറുത്തമ്മ, പളനി (ഭർത്താവ്), പരീക്കുട്ടി (കാമുകൻ) എന്നീ കോണുകളും രണ്ടാം ത്രികോണത്തിൽ കടൽ, ചെമ്പൻകുഞ്ഞ് (മധ്യവർത്തി), പളനി (അരയൻ) എന്നീ കോണുകളുമാണുള്ളത്.

കടപ്പുറത്തെ അരയൻമാർ മധ്യവർത്തികളുടെ ചൂഷണത്തിൽ എങ്ങനെ ബുദ്ധിമുട്ടുന്നു എന്നെഴുതണമെന്ന് ഉദ്ദേശിച്ചിരുന്നില്ലെന്നാണ് തകഴി (199 1:230) പറയുന്നത്. എന്നാൽ ചെമ്മീനിലെ പ്രകടമായ ത്രികോണമായി കടൽ - മധ്യവർത്തി - അരയൻ ബന്ധം നിലനിൽക്കുന്നു. ആ ബന്ധത്തിലാകട്ടെ, മണ്ണിനുവേണ്ടിയുള്ള ജൻമി-കുടിയാൻ സംഘർഷത്തി(രണ്ടിടങ്ങഴി)ലെന്ന പോലെയുള്ള വർഗ്ഗസമര തീക്ഷ്ണത കാണുന്നില്ല. ആ സമരതീക്ഷ്ണതകൂടി കറുത്തമ്മയെ കേന്ദ്രീകരിച്ചുള്ള നോവലിന്റെ ഒന്നാം വിതാനത്തിൽ പ്രത്യക്ഷപ്പെടുന്നു. കറുത്തമ്മയെ അവകാശമാക്കിയ പളനി(ഭർത്താവ്)യും കറുത്തമ്മയെ മോഹിച്ച പരീക്കുട്ടി(കാമുകൻ)യും കറുത്തമ്മയിലെത്താൻ ഒരുപോലെ പൊരുതുന്നു. രണ്ടിടങ്ങഴിയിലെന്നപോലെ ഇവിടെ അനുരഞ്ജനത്തിന്റെ അച്ചടക്കം നിലനിൽക്കുന്നില്ല. കറുത്തമ്മയുടെ അവകാശം നേടിയെടുത്താണ് പരീക്കുട്ടി ജയിക്കുന്നത്. ആ ജയം കറുത്തമ്മയിൽ മുങ്ങിയുള്ള മരണമായി. പളനിയാകട്ടെ, ഒന്നാം ക്രമത്തിലെ ത്രികോണത്തിൽ മാത്രമല്ല, രണ്ടാം ക്രമത്തിലെ ത്രികോണത്തിലും ഭാഗമാണ്. അവിടെ അയാൾ അരയനാണ്. മധ്യവർത്തികളിൽനിന്ന് കടലിന്റെ അവകാശം നേടാനുള്ള അപ്രഖ്യാപിത സമരത്തിന്റെ അധ്വാനപ്രതീകം. പളനി കടലിൽ പൊരുതി ജീവിക്കുന്നു. പരീക്കുട്ടി കറുത്തമ്മയിൽ മരിക്കുമ്പോൾ പളനി കടലിൽ വർദ്ധിച്ച ആവേശത്തോടെ പൊരുതി മരിക്കുകയായിരുന്നു. ഈ രക്തസാക്ഷിത്വങ്ങളിൽ രണ്ടു ഘടനകൾ തകർത്തതിന്റെ വിജയമുണ്ട്. രണ്ടിടങ്ങഴിയിൽ സംരക്ഷിച്ചുപോന്ന വ്യവസ്ഥാ സ്വരൂപം ചെമ്മീനിൽ തകരുന്നു. ''ഈ കൃതിയിൽ (ചെമ്മീനിൽ) എന്താണ് പുരോഗമനപരമായ ആശയം എന്നു കണ്ടുപിടിക്കാൻ മിനക്കെടുന്നവർ നിരാശരാവുകയേ വഴിയുള്ളൂ'' എന്ന (എൻ. കൃഷ്ണപിള്ള (1990:56) അഭിപ്രായം സുചിന്തിതമല്ലെന്നു പറയേണ്ടിവരുന്നു.

രണ്ടുനോവലുകളെയും ചലനാത്മകമാക്കുന്നത് സമ്പദ്‌വിനിമയവും സ്ത്രീവിനിമയവുമാണെന്ന് കാണാം. ചെമ്പൻകുഞ്ഞിനെ കേന്ദ്രീകരിച്ച് ചെമ്മീനിൽ സമ്പദ്‌വിനിമയത്തിന്റെയും ചുഷണത്തിന്റെയും വ്യവസ്ഥ തെളിയുന്നു. ഈ വ്യവസ്ഥയുടെ സൂക്ഷ്മം, പ്രണയത്തെയും ജീവിതത്തെയും എങ്ങനെ മാറ്റുന്നു എന്നത് നോവലിന്റെ ഒന്നാം വിതാനമായി ഉയരുന്നു. സാമൂഹികഘടനയും നിയമങ്ങളും രണ്ടിടങ്ങഴിയിൽ ഒന്നാം ഘടനയിൽ നിന്ന് പ്രണയത്തെയും ആന്തരികജീവിതത്തെയും നിർണ്ണയിച്ചുവെങ്കിൽ ചെമ്മീനിൽ അകപ്പൊരുളായിനിന്നാണ്

നിർണ്ണയിക്കുന്നത്. രണ്ടിടങ്ങഴിയിലെ സ്ഥൂലാനുഭവത്തിന്റെ സൂക്ഷ്മം തന്നെയാണ് ചെമ്മീൻ. സുക്ഷ്മത്തിലേക്കുള്ള ഈ കേന്ദ്രീകരണമാണ് രണ്ടിടങ്ങഴിയുടെ ഘടന തന്നെ തകർക്കാൻ ചെമ്മീനിൽ പ്രേരണയാവുന്നത്. കലാസുഭഗമാകുമ്പോഴും വൈയക്തികമാകുമ്പോഴും റിയലിസം മാറിനിൽക്കുന്നുവെന്ന ധാരണയെ ഇതു കീഴ്മേൽ മറിക്കുന്നു. റിയലിസം രണ്ടിടങ്ങഴിയിൽ സ്ഥൂലാനുഭവമായിരുന്നുവെങ്കിൽ, ചെമ്മീനിൽ സൂക്ഷ്മാനുഭുവമാകുന്നു. ഈ രണ്ട് അനുഭവങ്ങളും വ്യത്യസ്തങ്ങളായും സമന്വയിപ്പിക്കാനുള്ള ശ്രമമായും അമ്പതുകളിലും അറുപതുകളിലും മലയാളനോവലിൽ പ്രത്യക്ഷപ്പെടുന്നുണ്ട്. അതു വിവരിക്കുന്നതിനുമുമ്പ് ആഖ്യാനസവിശേഷത കൂടി ശ്രദ്ധിക്കാം.

'രണ്ടിടങ്ങഴി' യിലെ രണ്ട് ഇടങ്ങഴികൾ രണ്ട് നീതികളാണ്. ജൻമിയുടെയും കുടിയാന്റെയും നീതി. അകത്തേക്കളക്കാനും പുറത്തേക്കളക്കാനും രണ്ട് പാത്രങ്ങളാണ്; രണ്ടളവുകൾ. പാട്ടവും കൂലിയുമായി ഈ അളവുകളുടെ ക്രമരഹിതമായ വിതരണത്തിലൂടെയാണ് രണ്ടിടങ്ങഴിയിലെ സമ്പദ്ഘടന പുലരുന്നത്. ഈ നോവലിന്റെ ആഖ്യാനത്തിലെ കേന്ദ്രപദമായി 'ഇടങ്ങഴി' മാറുന്നത് അങ്ങനെയാണ്. ചെമ്മീനിൽ നെല്ലിനുപകരം പണമാണ് വിനിമയവസ്തു. പരീക്കുട്ടി എന്ന കൊച്ചുമുതലാളിയുടെ പണം ചെമ്പൻകുഞ്ഞിനും പാട്ട് കറുത്തമ്മയ്ക്കും ജീവിതമായി മാറുന്നതെങ്ങനെയെന്നാണ് ചെമ്മീൻ വരക്കുന്നത്. പണവും പാട്ടും ഈ നോവലിന്റെ രണ്ടു വിതാനങ്ങളുടെ കേന്ദ്രവിനിമയവസ്തുക്കളായി മാറുന്നു.

സമൂഹത്തിലെ മുഖ്യവൈരുധ്യം ഒന്നാംഘടനയാകുന്ന നോവലിൽ, ഒരു തുറന്ന സമീപനത്തിന് പ്രാധാന്യം ലഭിക്കുന്നു. വാമൊഴിയിൽ സംഭാഷണം, നേരിട്ടുള്ള വിവരണം, സ്വാഭാവികവും ക്രമാനുഗതവുമായ ഇതിവൃത്തവികാസം തുടങ്ങിയവ പ്രത്യേകതകളാണ്. കഥാപാത്രങ്ങൾ പ്രത്യേകവർഗ്ഗത്തിന്റെയോ സ്വഭാവത്തിന്റെയോ പ്രതിനിധികളാകും. അതുകൊണ്ടുതന്നെ പ്രത്യേക 'വാർപ്പു' (types) കളായി മാറാനുള്ള സാധ്യത കൂടുതലാണ്. കോരനും ചിരുതയും അധ്വാനവർഗത്തിന്റെ പ്രതിനിധികാളമാണ്; ദമ്പതികളുമാണ്. "ഈ നെറ്റീല് ഒരു പൊട്ടുമിട്ട്, നല്ല തുണീമുടുത്ത്,പട്ടുകൊണ്ടുള്ള ഒരു ചട്ടേമിടീച്ച് എൻ പെണ്ണിനെ ഒന്ന് ഒരുങ്ങിക്കണ്ടെങ്കില്" (തകഴി 1951 :22) എന്ന ചിരുതയെക്കുറിച്ചുള്ള കോരന്റെ കൊതി വർഗപരിമിതികളെ മറികടക്കാനുള്ള ഇച്ഛയുടേതു കൂടിയാണ്. സ്വപ്നത്തിൽപോലും പ്രകടമാകുന്നത് വർഗവൈരുധ്യമാണ്. അത്യന്തം അടിച്ചമർത്തപ്പെടുന്ന അധ്വാനവർഗത്തിലെ സ്ത്രീയെ ഉപരിവർഗത്തിന്റെ പൂമുഖത്തു നിർത്താനുള്ള സമരം കൂടി കോരന്റെ ഈ മോഹത്തിലുണ്ട്. ആറായിരം പറ കണ്ടം, ഇരുപത്തിനാലായിരം കായൽ, കൂലിയേൻ, പന്ത, കളം, പായിടം, പതം, പൊലി തുടങ്ങിയ കാർഷികപദങ്ങൾ രണ്ടിടങ്ങഴിയിൽ സൃഷ്ടിക്കുന്ന അന്ത

രീക്ഷം, സംഭാഷണത്തിന്റെ ഗ്രാമ്യത തുടങ്ങിയവയും നോവലിന്റെ പൊതുവൈരുദ്ധ്യത്തെ തീവ്രതരമാക്കുന്നവയാണ്.

സൂക്ഷ്മസാമൂഹികാനുഭവം

സ്ഥൂലസാമൂഹിക സന്ദർഭ (Macro Social Context)ങ്ങളിൽനിന്നും സൂക്ഷ്മസാമൂഹിക സന്ദർഭ(Micro Social Context)ങ്ങളിലേക്കുള്ള വളർച്ചയാണ് അമ്പതുകളിലും അറുപതുകളിലും മലയാളനോവലുകളിൽ അവതീർണമായത്. ജൻമി -കുടിയാൻ വൈരുധ്യം ഏറ്റവും മൂർച്ഛിച്ച ഘട്ടത്തിൽ വൈരുധ്യതീക്ഷ്ണമായ സ്ഥൂലാനുഭവങ്ങളിൽ ഊന്നിയുള്ള രചനകൾ സാഹിത്യത്തിന്റെ വിവിധ മണ്ഡലങ്ങളിലുണ്ടായി. 1930കളിലും നാല്പതുകളിലും അമ്പതുകളുടെ തുടക്കത്തിലും ഈ പ്രവണതകൾ കാണാം. കേരളത്തിൽ തൊഴിലാളി പ്രസ്ഥാനങ്ങൾ രൂപംകൊള്ളുകയും കാർഷികകലാപങ്ങൾ രൂക്ഷമാവുകയും നവോത്ഥാനാശയങ്ങൾ പ്രചരിക്കുകയും ചെയ്തുതുടങ്ങിയപ്പോൾ കഥയിലും കവിതയിലും നാടകത്തിലും മുഖ്യവൈരുധ്യങ്ങളിലൂന്നിയുള്ള രചനകൾ പ്രത്യക്ഷപ്പെട്ടു. തോട്ടിയുടെ മകൻ, രണ്ടിടങ്ങഴി (തകഴി), ഓടയിൽനിന്ന്, കണ്ണാടി, ഉലക്ക(കേശവദേവ്), മണ്ണിന്റെ മാറിൽ, ശനിദശ (ചെറുകാട്) തുടങ്ങിയ നോവലുകൾ ഈ അനുഭവത്തിന്റെ സാക്ഷ്യപത്രങ്ങളാണ്.

''വടക്ക് പന്നിക്കോടൻ മല, കിഴക്ക് തൊപ്പിക്കുന്ന്, തെക്ക് തീണ്ടാത്തോട്, പടിഞ്ഞാറ് നെടുങ്ങൻകുന്ന്, ഇങ്ങനെ നാലതിരോടുകൂടി പരന്നുകിടക്കുന്ന നാലുനാഴിക സമചതുരത്തിലുള്ള വടക്കുമ്പാട് മുഴുവൻ നായർവീട്ടുകാർ വെട്ടിപ്പിടിച്ചതാണ്.''(ചെറുകാട് 19 54:9).

എന്നിങ്ങനെ മണ്ണിനെ പരിചയപ്പെടുത്തിക്കൊണ്ടാണ് ചെറുകാടിന്റെ 'മണ്ണിന്റെ മാറിൽ' തുടങ്ങുന്നത്. തുടർന്ന് മണ്ണ്- ജൻമി - കുടിയാൻ ത്രികോണത്തിന്റെ സംഘർഷ നിർഭരമായ ഇടപെടലുകളാണ് ഇതിവൃത്തം. ജൻമിയെ വെട്ടി കുടിയാൻ മണ്ണിൽ കൊടിനാട്ടുകയാണ്. 'രണ്ടിടങ്ങഴി'യിൽ തകരാതെ നിന്ന വ്യവ്സ്ഥാഘടന 'മണ്ണിന്റെ മാറിൽ' എന്ന കൃതിയിൽ തകരുന്നു.

''തല നരച്ച്, കവിളൊട്ടി, കണ്ണ് കുണ്ടിൽ പോയി നിൽക്കുന്ന കാളിയിൽ, ഒരു പുഞ്ചിരിയിൽ, പ്രാർത്ഥനയിൽ കൊണ്ടേരനൊരു രതീദേവിയെ കണ്ടു''(ചെറുകാട് 1954:24).

''പൊട്ടും ചട്ടേം ചാർത്തി'' സൗന്ദര്യമുണ്ടാക്കാൻ കൊണ്ടേരൻ കോരനെപ്പോലെ തുനിയുന്നില്ല. ഉള്ളതിലെ സൗന്ദര്യം അധ്വാനമുദ്രകളാണെന്ന് പ്രത്യയശാസ്ത്രപിൻബലത്തോടെ ഉറപ്പിക്കുകയുമല്ല. കീഴമർത്തപ്പെടുന്നവരുടെ നിഷ്കളങ്ക സ്നേഹവും രതിയും അതിന്റെ വർഗമുദ്രകളോടെ തെളിയുകയാണ്. പലപ്പോഴും ഉപരിവർഗനോവലിസ്റ്റുകളുടെ കരവിരുതിൽ കനിയാതിരുന്ന 'വർഗപരത' തൊഴിലാളി

വർഗനോവലിന്റെ പോരായ്മയായി റെയ്മണ്ട് വില്യംസ് (Williams 1982:113) ചൂണ്ടിക്കാട്ടിയിട്ടുണ്ട്. ചെറുകാട് ആ പരിമിതിയെ മറികടക്കുന്നതിനുദാഹരണമാണ് മുകളിലെ വാക്യം. ഈ വർഗപരത ചെറുകാടിനെ മലയാളത്തിൽ അപൂർവ്വമായ്തൊഴിലാളിവർഗനോവലിന്റെ ആചാര്യനാക്കുന്നു. രണ്ടിടങ്ങഴിയിൽ തിടംവെച്ച വർഗപാരമ്പര്യത്തിന്റെ ഈ തുടർച്ച സ്വീകാര്യമോ നിഷേധമോ ആയി അമ്പതുകളിലെയും അറുപതുകളിലെയും നോവൽ കൈയേറ്റിട്ടുണ്ട്.

സ്ഥൂലസാമൂഹികാവസ്ഥകളുടെ ഈ തീവ്രമായ നോവൽ അനുഭവങ്ങൾക്കൊപ്പം തന്നെ സൂക്ഷ്മാവസ്ഥകളുടെ അനുഭവങ്ങളും മലയാളത്തിൽ പ്രത്യക്ഷപ്പെട്ടിട്ടുണ്ട്. നോവലിന്റെ വ്യവസ്ഥാപിത ഘടനയോട് ഇടഞ്ഞുനിൽക്കുന്ന 'ബാല്യകാലസഖി' (വൈക്കം മുഹമ്മദ് ബഷീർ) ഇക്കൂട്ടത്തിൽ പ്രഥമ ഗണനീയനാണ്.

സുഹ്റ മജീദിന്റെ ബാല്യകാലസഖിയാണ്; കാമുകിയാണ്. സുഹറയെ വിവാഹം കഴിക്കാൻ മജീദ് ആഗ്രഹിക്കുന്നു. പലവിധക്ലേശങ്ങൾക്കിടയിൽ മജീദിന് അതു സാധിച്ചില്ല. സുഹ്റയെ കേന്ദ്രീകരിച്ചുള്ള ത്രികോണത്തിന്റെ ഒരു ധ്രുവം ഭർത്താവു തന്നെ. വിവാഹത്തിനുമുമ്പു സുഹ്റയെ വേൾക്കാനുള്ള യോഗ്യത ഒരു ആദർശാത്മക ഭർത്താവിനെ ത്രികോണത്തിൽ പ്രതിഷ്ഠിച്ചിട്ടുണ്ട്. ആ പദവിയിലേക്ക് കയറിയിരുന്ന് സുഹ്റയിലേക്ക് ഒരു നേർരേഖാബന്ധം സ്ഥാപിക്കാനാണ് മജീദ് ആഗ്രഹിച്ചത്. മജീദ് ജീവിതം കണ്ടെടുക്കാൻ നാടുവിടുന്നു. സമൂഹഘടനയുടെ ഭ്രമണപഥങ്ങളിൽനിന്ന് സ്വയം നിഷ്കാസിതരാവുകയും കൂടുതൽ കരുത്തോടെ തിരിച്ചുവരികയും ചെയ്ത നായകൻമാർ മലയാളത്തിൽ അപൂർവ്വമല്ല. 'ഇന്ദുലേഖ'യിൽ ഒരു നാടുവിടലിന്റെ സംഘർഷനിർഭരമായ ഇടവേളക്കുശേഷമാണ് മാധവൻ ഇന്ദുലേഖയെ വേൾക്കുന്നത്. മായന് 'ഉമ്മാച്ചു' വിനെ കിട്ടുന്നത് ഒരു വയനാടൻ ജീവിതം തേടിപ്പിടിച്ച ശേഷമാണ്. പഴയ നാലുകെട്ട് തിരിച്ചുപിടിക്കാൻ അപ്പുണ്ണിക്ക് മറുനാട്ടിൽ പോയിവരേണ്ടിവരുന്നു. നായകൻമാർക്ക് ഊർജ്ജം പകരുന്ന ഒരു ഘടകമായി മറുനാടൻ യാത്ര മലയാളനോവലിൽ പ്രത്യക്ഷപ്പെടുന്നുണ്ട്. എന്നാൽ 'ബാല്യകാലസഖി'യിലെ നായകൻ ഈ ഘടനാമാറ്റംകൊണ്ട് രക്ഷപ്പെടുന്നില്ല. മജീദ് എല്ലായിടത്തും മജീദ് മാത്രമായിപ്പോകുന്നു. പണമുണ്ടാക്കാനോ പ്രണയിനിയെ സ്വന്തമാക്കാനോ കഴിയാതെ ത്രികോണത്തിൽനിന്ന് സ്വയം നിഷ്കാസിതനാവുകയാണ് മജീദ്. അസമമായ സമ്പദ്വിതരണത്തിന്റെ ബലിയാടാവുകയാണ് അയാൾ. അതുപക്ഷേ സമ്പദ്വിതരണത്തിന്റെ രേഖാചിത്രങ്ങളിലൂടെയല്ല, മനോഭാവങ്ങളുടെ നിഴലുകളിലൂടെയാണ് ബഷീർ ആവിഷ്കരിച്ചിരിക്കുന്നത്. പിടികൊടുക്കാത്ത ശരീരവും മനസ്സുമുള്ള പപ്പു (കേശവദേവ് 1964) ക്ലേശനിർഭരമായ ജീവിതത്തിന്റെ സ്ഥൂലസൂക്ഷ്മഭാവങ്ങൾ ഒരുപോലെ പങ്കുവെക്കുന്നു.

'ഓടയിൽ നിന്നി'ൽ സ്ത്രീ-പുരുഷ-പരപുരുഷ സാന്നിധ്യമുണ്ടെങ്കിലും അത് സ്ത്രീ- ഭർത്താവ് -കാമുകത്രികോണത്തിന്റെ സാമ്പ്രദായിക ശീലം പുലർത്തുന്നില്ല. സ്ത്രീയെ കേന്ദ്രമാക്കിയല്ല കഥാഗതി. പപ്പുവാണ് കഥാകേന്ദ്രം. വ്യവസ്ഥാനിഷേധത്തിന്റെ രൂപകമാണ് പപ്പു. ഭർത്താവു മരിച്ച കല്യാണിയെയും ലക്ഷ്മിയെയും പുലർത്തുമ്പോൾ അയാൾ വ്യവസ്ഥാനിഷേധത്തിന്റെ സുഖകരമായ വേദനയാണനുഭവിക്കുന്നത്. കീഴ്വഴക്കങ്ങളോ ആചാരങ്ങളോ പപ്പുവിന് തടസ്സമാകുന്നില്ല. അസ്തിത്വത്തെക്കുറിച്ചുള്ള ഒരു പ്രശ്നംകൂടി 'ഓടയിൽനിന്നി'ൽ കാണാം. പപ്പു, തനിക്കെന്തെങ്കിലും സമ്പാദിക്കണമെന്നല്ല ആഗ്രഹിക്കുന്നത് താൻ ആർക്കെങ്കിലും പ്രയോജനപ്പെടണമെന്നാണ്. തനിക്കുവേണ്ടി ലോകം എന്ന കാഴ്ചപ്പാടിൽ നിന്നും ലോകത്തിനുവേണ്ടി താൻ എന്ന ധാരണയിലേക്കു വളർന്ന നായകനാണിത്. ലക്ഷ്മിയുടെ വിവാഹം തീരുമാനിച്ചതോടെ 'ഇനി ഞാൻ ആർക്കുവേണ്ടി ജോലി ചെയ്യും?' (കേശവദേവ് 1961:108) എന്നാണ് പപ്പു ദുഃഖിക്കുന്നത്. 'കൃതജ്ഞതയും കാത്തു കിടക്കുന്ന പട്ടിയല്ലാ ഞാൻ' (കേശവദേവ് 1961:117) എന്ന് ലക്ഷ്മിയോട് അലറുന്ന പപ്പുവിന്റെ ചിത്രവുംകൂടി കൂട്ടിവായിച്ചാൽ ഒന്നും വാങ്ങാതെ കൊടുക്കുക മാത്രം ചെയ്യുന്ന ഒരു നിഷേധി തെളിഞ്ഞുവരും. ലക്ഷ്മിയുടെയും കല്യാണിയുടെയും സൗഭാഗ്യങ്ങളിൽ പങ്കാളിയാകാതെ, അകന്നുപോകുന്ന ചുമയായി പപ്പു അയാളുടെ അസ്തിത്വം സംബന്ധിച്ച ഒരു പ്രഹേളിക തീർക്കുന്നു.

മാവിന്റെ മുകളിൽ കയറി മക്കയും മദീനയും കാണുന്ന (ബഷീർ 1992:125) ബാല്യകാലസഖിയിലെ മജീദ് പള്ളിയുടെ മുകളിൽ കയറി മക്കയും മദീനയും സുവർക്കവും കാണുന്ന (ഉറൂബ് 1954:34) ഉമ്മാച്ചുവിലെ ബീരാൻ, മായൻ എന്നിവരൊന്നും പുറംലോകത്തേക്കു കുതിക്കുകയല്ല, ബാല്യത്തിലെ വിമോചനസങ്കല്പത്തിന്റെ വാതിൽ തുറന്നിടുകയാണ്. മജീദിനോട് ലോകത്തിന്റെ അറ്റം കണ്ടുവരാൻ ബാപ്പ അലറുന്നുണ്ട്. ഈ ബാപ്പ ബഷീർ തന്നെയാണ്. ലോകം ചുറ്റിക്കണ്ട ബഷീറിന് ലോകം എങ്ങും ഒരുപോലെയാണെന്നറിയാം. പക്ഷേ കുട്ടികൾക്ക് ലോകത്തിന്റെ അറ്റം ഒരു ഭ്രമാത്മക മിഥ്യയാണ്.

''അവൻ നാട്ടിലുള്ള മാവുകളിലൊക്കെ വലിഞ്ഞുകയറും. അവയുടെ ഉച്ചിയിലെ ചില്ലക്കൊമ്പുകളിൽ പിടിച്ച് ഇലപ്പടർപ്പുകളുടെ മീതേക്കൂടി അനന്തമായ ലോകവിശാലതയിൽ നോക്കുക. അവന് ഒരു രസമാണ്. ചക്രവാളത്തിന്റെ അപ്പുറത്തുള്ള ലോകങ്ങൾ കാണുക അവന് കൊതിയാണ്'' (ബഷീർ 1992:136).

എന്നിങ്ങനെ മജീദിന്റെ സ്വഭാവം ബഷീർ വിവരിക്കുന്നുണ്ട്. 'ചക്രവാളത്തിന്റെ അപ്പുറത്തുള്ള ലോകം കാണാനുള്ള കൊതി' ബാല്യകാലഫാന്റസിയായി, അമ്പതുകളിലെയും അറുപതുകളിലെയും നോവലുകളിൽ സമാന സന്ദർഭങ്ങളിൽ പ്രത്യക്ഷപ്പെടുന്നുണ്ട്. മാധവന്റെ

(ഇന്ദുലേഖ)ദേശസഞ്ചാരത്തിൽ നിന്നും ഭിന്നമായി മജീദിന്റെ യാത്ര ദാർശനികമാനം കൈവരിക്കുന്നതങ്ങിനെയാണ്. നാടുവിട്ട് പട്ടണത്തിലെത്തുന്ന 'ഓടയിൽ നിന്നി'ലെ പപ്പുവാകട്ടെ, വിധേയത്വത്തിന്റെ ഒരു ഘടന തകർത്ത് തന്നെ കേന്ദ്രമാക്കിയുള്ള ഒരു ഘടന തീർക്കുന്നു. ഫ്യൂഡൽ സമുദായഘടനയിൽനിന്നും നാഗരികസമുദായ ഘടനയിലേക്കുള്ള മാറ്റത്തിൽ വ്യക്തിക്കുണ്ടാകുന്ന വിമോചനത്തിന് നിദർശനമാകുകയാണ് പപ്പുവിന്റെ ജീവിതം.

'തീച്ചെരവകൊണ്ട് മാന്തേറ്റതുപോലെ' (ബഷീർ 1992:125) 'ഭൂതകാലത്തിന്റെ ഹൃദയത്തിൽനിന്നെന്നോണം അവൾ വിളികേട്ടു'(ബഷീർ 1992:159), അജ്ഞാതമായ ഭാവിയിലേക്ക് അവൻ ഇറങ്ങി'(ബഷീർ 1992:168) എന്നിങ്ങനെയുള്ള ഭാഷാപ്രയോഗങ്ങൾ ദേവിന്റെയോ, തകഴിയുടേയോ ആദ്യകാലരചനകളിൽ കാണുക പ്രയാസമാണ്. സമൂഹത്തിന്റെ ബാഹ്യതലത്തിലല്ല ബഷീറിന്റെ നില്പ്. മറ്റുള്ളവർ ഭാഷയുടെ അനുഭവം പകർന്നപ്പോൾ അനുഭവങ്ങളുടെ ഭാഷയാണ് ബഷീർ എഴുതിയത്. അതിനാൽ ഭാഷയിലെ പ്രത്യക്ഷവൈരുധ്യം പോലും ജീവിതത്തിന്റെ 'ചോര കിനിയുന്ന ഏടാ'യി മാറി.

ഭാഷയിലെ ഈ വൈരുധ്യാസ്പദ ചേരുവകൾ പാഠത്തെ പ്രശ്നപാഠ (Interrogative text)മാക്കിത്തീർക്കുന്നുമുണ്ട്. ഭാഷാവ്യവഹാരത്തിന്റെ മൂന്നു പ്രധാന ധർമ്മങ്ങൾ ഭാഷാശാസ്ത്രജ്ഞനായ എമിലി ബെൻവനിസ്റ്റെ (Benveniste 1971)ചൂണ്ടിക്കാട്ടുന്നുണ്ട്. നിവേദകം (declarative), വിധായകം (imperative), പ്രശ്നാസ്പദം (Interrogative) എന്നിവയാണവ. നിരുപദ്രവകരമായ അറിവുപോലെ നിവേദിക്കുന്ന നിവേദകമോ പ്രചരണാത്മകമായ വിധായകമോ ആയ പാഠങ്ങളാണ് ആദ്യകാലയഥാതഥ നോവലുകൾ പകർത്തിയിരുന്നതെങ്കിൽ ഒരു പ്രശ്നഘടന നോവൽസ്വരൂപം കൈയേൽക്കുന്നത് ബാല്യകാലസഖിയിലാണ്. ചന്തുമേനോന്റെയും സി.വി. രാമൻപിള്ളയുടെയും നോവലുകളിൽ പ്രശ്നപാഠങ്ങൾ തല പൊക്കുന്നുണ്ടെങ്കിലും അതു നോവലിനെ അടിസ്ഥാനപരമായി സ്വാധീനിക്കുന്നത് അമ്പതുകളോടെയാണ്. പ്രശ്നപാഠത്തിന്റെ ഒരു സവിശേഷത അതു വായനക്കാരനെക്കൂടി പാഠനിർമ്മിതിയിൽ സജീവപങ്കാളിയാക്കുന്നു എന്നതാണെന്ന് കാതറിൻ ബെൽസി (Belsey 1988:91) ചൂണ്ടിക്കാട്ടുന്നു. പ്രേക്ഷകന് പൂരിപ്പിക്കാൻ അപൂർണ്ണതയിൽ നാടകം അവസാനിപ്പിക്കുന്ന ബ്രഹ്തിയൻ തന്ത്രം പോലെയാണിത് എന്ന അൽത്തൂസറിന്റെ അഭിപ്രായവും അദ്ദേഹം (Belsey 1988:92)ഉദ്ധരിക്കുന്നുണ്ട്.

"കാലത്തിന് വിമാനത്തിന്റെ വേഗതയും കാട്ടുപോത്തിന്റെ ക്രൂരതയുമാണെന്നു തോന്നി." (ഉറൂബ് 1974:26) എന്ന വാക്യം ശ്രദ്ധിക്കുക. ജീവിതത്തിൽ ആധുനികമായ സുഖസൗകര്യങ്ങളെല്ലാമുണ്ട്. എന്നിട്ടും മനുഷ്യസ്വഭാവം അപരിഷ്കൃതമായിത്തുടരുന്നു. വിമാനവും കാട്ടു

പോത്തും തമ്മിലുള്ള വൈരുധ്യം, നാഗരികത/വന്യത എന്ന ദ്വന്ദ്വം തന്നെയാണ്. ജീവിതത്തിന്റെ ഈ വിപര്യയം സൂക്ഷ്മദൃക്കുക്കൾക്ക് പകർത്താതിരിക്കാനാവില്ല. അതിനാൽ രചനയിൽ പല രീതിയിൽ ഈ വൈരുധ്യം പ്രകടമാകുന്നു. ഉദാ:-

'ഞാനൊന്നുമറിഞ്ഞില്ല എന്നു നീരാളി ഒന്നനങ്ങുന്നു. ഇര അതു കാണുന്നില്ല. ഭായി ഭായി. അഹിംസ, ബുദ്ധഭഗവാൻ, നീരാളി ഇരയെ ആലിംഗനം ചെയ്യുകയാണ് പഞ്ചശീലങ്ങൾ. ഞാനും നീയും ബുദ്ധന്റെ പിൻതലമുറക്കാർ. നീ ബുദ്ധനെ മറന്നു. ഞാൻ ബുദ്ധനെ ദത്തെടുത്തു. ഇരയ്ക്കൊരു രസം. സാംസ്കാരിക നവോത്ഥാനം. ചരിത്രസത്യങ്ങൾ. ഭായി ഭായി മുറുകെ മുറുകെ ചുറ്റുന്നു. ശ്വാസം മുട്ടുന്നു. ഭാ- ശ്വാസമില്ല, എല്ലുകൾ ഞെരിയുന്നു, ഞെരിയുന്നു. ജീവൻ പിഴിഞ്ഞെടുക്കുകയാണ്'' (കോവിലൻ 1969:56).

മുകളിലെ ഖണ്ഡത്തിൽ ബുദ്ധനും യുദ്ധവും തമ്മിലുള്ള ഘടകബന്ധം ശ്രദ്ധേയമാണ്. നീരാളി/ഇര, ആലിംഗനം/ശ്വാസംമുട്ടൽ, ബുദ്ധൻ/യുദ്ധം തുടങ്ങിയവ ശിഥിലവാക്യങ്ങളിൽ സമീപഘടകങ്ങളായി വ്യവസ്ഥാപിത അനുഭവങ്ങളും നിഷേധവും പകരുന്നു. എഴുത്തുകാരൻ അകന്നുനിന്ന് വായനക്കാരനെ പ്രശ്നഭൂമിയിൽ വിടുന്നു.

''അങ്ങനെ പാവപ്പെട്ടവർ ഒന്നിച്ചപ്പോൾ അവന്റെ നാവനങ്ങിത്തുടങ്ങി. പറയനെ മേലാളർ തീറ്റിപ്പോറ്റുമെന്നു പറയുമ്പോൾ, അവനു കൂലി കൊടുക്കുന്നതു സൗജന്യമെന്നു പറയുമ്പോൾ, അതിനു അവൻ ഉത്തരം പറയാൻ തുടങ്ങി. (തകഴി 1951:135)

എന്നിങ്ങനെ പഴയ ചില പ്രാസപ്രയോഗങ്ങളിൽ (നാവനങ്ങിത്തുടങ്ങി/പറയാൻ തുടങ്ങി, തീറ്റിപ്പോറ്റുമെന്നു പറയുമ്പോൾ/സൗജന്യമെന്നുപറയുമ്പോൾ) ഒതുങ്ങിനിന്ന കേവലവിവരണരീതിയുടെ സ്ഥാനത്ത് വിപ്ലവകരമായ മാറ്റമാണുണ്ടായത്. തെരഞ്ഞെടുപ്പിന്റെയും സംയോജനത്തിന്റെയും സാധ്യതകൾ ഭാഷയെ ആഴത്തിൽ പരിവർത്തനവിധേയമാക്കി.

''വ്യത്യസ്ത സാമൂഹിക വിഭാഗങ്ങളുടെ യാന്ത്രികപ്രതിഫലനമല്ല ഇന്നു സാഹിത്യം. ബോധത്തിന്റെ പുതിയ ക്രമീകരണമാണത്. മഹത്തായ സാഹിത്യത്തിന്റെ ചരിത്രപ്രാധാന്യവും അനന്യതയും ഈ ബോധധാരയുടെ വിപ്ലവാത്മകമായ പുനർനിർമാണവുമായി ബന്ധപ്പെട്ടിരിക്കും.'' എന്നാണ് ജോൺ ഓർ (1977:34) അഭിപ്രായപ്പെടുന്നത്.

''വളരും, വളർന്നു വലിയ ആളാവും, കൈകൾക്കു നല്ല കരുത്തുണ്ടാവും. അന്ന് ആരേയും ഭയപ്പെടേണ്ടതില്ല. തലയുയർത്തിപ്പിടിച്ചു കൊണ്ടുനിൽക്കാം. 'ആരെടാ?' എന്നു ചോദിച്ചാൽ പരുങ്ങാതെ ഉറച്ച സ്വരത്തിൽ പറയാം: 'ഞാനാണ്, കോന്തുണ്ണി നായരുടെ മകൻ അപ്പുണ്ണി'' (വാസുദേവൻനായർ 1970:5).

എം.ടിയുടെ 'നാലുകെട്ടി'ന്റെ തുടക്കമാണ് മുകളിൽ ഉദ്ധരിച്ചു

ചേർത്തിട്ടുള്ളത്. ഈ ഖണ്ഡത്തിൽ തെളിയുന്ന രണ്ടു ചിത്രങ്ങളുണ്ട്.

ഒന്ന്	രണ്ട്
കുട്ടി	വലിയ ആൾ
ഇളംകൈകൾ	കരുത്താർന്ന കൈകൾ
ഭയമുള്ളവൻ	ഭയമില്ലാത്തവൻ
ചിതറിയ സ്വരം	ഉറച്ചസ്വരം
കുനിഞ്ഞ തല	ഉയർത്തിയ തല

ഈ ദ്വന്ദ്വങ്ങളിലൂടെയാണ് കുട്ടിയുടെ വളർച്ചയും അവന്റെ ധാരണകളുടെ തീർച്ചയും. എം.ടി വരക്കുന്നത്. ഒളിഞ്ഞും തെളിഞ്ഞുമുള്ള വിധി - നിഷേധങ്ങളിലൂടെ തിളക്കമാർന്ന ഒരു ഭാഷയാണ് എം.ടിയുടെ നോവലുകളിൽ കാണുന്നത്. കഥാപാത്രങ്ങളെ അവതരിപ്പിക്കുമ്പോൾ പോലും എം.ടിയുടെ ഈ സവിശേഷരീതി പ്രകടമാണ്.

''നെറുകയിൽ കുത്തനെ മുടി കെട്ടിവച്ചു. ചിമ്മിനിവിളക്കുമായി അകത്തുനിന്നുവന്ന സുമിത്ര അമ്മയുടെ അരികു ചേർന്നിരുന്നു. ഇരുട്ടിൽ കോലായയുടെ തൂണുചാരി ഇരിക്കുകയായിരുന്നു സേതു.

സുമിത്രയ്ക്ക് പാറുവമ്മായിയുടെ നിറമാണ്. വെളുത്തിട്ടാണ്. ദേവു മരിച്ചുപോയ രാവുണ്ണിയമ്മാവന്റെ മുറിച്ച മുറിയാണെന്നു പറയുന്നതു കേൾക്കാം. അതുകൊണ്ടുതന്നെ ദേവുവെ കാണുമ്പോൾ ചിരിവരും. എടുത്തുപിടിച്ച വലിയ ചെവികൾ, സംസാരിക്കുമ്പോൾ പതുക്കെ ആടുന്നുണ്ടോ എന്നു സംശയം തോന്നും. കറുത്തു പൊക്കത്തിൽ എല്ലുന്തിയ കൈയിൽ നിറയെ രോമമുള്ള ദേവുവിനെ കണ്ടാൽ കഴിഞ്ഞ മഴക്കാലത്ത് വരുച്ചാലിൽ വീണുചത്ത കൊമ്പിപ്പയ്യിനെയാണ് ഓർമ്മ വരിക(വാസുദേവൻനായർ 1987:43).

''നാലുകെട്ടി''ൽ നിന്ന് ഉദ്ധരിച്ച ഭാഗത്തെന്നപോലെ ഇവിടെയും താരതമ്യമാർഗമാണ് ആഖ്യാനത്തിന് ജീവൻ പകരുന്നത്. ദേവുവിന്റെ സമീപത്തു നിർത്തി സുമിത്രയുടെ സൗന്ദര്യം അറിയിക്കുന്നു. ശബളിമയാർന്ന വിശേഷണപദങ്ങളോ പ്രതീകകല്പനകളോ ആഖ്യാനത്തിൽ പ്രവേശിക്കുന്നില്ല. നെറുകയിൽ കുത്തനെ കെട്ടിവെച്ച മുടിയെക്കുറിച്ചെഴുതുമ്പോൾ, എം.ടി സാമ്പ്രദായിക സൗന്ദര്യകല്പനയോടു വിട പറയുകയാണ്. അഴിച്ചിട്ട മുടിയുടെ പൂരകസാധ്യത തുറന്നിട്ടുകൊണ്ടാണ് നെറുകയിൽ കെട്ടിവെച്ച മുടി വായനക്കാരൻ കാണുന്നത്. 'സുമിത്രയ്ക്ക് പാറുവമ്മയുടെ നിറമാണ്' എന്നു സുമിത്രയുടെ നിറം മാത്രം നോവലിസ്റ്റ് വ്യക്തമാക്കുന്നുണ്ട്. തുടർന്ന് ദേവുവിന്റെ സൗന്ദര്യത്തിൽ എതിർധ്രുവം കാണിച്ചുതരുമ്പോൾ തെളിഞ്ഞുവരുന്ന രൂപം സുമിത്രയുടേതാണ്. പൂരകസാധ്യത (paradigmatic relation)കളിൽ തെളിഞ്ഞുവരുന്ന പാഠത്തിന്റെ അബോധം എം.ടി വാസുദേവൻനായരുടെ ആഖ്യാ

നതന്ത്രത്തിന്റെ മുഖ്യ ആസ്പദമാകുന്നുണ്ട്.

''ദൽഹിയിൽ ജാനു ഉണ്ടാകും. അന്തോണി ഉണ്ടാകും. നിരവധി അന്തോണി, പഞ്ചാബിയും ഇംഗ്ലീഷും സിന്ധിയും സംസാരിക്കുന്നജാനു. പഞ്ചാബിയും ഇംഗ്ലീഷും സിന്ധിയും സംസാരിക്കുന്ന അന്തോണി' (മുകുന്ദൻ 1981:18).

നാട്ടിലെ ജാനു എന്ന വേശ്യയും അന്തോണി എന്ന ചാരായ വില്പനക്കാരനും ദൽഹിയുടെ ജീവിതക്രമത്തിൽ സംയോജിപ്പിക്കപ്പെടുന്നു. നാടു വിട്ടുപോകുന്ന അരവിന്ദൻ ഒരു ജീവിതക്രമം കൂടി മാറ്റി പ്രതിഷ്ഠിക്കുന്നു. മലയാളം സംസാരിക്കുന്ന ജാനുവിനു പകരം പഞ്ചാബിയും ഇംഗ്ലീഷും സിന്ധിയും സംസാരിക്കുന്ന ജാനുവിനെ അയാൾ തന്റെ ഭ്രമണപഥത്തിൽ സ്ഥാപിക്കുന്നു. നാട്ടിൽ ജാനു ഉണ്ട്. ഒരൊറ്റ ജാനു. മലയാളം മാത്രം സംസാരിക്കുന്ന ജാനു എന്ന അനുഭവത്തിനു സമാന്തരമായി ദൽഹിയിൽ ജാനു ഉണ്ടാകും. നിരവധി ജാനു. പഞ്ചാബിയും ഇംഗ്ലീഷും സിന്ധിയും സംസാരിക്കുന്ന ജാനു എന്ന പൂരകസാധ്യത നിവരുമ്പോൾ നാട്/ദൽഹി എന്ന വൈരുധ്യം (നാട്ടിൻപുറം/നഗരം എന്ന വൈരുധ്യം) അതിന്റെ നിരവധി അർത്ഥസാധ്യതകളോടെ തെളിയുന്നു.

കാർഷികബന്ധങ്ങളുടേയോ വ്യവസായബന്ധങ്ങളുടേയോ പ്രത്യക്ഷമോ പരോക്ഷമോ ആയ പ്രേരണകളാണ് നോവൽപാഠത്തിലെ സമ്പദ്‌വിനിമയത്തിന്റെ സ്വഭാവം നിർണയിക്കുന്നത്. നവോത്ഥാന ആശയങ്ങളോട് ജൈവബന്ധമുള്ള നോവലിൽ മുതലാളിത്ത മൂല്യസങ്കല്പങ്ങളുടെ ഇഴകൾ അബോധപൂർവ്വമായിത്തന്നെ പതിഞ്ഞിരിക്കും. എങ്കിലും കാർഷികജീവിതാവസ്ഥയിലെ മുഖ്യവൈരുധ്യങ്ങളിൽ ഊന്നിയുള്ള നോവൽപാഠമാണ് തകഴിയുടെ രണ്ടിടങ്ങഴി. നാല്പതുകളിൽത്തന്നെ പ്രസിദ്ധീകരിക്കപ്പെട്ട മറ്റു പ്രമുഖനോവലുകളായ 'ബാല്യകാലസഖി', 'ഓടയിൽനിന്ന്', തോട്ടിയുടെ മകൻ എന്നിവയിൽ വർദ്ധിച്ചുവരുന്ന ഗ്രാമീണ/നാഗരിക മൂല്യസംഘർഷങ്ങളും എസ്.കെ പൊറ്റെക്കാടിന്റെ വിഷകന്യകയിൽ നാണ്യവിളവുകളുടെ പുതുമണ്ണിലേക്ക് വഴിതുറന്ന കുടിയേറ്റ കർഷകരുടെ പ്രശ്നങ്ങളും ബഷീറിന്റെ 'ശബ്ദ' ങ്ങളിൽ മൂലധനാധിഷ്ഠിത മൂല്യവ്യവസ്ഥക്കകത്തെ ജീർണ്ണതകളും പ്രത്യക്ഷവൽക്കരിച്ചിരിക്കുന്നു. കേശവദേവിന്റെ 'ഭ്രാന്താലയ' ത്തിൽ സ്വാതന്ത്ര്യാനന്തര ഇന്ത്യയിൽ വർദ്ധിച്ചുവരുന്ന വർഗീയസംഘർഷങ്ങളും പോഞ്ഞിക്കരറാഫിയുടെ 'പാപി'കളിൽ മതജീർണതയുടെ ആന്തരികാനുഭവങ്ങളും അവതീർണമാകുന്നു. അമ്പതുകളിൽ പ്രസിദ്ധീകരിക്കപ്പെട്ട കാർഷിക ജീവിതാവസ്ഥയിലെ മുഖ്യ വൈരുദ്ധ്യങ്ങൾ തുറന്നുകാട്ടുന്ന പ്രമുഖനോവൽ ചെറുകാടിന്റെ 'മണ്ണിന്റെ മാറിൽ' ആണ്.

കാർഷികജീവിതാവസ്ഥയിൽ നിന്ന് നാഗരികജീവിതത്തിലേക്കുള്ള

സംക്രമണഘട്ടത്തിന്റെ സർഗ്ഗാവിഷ്ക്കാരമാണ് എസ്.കെ. പൊറ്റെക്കാടിന്റെ 'ഒരു തെരുവിന്റെ കഥ'. 'കുളവാഴകളും അതിരാണിച്ചെടികളും ആറ്റുവഞ്ഞിപ്പൊന്തകളും വളർന്നു നിന്ന വയൽ' നഗരമായി വളർന്നു. ഫ്യൂഡൽ ജീവിതക്രമത്തിന്റെ നീക്കിയിരിപ്പായി പേരിനൊപ്പം വിശേഷണം കൂടി വഹിക്കുന്ന കൂനൻ കണാരൻ, നൊണ്ടി പറങ്ങോടൻ, സാൻഡോ കറുപ്പൻ, തത്തക്കയ്യൻ ചന്തു, പെരിക്കാലൻ അന്ത്രു തുടങ്ങിയവരെല്ലാം ഈ സംക്രമണത്തിനു സാക്ഷികളാകുന്നു. നഗരരൂപീകരണത്തോടൊപ്പംതന്നെ രൂപം കൊള്ളുന്ന നഗരത്തെപ്പറ്റിയും നഗരജീവിതത്തെപ്പറ്റിയുമുള്ള ആലോചനയും തെരുവിന്റെ കഥയിലുണ്ട്.

'കേളുമാസ്റ്റർ ഒരു ബീഡി തീ പറ്റിച്ചു വലിച്ചു പുകയൂതിക്കൊണ്ടു പറഞ്ഞു: 'ഞാൻ ബോംബെ നഗരത്തിൽ ഒരിടത്ത് ഒന്നിനുമീതെ മറ്റൊന്നായി പോകുന്ന മൂന്നു പാതകളുള്ള ഒരു മൂല കണ്ടതായി ഓർക്കുന്നു. ഏറ്റവും അടിയിൽ തീവണ്ടിപ്പാതകൾ. തീവണ്ടിപ്പാതകൾക്കു മുകളിൽ വിലങ്ങനെ പോകുന്ന ഒരു കൂറ്റൻ പാലവും. പാലത്തിൻമേൽ ആളുകളും വാഹനങ്ങളും ഇടതടവില്ലാതെ നീങ്ങിക്കൊണ്ടിരിക്കുന്ന രാജപാതയും നിലകൊള്ളുന്നു. ആ പാലത്തിന്റെയും രാജപാതയുടെയും മുകളിലൂടെ ഏങ്കോണിച്ചുപോകുന്ന ഒരു റെയിൽപ്പാലവും നീണ്ടുകിടക്കുന്നു. നഗരജീവിതവും ഏതാണ്ടിതുപോലെയാണ്. അന്യോന്യം അറിയാതെയും അടുക്കാതെയും വ്യത്യസ്തനിലകളിലായി ജീവിതങ്ങൾ ചലിച്ചുകൊണ്ടിരിക്കുന്നു. ഏറ്റവും അടിയിൽ നമ്മളെപ്പോലുള്ളവരാണ്. തൊട്ടുമുകളിൽ ഇടത്തരക്കാർ; എല്ലാവരും പരസ്യമായി കണ്ടുവരുന്നത് ഈ പാതയിലൂടെ സഞ്ചരിക്കുന്നവരെയാണ്. ഇവർക്കു മുകളിൽ കുബേരൻമാരുടെ വിളയാട്ടമാണ്.'' (പൊറ്റെക്കാട്ട് 1982:40). പൊറ്റെക്കാട്ട് സ്വതഃസിദ്ധമായ കഥ പറയൽ രീതിയിൽ നഗരത്തിന്റെ ചിത്രം അവതരിപ്പിക്കുന്നു. നഗരജീവിതത്തിന്റെ ഈ മൂന്നു പാളികൾ തെരുവിന്റെ കഥയിൽ അദ്ദേഹം തുറന്നു കാണിക്കുകയും ചെയ്യുന്നു.

ജീവിതാവസ്ഥയിലെ ഈ മാറ്റങ്ങൾക്ക് നിദാനം അധികാരഘടനയിലുണ്ടായ മാറ്റങ്ങളാണല്ലോ. ഈ മാറ്റം ഉമ്മാച്ചുവിൽ ഇങ്ങനെ കാണുന്നു. 'സാധാരണനിലയിൽ അത്തരം ഒരു കിഴവനെ ഒന്നു വീക്കിയാൽ അതത്ര കാര്യമായ ഒരു സംഗതിയല്ല. എന്നിട്ടു മരിച്ചാൽ തന്നെ വലിയൊരസ്വാഭാവികതയൊന്നും തന്നെ ഉൾനാട്ടുകാർ അതിൽ കണ്ടെത്തുകയില്ല. പക്ഷേ, ഇവിടെ കിഴവന്റെ പിമ്പിൽ ബീരാനുണ്ട്. ബീരാന്റെ പിമ്പിൽ ചേക്കുട്ടി മുതലാളി; ചേക്കുട്ടിമുതലാളിക്കു പിമ്പിൽ പണസഞ്ചികളും. അതിന്റെ പിന്നാലെ പോലീസ് വന്നുവെന്നു വരും അന്വേഷണം നടക്കും'' (ഉറൂബ് 1982:86).

മുതലാളി - പണം - പോലീസം ബന്ധം അധികാരത്തിൽ പണത്തിനുള്ള സ്വാധീനം തുറന്നുകാണിക്കുന്നു. മുതലാളിത്തമൂല്യ വ്യവസ്ഥയിലെ അധികാരഘടനയുടെ സ്വഭാവവിശേഷം വ്യക്തമാകുന്നു. നീതി

=പണം എന്ന സൂത്രവാക്യം രൂപപ്പെടുകയാണ്. ഇത് ഉൾനാട്ടുകാരന് പുതിയ അനുഭവമായിരുന്നു. ബിസ്സിനസ്സിന്റെയും ഓഹരി കമ്പോളത്തിന്റെയും ആധുനികലോകം മലയാളനോവലിൽ ആദ്യമായി അവതരിപ്പിച്ച ഇ.എം കോവൂർ ഈ അധികാരഘടനയിലേക്ക് വെളിച്ചമടിക്കുന്നു.''സ്വീകരണമുറിയിൽ അനിയൻകുഞ്ഞു പ്രവേശിച്ചു. നല്ല വെളുത്ത ഖദർമുണ്ടും ഖദർ ഷർട്ടുമാണവൻ ധരിച്ചിട്ടുള്ളത്. കൊച്ചു കോശി മുതലാളിയ്ക്ക് അതു തന്നേ പിടിച്ചു. ആള് അപ്പോൾ ഒരു കോൺഗ്രസ്സുകാരനാണ്. പണക്കാരുടെ വീടുകളിൽ കുറേക്കാലമായി അങ്ങുമിങ്ങും പിറക്കാറുള്ള തലതിരിഞ്ഞവൻമാരിൽപ്പെട്ട ഒരുവനല്ല അപ്പോൾ അനിയൻകുഞ്ഞ്. അധികാരത്തെ എതിർക്കുകയില്ല. സ്ഥാപിത താൽപ്പര്യത്തെയും സ്വകാര്യസ്വത്തിനെയും അപ്പോൾ ബഹുമാനിക്കും. അധികാരത്തിലിക്കുന്നവരോട് ഇങ്ങനെയുള്ളവർ വല്ലതും പറഞ്ഞാൽ അവർ അതു കേൾക്കുകയും ചെയ്യും'' (കോവൂർ 1972:158).

മുതലാളിമാർ അധികാരത്തിന്റെ ഇടനിലകൾ രൂപീകരിക്കുന്നതെങ്ങനെയെന്നാണ് ഇ.എം. കോവൂർ വെളിപ്പെടുത്തുന്നത്. അധികാരരാഷ്ട്രീയബന്ധങ്ങളുടെ പുത്തൻ ക്രമങ്ങൾ കേരളീയജീവിതത്തിൽ രൂപം കൊള്ളുകയാണ്. ഇതിനാസ്പദമായ ഭൂപരിഷ്കരണം നമ്പൂതിരിമാരിലുണ്ടാക്കിയ നടുക്കം എം.ടി വാസുദേവൻനായർ 'കാല' ത്തിൽ രേഖപ്പെടുത്തിയിട്ടുണ്ട്.

''പിന്നേയ് - ഉണ്ണി നമ്പൂതിരി തലയിൽ മാന്തിക്കൊണ്ട് എന്തോ ഓർത്തിട്ടെന്നപോലെ നിന്നു. ഭൂമി ഒക്കെ പാട്ടക്കാർക്ക് എടുക്കാംന്ന് കടലാസ്സിലൊക്കെ വന്നൂന്ന് പറേണ് ണ്ടല്ലോ സേതു കണ്ടിരുന്നോ?

സേതു നിന്നു പരുങ്ങി, എന്നിട്ടു പറഞ്ഞു.

'പാട്ടക്കാർക്ക് സ്വന്താക്കാന്നില്ല. പാട്ടം കൊറയും. അധികം ഭൂമിള്ളോരൊക്കേ പേടിക്കേണ്ടൂ.'

'കുന്നമ്പിള്ളിയോട് ചോദിച്ചു കോടതീപോയാലും കാര്യല്യ. ഗോവിന്ദന്റെ ഭാഗാവും ഗവർമ്മെണ്ട്ച്ചാൽ എന്താ ചെയ്യാ? സ്വതന്ത്രം സ്വതന്ത്രംന്നൊക്കെ കേട്ടപ്പോത്രത്തോളം നിരീച്ചില്ല്യ!'' (വാസുദേവൻനായർ 1987:218)

പാട്ടം നിർത്തലാക്കുകയും ജൻമിത്തം അവസാനിപ്പിക്കുകയും ചെയ്തതോടെ കേരളീയ ജീവിതക്രമം പാടേ മാറി. ഈ മാറ്റത്തിന്റെ സാംസ്കാരികാനുഭവങ്ങളാണ് അമ്പതുകളിലെയും അറുപതുകളിലെയും സാഹിത്യം മുഖ്യമായും പങ്കുവെച്ചത്. നോവൽ, ചരിത്രപുസ്തകമല്ലെങ്കിലും ചരിത്രത്തിന്റെ മുദ്രകൾ അതിൽ കണ്ടെടുക്കാനാവും. സേതുവല്ല, സേതു കടന്നുപോന്ന 'കാല'മാണ് എംടിയുടെ നോവലിലുള്ളത്. അതുകൊണ്ടാണദ്ദേഹം 'കാലം' എന്നു നോവലിനു പേരിട്ടത്. മത്സരാധിഷ്ഠിതമായ മുതലാളിത്ത ജീവിതാവസ്ഥ 'കടുവായും കരടിയും കാട്ടുപോത്തും കുറുക്കനുമെല്ലാമുള്ള കാടി'ന്റെ (കോവൂർ

1972:179) രൂപകമായതുകൊണ്ടാണ്, ആ ലോകത്തെക്കുറിച്ചു പ്രതിപാദിക്കുന്ന നോവലിന് ഇ.എം കോവൂർ കാട് എന്നു പേരിട്ടത്.

ഈ മാറ്റങ്ങൾ മനുഷ്യബന്ധങ്ങളിലുണ്ടാക്കിയ പരിണതികളാണ് കെ. സുരേന്ദ്രൻ, സി. രാധാകൃഷ്ണൻ, പാറപ്പുറത്ത്, രാജലക്ഷ്മി, ഉണ്ണികൃഷ്ണൻ പുതൂർ, പെരുമ്പടവം ശ്രീധരൻ തുടങ്ങിയവരുടെ അറുപതുകളിലെ രചനകളിൽ നിറഞ്ഞുനിൽക്കുന്നത്. ഇതിനിടയിലും ഗ്രാമീണപ്രകൃതിയുടെ നൈസർഗ്ഗികത തേടിയവരാണ് ജി. വിവേകാനന്ദൻ, മുട്ടത്തുവർക്കി, കാനം ഇ.ജെ തുടങ്ങിയവർ.

കോവിലൻ, പാറപ്പുറത്ത്, നന്തനാർ, ഏകലവ്യൻ തുടങ്ങിയവരുടെ നോവലുകളിൽ പട്ടാളജീവിതം ഒരു അടഞ്ഞ സമുദായ (Closed Society) ത്തിന്റെ രൂപകമായി പ്രവർത്തിക്കുന്നു. ആധുനിക രാഷ്ട്രീയകടമകളും വ്യക്തികളുടെ ഗൃഹാതുരതകളും നിരന്തരം ഏറ്റുമുട്ടുകയാണിവിടെ. ഈ അടഞ്ഞ ജീവിതത്തിലും ഇന്ത്യൻ ജീവിതത്തിന്റെ ദുരന്തസൂക്ഷ്മം തിരിച്ചറിയുമ്പോൾ പല നോവലുകളും ദാർശനികമാനം കൈവരിക്കുന്നു. മികച്ച ദൃഷ്ടാന്തം കോവിലന്റെ നോവലുകളാണ്. യുദ്ധഭൂമിയിലെ ബുദ്ധസാന്നിധ്യം കോവിലന്റെ നോവൽപാഠങ്ങളിൽ മുറിച്ചുകളയാനാവാത്തവിധം ശക്തമാണ്.

"പ്ലാറ്റ്ഫോറം പിന്നിട്ടുപോയി. പാടലീപുത്രം, ഗംഗ, ബലിയാടുകളുടെ വക്താവായ ബുദ്ധൻ ഈ ഗംഗാതീരങ്ങളിൽ ഒരു നേരത്തെ ആഹാരം യാചിച്ചു നടന്നു. ഗംഗ, ദേവിക്കു ബലികൊടുത്ത മനുഷ്യന്റെ ശവം ഈ ഗംഗയിൽ ഒഴുകുന്നു. ഗംഗയിൽ മുങ്ങിയ കബന്ധം വിശുദ്ധി പൂണ്ട് പണ്ടാരവകയായി മാറുന്നു. അളിഞ്ഞശവം അടിഞ്ഞുകൂടി നാറുന്ന കടവുകളിൽ ഇറങ്ങിമുങ്ങി ഭക്തർ പാപം കഴുകുന്നു. രോഷമാർന്ന തീവണ്ടി പാലം അമർത്തിക്കുലുക്കി നദിക്കുമീതെ അലറിക്കുതിച്ചു" (കോവിലൻ 1969:17).

കാലത്തിനുമുകളിൽ പ്രവഹിക്കുന്ന സമാന്തര കാലമാകുന്നു ഇവിടെ തീവണ്ടി. താഴെയുള്ളത് ഒഴുകുന്ന ഗംഗയും യാചിച്ചലയുന്ന ബുദ്ധനും പാപപരിഹാരം തേടുന്ന ഭക്തരുമാണ്. മുകളിലെ തീവണ്ടി ജീവനുള്ള മനുഷ്യരുടെ പ്രവാഹമാണ്. ഗംഗ മൃതദേഹങ്ങൾ ഒഴുക്കിയും ബുദ്ധൻ ഒരു ജീവനൊടുക്കിയും ഭക്തർ പാപം കഴുകിയും വിശുദ്ധി നേടുമ്പോൾ തന്നെത്തന്നെ കണ്ടെടുക്കാനാകാതെ പോകുന്ന സമകാല മനുഷ്യന്റെ ദുരന്തപൂർണ്ണമായ സങ്കീർണതകളാണ് 'താഴ്‌വര'കളിൽ നിറയുന്നത്. വിശുദ്ധഗംഗ/മൃതദേഹങ്ങളെ വഹിക്കുന്ന ഗംഗ, അഹിംസയുടെ വക്താവായ ബുദ്ധൻ/ ബലി നൽകുന്ന ബുദ്ധൻ, ഭക്തർ/ശവം അളിഞ്ഞ ഗംഗയിൽ മുങ്ങി പാപമകറ്റുന്ന ഭക്തർ എന്നിങ്ങനെയുള്ള വൈരുധ്യങ്ങൾ ഫ്യൂഡൽ/മുതലാളിത്ത ജീവിതങ്ങളുടെയും മൂല്യബോധങ്ങളുടെയും വാങ്മയ പരിച്ഛേദത്തിന് തുടിപ്പുകൾ നൽകുന്നു. ദേശീയ പാരമ്പര്യത്തെ നിശിതമായ വിചാരണക്കു വിധേയമാക്കുക വഴി നവീ

നമായ ഒരു സാംസ്കാരികാവബോധത്തിലേക്ക് പാഠം വികസിക്കുകയും ചെയ്യുന്നു. അധികാരത്തിന്റെ പ്രയോഗമുദ്രകൾ ഇവയ്ക്കുമേൽ ഒരു രാഷ്ട്രീയ പാരായണത്തിന്റെ സാധ്യതകൂടി തുറന്നിടുന്നുണ്ട്. വിശുദ്ധഭൂമിയെ ബലിഭൂമിയാക്കിമാറ്റിയ രാഷ്ട്രീയാന്തരീക്ഷം 'താഴ്വരകളിൽ' നിന്ന് അടർത്തി മാറ്റാനാവില്ല.

"എല്ലാ ജാതിമതക്കാർക്കും തുല്യപ്രാതിനിധ്യമാണ് ഇപ്പോൾ മന്ത്രിസഭയിലുള്ളത്. ശിഖൻ, ബ്രാഹ്മണൻ, ക്ഷത്രിയൻ, വൈശ്യൻ, ശൂദ്രൻ, രാജപുത്രൻ, ജാട്ട്, യാദവൻ, ജൈനൻ, ഹരിജൻ, അവശകൃസ്ത്യാനി എന്നിവർക്കെല്ലാം എത്രയും തുല്യമായ പ്രാതിനിധ്യം. പുനസ്സംഘടിപ്പിക്കുകയാണെങ്കിൽ ഇത്രയും ജാതികളിൽനിന്ന് തുല്യം സംഖ്യവരുന്ന പ്രതിനിധികളെ എടുക്കേണ്ടിവരും. ഇതൊരു മതേതര രാഷ്ട്രമാണല്ലോ. അപ്പോൾ രാജ്യത്തെ എല്ലാ മുപ്പതാമത്തെ പൗരനും മന്ത്രിയാവും. ആവശ്യമുള്ള രണ്ടോ മൂന്നോ പേരെ മാത്രമെടുക്കുകയാണെങ്കിൽ മറ്റുജാതിക്കാർ പ്രതിഷേധിക്കുകയും കൂറുമാറുകയും പാർട്ടി പൊളിക്കുകയും തീവണ്ടി മറിച്ചിടുകയും മറ്റു മറ്റുമൊക്കെ ചെയ്യും." (വി.കെ.എൻ 1984:311) എന്ന പയ്യന്റെ നിരീക്ഷണം ഉദാര ജനാധിപത്യത്തിന്റെ സമകാലജീർണതകൾ മാത്രമല്ല, മൂല്യാധിഷ്ഠിത മൂല്യബോധത്തിലെ വിഭാഗീയ പ്രവണതകൾകൂടി തുറന്നുകാണിക്കുന്ന, അധികാരം അതിന്റെതന്നെ സങ്കീർണ്ണ ഘടനയിൽ തട്ടിയുഴലുന്നത് വി.കെ.എൻ അടയാളപ്പെടുത്തുന്നു. ഇത്തരമൊരു പ്രതിസന്ധിയിലാണ് ഹിരണ്യകശിപു (മുഹമ്മദ് 1967) വിനെ എൻ.പി. മുഹമ്മദ് അധികാരസ്ഥാനത്ത് പരീക്ഷിക്കുന്നത്.

ഘടനാവാദപരമായ സമീപനത്തിലൂടെയുള്ള മലയാളനോവലിന്റെ സാമാന്യവിശകലനമാണിതുവരെ നിർവ്വഹിക്കുവാൻ പരിശ്രമിച്ചത്. തുടർന്നുള്ള അധ്യായങ്ങളിൽ വിശേഷപഠനത്തിന്റെ ഭാഗമായി ഉറൂബിന്റെ സുന്ദരികളും സുന്ദരൻമാരും (1958), ഒ.വി. വിജയന്റെ ഖസാക്കിന്റെ ഇതിഹാസം (1969) എന്നീ നോവലുകളുടെ ഘടനാപഗ്രഥനം നിർവഹിക്കുന്നു. ഈ പ്രത്യേക നോവൽകൃതികൾ പഠനവിധേയമാക്കുന്നതിലൂടെ മലയാളനോവലിലുണ്ടായ മാറ്റങ്ങൾ ബോധ്യപ്പെടുന്നതാണ്.

സുന്ദരികളും സുന്ദരന്മാരും

മലബാർ കലാപം, സ്വാതന്ത്ര്യ സമരം, രണ്ടാം ലോക മഹായുദ്ധം, പരിഷ്ക്കരണ പ്രസ്ഥാനങ്ങളുടെയും തൊഴിലാളി കർഷക പ്രസ്ഥാനങ്ങളുടെയും രൂപീകരണം, ഗാന്ധിയനും മാർക്സിയനുമായ ആശയധാരകളുടെ ശക്തമായ സ്വാധീനം, കൊളോണിയൽ ആധുനികത തുറന്നുവെച്ച സ്വാതന്ത്ര്യ സങ്കൽപ്പങ്ങളുടെയും മൂല്യധാരകളുടെയും സ്വാഭാവിക കടന്നുകയറ്റം, പുതിയ വിപണികളുടെയും നഗരങ്ങളുടെയും വികാസം,കീഴാള ജാഗരണത്തിന്റെയും ജീവൽ സമരങ്ങളുടെയും ഫലമായുണ്ടായ ക്ഷോഭങ്ങൾ എന്നിങ്ങനെ സുന്ദരികളും സുന്ദരന്മാരും ഉണർന്നിറങ്ങിയ മണ്ണിന് സവിശേഷതകളേറെയാണ്. ഏറ്റവും ചലനാത്മകവും സംഘർഷ തീക്ഷ്ണവുമായിരുന്നു ആ കാലം. അധികാരവും വിധേയത്വവും തമ്മിലുള്ള ഏറ്റുമുട്ടലിന്റെ അനവധി സൂക്ഷ്മ മുഖങ്ങളാണ് നോവൽഘടനയിൽ അടയാളപ്പെട്ടിട്ടുള്ളത്. ഏഴു ഭാഗങ്ങളുള്ള നോവലിന്റെ ആദ്യഭാഗം നാല് അദ്ധ്യായങ്ങളുള്ള ചാർത്തിക്കിട്ടിയ കുട്ടി എന്ന പേരിലുള്ളതാണ്. ജന്മിത്തത്തിന്റെ രാഷ്ട്രീയാധികാരവും അടിയാളന്റെ നിസ്സഹായ വിധേയത്വവുമായി പ്രത്യക്ഷപ്പെടുന്ന സ്ഥൂല സന്ദർഭത്തിലെ കേന്ദ്രാനുഭവത്തെ, ഉപവൈരുദ്ധ്യങ്ങളുടെ നിരവധി സൂക്ഷ്മാനുഭവങ്ങൾ തീവ്രതരമാക്കുന്നു.

‘‘ആ ഉൾനാടിന്റെ മോന്തായമാണ് ആ പഴയ നായർ തറവാട്. നാലുകെട്ടുമാളിക. അതിന്റെ മുറ്റത്തു കൂടിക്കിടക്കാൻ നെല്ല്. പത്തായപ്പുര, കയ്യാല, എട്ടുമുറിത്തൊഴുത്ത്, പടിപ്പുര, കളപ്പുര, കുമിഴക്കല്ല്, ഭഗവതി മണ്ഡപം, വീട്ടിയിൽ കൊത്തിച്ച ചതുരംഗപ്പലക, ആനക്കൊമ്പുകൊണ്ടുണ്ടാക്കിയ കരുക്കൾ, ആമാടക്കൂട്ടം, രൂപം കൊത്തിച്ച വളകൾ, അവിലുമാല, കൈതപ്പൂവിന്റെ മണം പൊഴിക്കുന്ന കസവുതര

ങ്ങൾ, തീർത്ഥക്കിണ്ടി, പൂജത്താലം - എന്തും അന്തസ്സിൽതന്നെ.

കരിക്കാടിയും ചെമ്പുകാശും പഴുത്തിലയും കീറിയതും വാങ്ങാൻ ഓഛാനിച്ചു നിൽക്കുന്ന അടിയാന്മാരും അന്ന് ആ വീട്ടിലുണ്ടായിരുന്നു''(ഉറൂബ് 1971:35).

കേരളത്തിലെ നാടുവാഴിത്ത സാമൂഹിക ക്രമത്തിനകത്തെ സൂക്ഷ്മാധികാര സ്വരൂപത്തിന്റെ ഏകദേശ ചിത്രം കൂടിയാണിത്. ആ ഉൾനാടിന്റെ മോന്തായമാണ് ആ പഴയ നായർ തറവാട് എന്ന ആദ്യ വാക്യത്തിൽതന്നെ അധികാര ഘടനയുടെ അടരുകൾ ചേർന്നിരിക്കുന്നു. രാഷ്ട്രീയാധികാരത്തിന്റെ കേന്ദ്രീകൃതവും മതാത്മകവുമായ പ്രയോഗരൂപവും ജാത്യധിഷ്ഠിതമായ വ്യവഹാരക്രമങ്ങളുടെ അനുഭവചിത്രവും സാമ്പത്തിക കേന്ദ്രീകരണത്തിന്റെയും സംസ്ക്കാര നിർമ്മിതിയുടെയും നടപ്പുരീതിയും ഒറ്റ വാക്യത്തിലാണ് ആമുഖമായിത്തന്നെ ഉറൂബ് വരച്ചുവെച്ചിരിക്കുന്നത്. തുടർന്ന് ആ വാസ്തുശിൽപ്പവും അനേകം സാമ്പത്തിക സാംസ്ക്കാരിക മതാത്മക വ്യവഹാരങ്ങളുടെ ഘടനകൾ തുളുമ്പി നിൽക്കുന്ന സൂചകങ്ങളും തെളിഞ്ഞുവരുന്നു. നാലുകെട്ടു മാളികകൾ ഓർമ്മകളിലേക്കൊതുങ്ങുന്ന കാലമാണിത്. വരേണ്യഗന്ധിയായ ഒരു ഗൃഹാതുരതയോടെ, അതല്ലെങ്കിൽ പൊളിച്ചടുക്കിയ വിപ്ലവ വീര്യത്തിന്റെ വീര സ്മൃതികളോടെ കലകളിലും കാവ്യങ്ങളിലും ഇനിയുമവ ഉയിർത്തെഴുന്നേൽക്കാം. എന്നാൽ, അതൊരു ശിൽപ്പത്തിന്റെ മോന്തായം മാത്രമായിരുന്നുവെന്നാണ് ഉറൂബ് ഓർമ്മപ്പെടുത്തുന്നത്. അടിത്തറയും കൂറ്റൻ മതിൽച്ചുമരുകളും ഇരുട്ടറകളും നടുമുറ്റവും പുറംമുറ്റവും പത്തായപ്പുരയും പടിപ്പുരയും ഒരു ഉൾനാടിന്റെ വാസ്തുരൂപമായി നിറഞ്ഞു വരുമ്പോൾ സ്തൂപികാ സദൃശമായ ഒരധികാര കേന്ദ്രീകരണത്തിന്റെ ചിത്രം തെളിയുന്നു. മുകളിലെ ബിന്ദുവിലേക്ക് ഒരു നാടുമുഴുവൻ കേന്ദ്രീകരിക്കപ്പെട്ടിരിക്കുന്നു. ഒരാൾക്കും ഘടനയ്ക്കു പുറത്തു കടക്കാനാവില്ല. മറ്റൊരു ഘടന സൃഷ്ടിക്കണമെങ്കിലാകട്ടെ, ആദ്യം പൊളിച്ചു മാറ്റേണ്ടത് മേൽപ്പുരയാണല്ലോ. 'അധികാരം കൊയ്യണമാദ്യം നാം അതിനു മേലാകട്ടെ പൊന്നാര്യൻ' എന്നെഴുതിയ ഇടശ്ശേരിയുടെ നാട്ടുകാരന് ആ അധികാരസ്വരൂത്തിന്റെ പൂർണരൂപം ആവിഷ്ക്കരിക്കാതെ വയ്യ.

ഈ അറിവിലൂടെയേ ആരും നോവലിലേക്കു പ്രവേശിക്കാവൂ എന്ന ശാഠ്യം ഉറൂബിനുണ്ടായിരുന്നുവോ എന്നറിയില്ല. പക്ഷെ, അങ്ങനെയേ സാധിക്കാവൂ എന്ന മട്ടിലാണ് നിർമ്മിതി. നോവലാരംഭത്തിൽതന്നെ, പരിചയപ്പെടാനിരിക്കുന്ന ലോകത്തിന്റെ ഏകദേശരൂപം വായനക്കാരനു ലഭിക്കുന്നു. മുകളിൽ ഉദ്ധരിച്ച നാലുകെട്ടിന്റെ ദൃശ്യത്തിൽ കണ്ണുടക്കുന്ന കാഴ്ച്ചകൾ നോക്കൂ: മുറ്റത്തു കൂടിക്കിടക്കുന്ന നെല്ല്, പത്തായപ്പുര, കയ്യാല, എട്ടുമുറിത്തൊഴുത്ത്, പടിപ്പുര,കുമിഴക്കല്ല്,ഭഗവതി മണ്ഡപം, വീട്ടിയിൽ കൊത്തിച്ച ചതുരംഗപ്പലക,ആനക്കൊമ്പുകൊണ്ടുണ്ടാക്കിയ

കരുക്കൾ,കസവുതരം, തീർത്ഥക്കിണ്ടി,പൂജത്താലം.. സൂചകങ്ങളോരോന്നും ധ്വനി സമൃദ്ധമാണ്. രാഷ്ട്രീയാധികാരത്തിന്റെയും സാമ്പത്തികാധീശത്വത്തിന്റെയും മതപൗരോഹിത്യത്തിന്റെയും ജാതിക്കോയ്മയുടെയും നടപ്പുശീലങ്ങളുടെയും ചിഹ്നങ്ങളാണവ. കണ്ണെത്താത്ത കൃഷിഭൂമികളുടെ വിളസമൃദ്ധി നിറയേണ്ടത് ആ മുറ്റത്താണ്. മുറ്റവും പത്തായപ്പുരയും കളപ്പുരയും ഒരു നാടിന്റെ അദ്ധ്വാനശേഷിയുടെ പ്രഭാവം ഏറ്റുവാങ്ങുമ്പോൾ അതുത്പാദിപ്പിച്ചവരുടെ ലോകവും ജീവിതവും പടിപ്പുരക്കു പുറത്താണ്. സമ്പന്നതയുടെ അന്തസ്സ് അവഗണിക്കപ്പെടുന്ന അദ്ധ്വാനത്തിന്റെ അന്തസ്സുമായി മുഖാമുഖം നേരിടുന്നുണ്ട്. വിളയിച്ചവരും സൂക്ഷിപ്പുകാരുമെന്നോ, അദ്ധ്വാനിച്ചവരും ചൂഷകരുമെന്നോ ഓഛാനിക്കുന്നവരും കൽപ്പിക്കുന്നവരുമെന്നോ വിഭജിതമാകുന്ന നാട്ടനുഭവങ്ങളുടെ സൂചകദൃശ്യങ്ങളാണ് ഉറൂബ് ചതുരതയോടെ ആവിഷ്ക്കരിക്കുന്നത്.

ചെകുത്താന്മാരെ ഉഴിയുന്ന മന്ത്രവാദികളും തൊട്ടാൽ ശക്തി ഇരട്ടിക്കുന്ന രാക്ഷസന്മാരെക്കുറിച്ചുള്ള സങ്കൽപ്പങ്ങളും നിറകതിർ പൊഴിക്കുന്ന തൂക്കു വിളക്കിനൊപ്പം നിറഞ്ഞുനിന്ന തറവാടന്തരീക്ഷം പിറകേ തെളിയുന്നു. അക്ഷരശ്ലോക സദസ്സിലെ പ്രമാണി, ജാതി മോശമാണെങ്കിലും തറവാടി, അടക്കമുള്ളവൻ, നാട്യമില്ലാത്തവൻ എന്നിങ്ങനെയുള്ള വിശേഷണങ്ങളും അടിയൻ, കരിക്കാടി, ചെമ്പുകാശ്, പഴുത്തില, മഞ്ചൽ, പത്തുനാഴിക രാവ് തുടങ്ങിയ പദപ്രയോഗങ്ങളും നോവലാരംഭത്തിൽതന്നെ നാടുവാഴിത്ത അനുഭവകാലത്തെ അടയാളപ്പെടുത്തുന്നുണ്ട്. ശ്രീത്വമുള്ള നിലം, മുന്നൂറു പാട്ടത്തിന്റെ നിലം എന്നിങ്ങനെ മണ്ണിനെ ആസ്പദമാക്കിയും ശാന്തിക്കാരൻ നമ്പൂതിരി മുതൽ കോൽക്കാരൻ നായർവരെയായി സംബന്ധക്കാരുടെ ജാഥ, പകിടകളിയും സംബന്ധവുമാണ് തൊഴിൽ എന്നിങ്ങനെ പെണ്ണിനെ ആസ്പദമാക്കിയുമുള്ള പ്രയോഗങ്ങളിലും കാലം തുടിച്ചുനിൽക്കുന്നു. നിരവധി വ്യവഹാരങ്ങളുടെ അടരുകളും ഇഴകളും വേർതിരിച്ചെടുക്കുന്ന വിശകലനത്തിലൂടെ സുന്ദരികളും സുന്ദരന്മാരും എന്ന നോവലിനെ അടുത്തറിയാനാണ് ഇവിടെ ശ്രമിക്കുന്നത്.

ജാതി ജന്മി നാടുവാഴിത്ത ഘട്ടത്തിലെ രാഷ്ട്രീയത്തിന്റെ പ്രയോഗ പരിശീലനവും സദാചാരത്തിന്റെ ബോധനിർമ്മിതിയുമാണ് അധികാര സ്ഥാപനം എന്ന നിലയ്ക്ക് കുടുംബം നിർവ്വഹിക്കുന്ന മുഖ്യ ദൗത്യം. സ്വത്തുവകകളിലും ക്രയവിക്രയങ്ങളിലും നയരൂപീകരണത്തിലും കാരണവർക്കുള്ള അധികാരവും സ്ത്രീകളെ സംബന്ധിച്ചു തീരുമാനമെടുക്കാനുള്ള അവകാശവും കുടുംബത്തിനകത്ത് കേന്ദ്രീകൃതാധികാരത്തിന്റെ ഒരു ക്രമം സുസ്ഥിരമാക്കി. നാടുവാഴിത്താധികാരത്തിന്റെ പുല്ലിംഗ പ്രമത്തതകൂടിയാണ് സ്ഥാപിക്കപ്പെട്ടത്.കാരണവർ വിരൽ വെച്ചേടത്ത് ഒപ്പിട്ടുകൊടുക്കുന്ന കുഞ്ചുക്കുട്ടി(പുറം.47) അനുസരണയു

ടെയും വിധേയത്വത്തിന്റെയും ഗുണപാഠമാകുന്നു. നിശബ്ദയും ക്ഷമാശീലയുമായ സ്ത്രീയുടെ സഹനങ്ങളിൽ എരിയുന്ന വൈരുദ്ധ്യങ്ങളുണ്ടെന്ന് ഉറൂബ് കാണുന്നു. ഫ്യൂഡൽ മൂല്യബോധത്തെ അതിന്റെ വിപരീത വിചാരങ്ങളിലും പ്രതിസന്ധികളിലും നിവർത്തിവെച്ച് വായനയെ പതിവനുഷ്ഠാനത്തിനപ്പുറമുള്ള പ്രതിവ്യവഹാരമാക്കാൻ അദ്ദേഹത്തിനു സാധിക്കുന്നുണ്ട്.

കൊളോണിയൽ ആധുനികത പകർന്ന പടിഞ്ഞാറൻ യുക്തിബോധത്തിന്റെയും കൊളോണിയൽ അധീശത്വത്തിനെതിരായ സമരാനുഭവങ്ങളുടെയും സങ്കീർണമായ മണ്ഡലത്തിലാണ് ഇരുപതാം ശതകത്തിലെ വ്യക്തിസ്വത്വങ്ങൾ രൂപപ്പെട്ടത്. കോളനിക്കോയ്മയുടെ ചൂഷണത്തിനെതിരെ പൊരുതുമ്പോൾ മറുഭാഗത്ത് പരമ്പരാഗത നാട്ടുജീവിതത്തിന്റെ ജീർണതകൾക്കെതിരെയും പൊരുതണമായിരുന്നു. ജാത്യാചാരങ്ങളെ ചെറുക്കാൻ പടിഞ്ഞാറൻ സമത്വബോധത്തെ ആശ്ലേഷിച്ചു. നൂറ്റാണ്ടുകളോളം മനുഷ്യരായിപ്പോലും പരിഗണിക്കപ്പെടാതിരുന്നവർക്കും എന്നും മേൽത്തട്ടിൽ മാത്രം കഴിഞ്ഞവർക്കും ഒരേ നിരയിൽ ഭക്ഷണം വിളമ്പിയും ഒരേ ബഞ്ചിൽ അക്ഷരം വിളമ്പിയും വരുത്താവുന്ന കൊളോണിയൽ സമത്വബോധത്തിന് പരിമിതികളേറെയുണ്ട്. എങ്കിലും അതനിവാര്യമായിരുന്നുവെന്ന് സന്ദർഭങ്ങൾ നിരത്തി സമർത്ഥിക്കാനാണ് ഉറൂബിന് താൽപ്പര്യം.

ജന്മിത്തത്തിന്റെ ദുർവൃത്തികൾക്കെതിരെ തുടങ്ങിവെച്ച പ്രക്ഷോഭങ്ങൾ മാപ്പിളലഹളയായി പടർന്ന അനുഭവകാലവും നോവലിലുണ്ട്. വർഗസമരത്തിന്റെ ഗതി മാറി വർഗീയകലാപമായി. സാമൂഹിക ഘടനയിൽ കനത്ത ആഘാതമേൽപ്പിച്ച സംഭവപരമ്പരകൾ നടപ്പുരീതികളും സദാചാരങ്ങളും അട്ടിമറിച്ചു. ജാതിയും തറവാടിത്തവും മാന്യതയുമെല്ലാം മൂല്യമില്ലാത്ത നാണയങ്ങളായി. മലബാറിലെ ജാതി ജന്മി നാടുവാഴിത്ത വിരുദ്ധ സമരത്തിന് ഒരു സാംസ്ക്കാരിക ഉള്ളടക്കംകൂടി നൽകുന്നതിന് ദൗർഭാഗ്യകരമെങ്കിലും ഈ കാർഷിക കലാപം സഹായകമായി. കലാപം പൊളിച്ചുകളഞ്ഞ വേലികളും മതിലുകളും പുതിയ മതേതരത്വത്തെ മനസ്സുകളിൽ മുളപ്പിച്ചു. നവോത്ഥാന നായകരുടെയും പരിഷ്ക്കർത്താക്കളുടെയും ഗിരിപ്രഭാഷണങ്ങൾക്കു സാധിക്കാത്ത ഒരു ബോധനക്രിയ സമൂഹം സ്വാഭാവികമായി അനുഭവിച്ചറിഞ്ഞു. അറുനൂറിൽപരം മുലകൾ ചെത്തിയെടുത്ത് ചിരട്ടകളെപ്പോലെ കൂട്ടിയിട്ടിരിക്കുന്നു(പുറം.48) എന്നും പുരുഷന്മാരുടെ എണ്ണൂറിൽചില്വാനം മൂക്കരിഞ്ഞു കൂട്ടിയിരിക്കുന്നു(പുറം.48) എന്നുമുള്ള ഭയപ്പെടുത്തുന്ന കഥകളിൽനിന്ന് പുതിയ മാനവികതയിലേക്കാണ് നോവൽപ്രമേയത്തെ വികസിപ്പിച്ചിരിക്കുന്നത്. കുപ്പായമിട്ട് മരണത്തെക്കാൾ ക്രൂരമായ ശിക്ഷയേറ്റുവാങ്ങിയ കുഞ്ഞൻനായരുടെ ഭാര്യ ഈ സംക്രമണകാലത്തെ അടയാളപ്പെടുത്തുന്നുണ്ട്.

വീട് സംബന്ധമായ സങ്കൽപ്പങ്ങളും വിവിധമാനങ്ങളിൽ വളർന്നു വികസിക്കാനാരംഭിച്ച കാലമായിരുന്നു അത്. നാലുകെട്ടുകൾ പൊളിച്ചു കാറ്റും വെളിച്ചവും കടക്കുന്ന ചെറുവീടുകൾ നിർമിക്കാനാരംഭിച്ചു. കൂരകളും ചെറ്റപ്പുരകളും കൽച്ചുമരുകളുള്ള -അവകാശമുള്ള -കിടപ്പാടം മോഹിച്ചുതുടങ്ങി. വീട് എന്ന മോഹത്തിൽ ആധുനിക ജനാധിപത്യബോധത്തിന്റെ വിത്തുകൾ മുളപൊട്ടാൻ കാത്തുകിടക്കുകയായിരുന്നു. ഭാര്യ ഭർത്താവ്, മക്കൾ എന്നിവരുൾപ്പെട്ട സൂക്ഷ്മ ഘടകമായി അതു രൂപപ്പെട്ടു വരികയായിരുന്നു. അതിഥികൾക്കുപോലും പായും ഭക്ഷണവും നൽകിപ്പോന്ന കൂട്ടുകുടുംബപ്പെരുമ നിഷ്ക്കരുണം കീറിമുറിക്കപ്പെട്ടു. ഭാര്യ-ഭർത്താവ്-കുട്ടികൾ എന്നിങ്ങനെ സുഘടിതമായ പുതിയ ആദർശ ഭവനത്തിലേക്ക് ഒരു പുതിയ ഘടകം കടന്നുവന്നാലോ? ഉറൂബ് അങ്ങനെയൊരു പരീക്ഷണംകൂടി നടത്തുന്നു. കൈമോശം വന്നുകൂടാത്ത മൂല്യധാരകളുണ്ടെന്ന ബോധം സമരോന്മുഖമായ സമൂഹത്തിൽ നിലനിർത്തേണ്ടതുണ്ടല്ലോ. രാമൻമാസ്റ്ററും ഭാര്യയും മൂന്നു കുട്ടികളും ഉൾപ്പെട്ട കുടുംബത്തിലേക്കാണ് ചാർത്തിക്കിട്ടിയ കുട്ടി കടന്നെത്തുന്നത്. കുടുംബഘടനയുടെ സന്തുലിതാവസ്ഥയിൽ അതു സൃഷ്ടിക്കുന്ന സംഘർഷങ്ങൾ സാമൂഹിക വികാസത്തിന്റെ ഘട്ടത്തിലെ ചരിത്രാനുഭവമാണ്. പുതിയ വീട്ടധിപനും പരമ്പരാഗത തറവാട്ടധിപനും തമ്മിലുള്ള ഏറ്റുമുട്ടൽ, കഥാപാത്ര സംരചനയിലെ രാമൻമാസ്റ്റർ/വേലുമ്മാൻ ദ്വന്ദ്വം എന്ന കൗതുകത്തിനപ്പുറമുള്ള ചരിത്രബോധ്യം പകരുന്നുണ്ട്. നോവലിന്റെ നാലാം ഭാഗംവരെയുള്ള കഥാഘടനയിൽ, കൊളോണിയൽ ആധുനികതാ വ്യവഹാരത്തിലെ ഈ സംഘർഷം തുടർന്നുപോകുന്നുമുണ്ട്.

മാറുന്ന സമൂഹം

നോവലിന്റെ രണ്ടാം ഭാഗം ഉത്പാദനബന്ധങ്ങളിലെ വികാസഘട്ടത്തെ പ്രതിഫലിപ്പിക്കുന്നു. ഉൾനാടൻ കേരളീയത നാഗരികകേരളീയതയായി രൂപമാറ്റം കൈവരിക്കുന്നു. ആദ്യമായി സാരിയുടുത്തു നിൽക്കുന്ന ഒരു ഉൾനാട്ടുകാരിയെപ്പോലെയാണ് ആ പട്ടണം (പുറം.49) എന്നാണ് നോവലിസ്റ്റിന്റെ നിരീക്ഷണം. ഫ്യൂഡൽ ശീലങ്ങൾക്കുമേൽ പൊടുന്നനെ ഒരു പുതുമോടി വന്നു കയറിയിരിക്കുന്നു. പുതിയ കമ്പോളമുണ്ടായിരിക്കുന്നു. കാളവണ്ടികളും കുതിരവണ്ടികളും റിക്ഷകളും ഓടിത്തുടങ്ങുന്നു. അരിച്ചാക്കു മുതൽ കണ്ണെഴുത്തുമഷിവരെയുണ്ട് വിപണിയിൽ. അടിസ്ഥാനാവശ്യങ്ങൾ മുതൽ ആർഭാട കൗതുകങ്ങൾവരെ പൂർത്തീകരിക്കാം. ഇവയ്ക്കു പുറമേയാണ് മുതലാളിത്ത അധികാരഘടനയും ജനാധിപത്യാവകാശങ്ങളും സംബന്ധിച്ച നവീന കാഴ്ച്ചപ്പാടുകളുടെയും പ്രയോഗരൂപങ്ങളുടെയും രംഗപ്രവേശം. പൊതു

സ്കൂളുകൾ മുതൽ കോടതികൾവരെ വ്യാപകമായിത്തീർന്നു. മജിസ്ട്രേട്ട് കോടതിയുടെയും മുൻസിഫ് കോടതിയുടെയും സബ് രജിസ്ട്രാർ ഓഫീസിന്റെയും എടുപ്പുകൾ ഉയർന്നുവന്നു. അധികാരത്തിന്റെ വ്യാവഹാരിക വലയങ്ങൾ കൺമുന്നിൽ വിപുലീകരിക്കപ്പെടുന്ന അനുഭവത്തിന്റെ ചരിത്രസാക്ഷ്യമായി നോവൽ.

ഏഴു വർഷം മുമ്പ് നവവധുവായി സിംഗപ്പൂരിലേക്കു യാത്രയായ ലക്ഷ്മിക്കുട്ടിയമ്മ തിരിച്ചുവന്നത് പണവും പണത്തിന്റെ മൂല്യബോധവുമായാണ്. 'പുഴുവായി അരിച്ചുപോയ അവൾ പൂമ്പാറ്റയായി തിരിച്ചുവന്നിരിക്കുന്നു'(പു.88) എന്നാണ് നോവലിൽ കാണുന്നത്. അവരുടെ മാറ്റം വലിയൊരു വിച്ഛേദമോ കുതിച്ചുചാട്ടമോ അല്ലെന്നും തികച്ചും സ്വാഭാവികമായ പരിണാമമാണെന്നുമാണ് നോവലിസ്റ്റ് കരുതുന്നത്. ഗ്രാമീണ ശീലങ്ങളിൽനിന്ന് യാത്രയായ ലക്ഷ്മിക്കുട്ടിയമ്മ തികഞ്ഞ നാഗരികസ്ത്രീയായാണ് തിരിച്ചെത്തിയത്. ഇങ്ങോട്ടു വന്നുകൊണ്ടിരുന്ന മുതലാളിത്തത്തെ അങ്ങോട്ടുപോയി സ്വീകരിക്കുകയായിരുന്നല്ലോ അവർ. പുഴു പൂമ്പാറ്റയാകുന്നത്ര സ്വാഭാവികതയോടെയും വർണപ്പകിട്ടോടെയുമാണ് മുതലാളിത്തമെത്തുന്നത് എന്ന സൗന്ദര്യാത്മക നിരീക്ഷണം സാമൂഹിക വീക്ഷണത്തിന്റെ പിൻബലമില്ലാത്തതുമല്ല. സിംഗപ്പൂർ പണം നാട്ടിൽ തന്റെ പേരിലുള്ള വസ്തുവകകളായി മാറിക്കൊണ്ടിരുന്നപ്പോൾ അവർക്കു പോരാ പോരാ എന്നേ തോന്നിയിട്ടുള്ളു. പണക്കൊതിയുടെ രാക്ഷസീയതയോ ചൂഷണവൈകൃതമോ ഒന്നുമായല്ല, മുതലാളിത്തക്രമത്തിലെ ഏറ്റവും സൂക്ഷ്മ ഘടകമായാണ് ലക്ഷ്മിക്കുട്ടിയമ്മ എത്തുന്നത്. നവീന നാഗരികതക്കൊപ്പം കരുത്താർന്നു നിൽക്കുന്ന ഒരു ഗൃഹാതുരതയും അവരിലുണ്ട്. ഒരു പ്രണയാനുഭവത്തിന്റെ ശേഷിപ്പാണത്. ആ കൺകൾക്കു മുമ്പിൽ നളൻ ചൊല്ലിയാടുകയാണ്: 'ദയിതേ കേൾ നീ.....'(പു.87).

ഫ്യൂഡൽ വ്യവസ്ഥക്കകത്താണ് തന്റെ നിലയെങ്കിലും അതിന്റെ ജീർണതകളോടുള്ള കലഹമായിരുന്നു രാമൻമാസ്റ്ററുടെ ജീവിതം. മന്ത്രവാദത്തിനെതിരെ വൈദ്യത്തെയും നിഗൂഢവാദത്തിനെതിരെ ശാസ്ത്രജ്ഞാനത്തെയും അലസതക്കെതിരെ അദ്ധ്വാനത്തെയും (പു.111) പ്രതിഷ്ഠിക്കുന്ന നവോത്ഥാന മൂല്യങ്ങളുടെ പ്രതിനിധിയാണയാൾ. അധികാരത്തിനു മുന്നിൽ ഓഛാനിച്ചു നിൽക്കാനോ ആജ്ഞകൾക്കു മുന്നിൽ അനുസരിച്ചു നിൽക്കാനോ മാസ്റ്റർക്കറിയില്ല. നവോത്ഥാന/ഫ്യൂഡൽ മൂല്യങ്ങൾ തമ്മിലുള്ള എതിർപ്പുകളാണ് മാസ്റ്ററേയും വേലുമ്മാവനേയും വിരുദ്ധ ധ്രുവങ്ങളിൽ സ്ഥാപിക്കുന്നത്. ആദർശങ്ങളുടെ സമൃദ്ധിയിലും തികഞ്ഞ ദാരിദ്ര്യമാണ് മാസ്റ്ററുടെ വീട്ടിൽ. മാസ്റ്ററുടെ വീടുവിട്ട് ഭൂമിയുടെ അറ്റം തേടിയിറങ്ങുന്ന വിശ്വനാഥൻ എത്തിച്ചേരുന്നതാകട്ടെ ആദർശ ദരിദ്രമായ സമ്പന്നതയുടെ ലോകത്താണ്. വിപരീതങ്ങളെ മുഖാമുഖം നിർത്തി ഭിന്ന സാധ്യതകൾക്കിടയിലൂടെ കഥ

നിവർത്തുന്ന ആഖ്യാനകൗശലമാണ് ഉറൂബ് പരീക്ഷിക്കുന്നത്.

മുതലാളിത്ത വ്യവസ്ഥയുടെ രംഗപ്രവേശം ജന്മികുടുംബങ്ങൾക്കു കടുത്ത ക്ഷീണമുണ്ടാക്കി. ബ്രിട്ടീഷ് വാഴ്ച്ചമൂലം മുതലാളിത്ത ഉത്പാദനത്തുറകളിലുണ്ടായ വളർച്ച സാമൂഹിക ഘടനയിലെമ്പാടും ചലനങ്ങളുണ്ടാക്കി. ഭൂസംബന്ധമായ പുതിയ നിയമങ്ങളും നിശ്ചയങ്ങളും ഭൂവുടമകളെ അങ്കലാപ്പിലാക്കിത്തുടങ്ങി. മേൽച്ചാർത്തു നിർത്താൻ പോകുന്നുവെന്ന് കേട്ടപ്പോൾ കൃഷ്ണൻ നമ്പിടിയും വേലുനായരും അസ്വസ്ഥരാകുന്നു.

'എന്തിനാണിതൊക്കെ വരുന്നത്? ജന്മികളെ ഉശിരു കെടുത്താനോ? ജന്മികളില്ലാഞ്ഞാൽ പിന്നെ ഭൂമിയുണ്ടോ? ക്ഷേത്രമുണ്ടോ, കർമ്മങ്ങളുണ്ടോ, ആണ്ടറുതികളുണ്ടോ, രാജ്യംതന്നെയുണ്ടോ? സർക്കാറിന്റെ ഈ ഒരുമ്പാട് എന്തിനാണ്?'(പു.115).

എല്ലാം നിലവിലുള്ളപോലെ എല്ലാ കാലവും തുടരുമെന്ന ധാരണയാണ് തകർന്നത്. ജനാധിപത്യമെന്നത് ഒരിക്കലും നടപ്പാവാത്ത മനോഹരമായ സ്വപ്നമാണെന്നു ധരിച്ചവർ എല്ലാ സമൂഹങ്ങളിലുമുണ്ടായിരുന്നു.ലിയോ ടോൾസ്റ്റോയി ഉയിർത്തെഴുന്നേൽപ്പിൽ ഭൂവുടമകളോട് സ്വയം ഭൂമി വിട്ടു നൽകൂ എന്നാഹ്വാനം ചെയ്യാനാണ് ശ്രമിച്ചത്. സമാനമായ ഒരു സാഹചര്യം മലയാള നോവലിലും പതിയുകയായിരുന്നു. മേൽ ചോദിച്ച ചോദ്യങ്ങൾക്കുള്ള മറുപടി കൃഷ്ണൻ നമ്പിടിക്കുതന്നെ തോന്നുന്നുണ്ട്:

''ബ്രിട്ടീഷ് ഗവൺമെന്റ് പോണം എന്നുതന്നെയാണ് പ്രാർത്ഥിക്കേണ്ടത്. ഖിലാഫത്തുകാർ പറയുന്നതുപോലെ അല്ലെങ്കിലും ഉറക്കെ പറയാൻ വയ്യാച്ചാലും പ്രാർത്ഥിക്കാലോ. ഇപ്പോ സാമൂതിരിപ്പാടാണ് ഭരിക്കുന്നതെന്നു വരികിൽ ഈവക തോന്നിവാസമൊന്നും ഉണ്ടാവില്ല. അദ്ദേഹത്തിന് കീഴ്ക്കട നടന്ന സമ്പ്രദായങ്ങളറിയാം. വെള്ളക്കാർക്കെന്തെങ്കിലും അറിയോ? അശണകള്! മേൽച്ചാർത്തില്ലാതായാൽ പിന്നെ ജന്മിക്കെന്തു സ്ഥിതിയാണുള്ളത്?''(പു.115).

ജന്മിത്തത്തെ സംരക്ഷിക്കുന്ന രാജഭരണം നിലനിൽക്കണമെന്നാണ് ജന്മിമാർ ആഗ്രഹിക്കുന്നത്. അതുകൊണ്ടവരും ബ്രിട്ടീഷുകാർക്കെതിരായിത്തുടങ്ങി. മുതലാളിത്തത്തിനെതിരായ സമരമാണത്. ജന്മിത്തത്തിന്റെ അവസാനത്തെ ചെറുത്തുനിൽക്കൽ. മുതലാളിത്ത ഉത്പാദനവും വിപണിയും നവോത്ഥാന ആശയങ്ങളും കടന്നെത്തുന്നതോടെ ചരിത്രത്തിൽനിന്ന് അപ്രത്യക്ഷമായേക്കാവുന്ന ഒരു വർഗത്തിന്റെ അസ്തിത്വ പ്രതിസന്ധികൂടിയാണത്. ഖിലാഫത്തുകാരെപ്പോലെ പറയാനുള്ള രാഷ്ട്രീയ വ്യക്തതയോ ധൈര്യമോ നൽകുന്ന വർഗാടിത്തറയല്ല ജന്മിത്തത്തിന്റേത്. നിസ്സഹായമായ പ്രാർത്ഥനകളിലേക്ക് ഉൾവലിയാനേ അവർക്കു സാധിക്കുന്നുള്ളു. ജന്മി കുടുംബക്കാർ തൊഴിലെടുത്തു തുടങ്ങണമെന്നും പ്രാപ്തിയുള്ള വ്യവസായങ്ങളിലേക്കു തിരിയണ

മെന്നും പരിഷ്ക്കരണ പ്രസ്ഥാന നായകർ നൽകിയ ആഹ്വാനം പലരും കാര്യമായെടുത്തിരുന്നില്ല. അധികാര രാഷ്ട്രീയത്തിന്റെ വഴുപ്പൻ ലീല കളിലേക്കു പരീക്ഷണത്തിനിറങ്ങിയവരുമുണ്ട്. എപ്പോഴും അധികാര ത്തോടൊപ്പം നിൽക്കുക എന്നത് അതിജീവനത്തിനുള്ള സൂത്രവിദ്യ യായി.

സമ്പത്തു കുന്നുകൂടിയവരിൽ ചിലരെങ്കിലും വ്യവസായങ്ങൾ തുട ങ്ങാൻ താൽപ്പര്യമെടുത്തു. മുതലാളിത്ത വ്യവസ്ഥയുടെ ഘടനക്കക ത്തേക്ക് ജീർണിക്കുന്ന ഫ്യൂഡൽ സമ്പദ്ഘടനയിൽനിന്ന് കൂടുമാ റുകയായിരുന്നു അവർ. മൂലധന കേന്ദ്രീകൃതമായ അഭിരുചികളും ശീലങ്ങളും വളർന്നുവന്നു. വ്യവസായികളുടെ ലോകത്തേക്കു കടന്നു വരുന്ന ജന്മികുമാരന്റെ വളർച്ചയുടെ ചിത്രവും ഉറൂബ് വരക്കുന്നു. സഹ പാഠികൾ ഷേക്സ്പിയറേയും മിൽട്ടനെയും ഷെല്ലിയെയും കുറിച്ച് വാദപ്രതിവാദങ്ങൾ നടത്തുമ്പോൾ ഷെയർമാർക്കറ്റിനെക്കുറിച്ചും ഡിവി ഡന്റിനെക്കുറിച്ചും(പു.171) ചിന്തിച്ച കാർത്തികേയൻ, ഇനിയങ്ങോട്ട് വ്യവസായികളുടെ കാലമാണെന്ന്(പു.172) തിരിച്ചറിയുന്നുണ്ട്. വി ദ്യാഭ്യാസം നിർത്തി അയാൾ നഗരത്തിൽ വ്യവസായമാരംഭിക്കുന്നു. അയാളുടെ വളർച്ചയുടെ ആദ്യഘട്ടം ഇങ്ങനെയാണ്:

''താൻ കൃഷ്ണൻ നമ്പിടിയുടെ മകനാണ്. കൃഷ്ണൻ നമ്പിടിയോ ധനികനും യോഗ്യനും! അമ്മ ഇടയ്ക്കിടയ്ക്ക് അയാളെ ഇതോർമ്മ പ്പെടുത്തുകയും ചെയ്തു. അതുകൊണ്ട് ചെറുപ്പന്നേ കനത്തിൽത ന്നെയായി പെരുമാറ്റം. ഭൃത്യന്മാരോട് അയാൾ അയഞ്ഞു സംസാ രിച്ചിട്ടില്ല. ആംഗ്യങ്ങൾകൊണ്ടു കഴിയും ആജ്ഞകളധികവും. സേവകപ്പരിഷകൾ അഭിവാദ്യം ചെയ്താലും കണ്ടില്ലെന്നു നടിച്ചു. വെറും പുഴുക്കൾ എന്ന മട്ടിൽ മനുഷ്യരെ നോക്കിക്കാണാൻ അയാൾ ശീലിച്ചു''(പു.164).

താൻ കൃഷ്ണൻ നമ്പിടിയുടെ മകനാണ് എന്ന അഹങ്കാരത്തിൽ നിറഞ്ഞുകവിയുന്നത് കൃഷ്ണൻ നമ്പിടിയുടെ യോഗ്യതകളാണ്. അതു പണവും അധികാരവുമാണ്. ആ കുടുംബത്തിന്റെ ഘടന നോക്കുക: സർവ്വാധികാരങ്ങളുമുള്ള കൃഷ്ണൻ നമ്പിടി. അദ്ദേഹത്തിന്റെ അധി കാരവും യോഗ്യതയും കാത്തുപോരാൻ സഹായിക്കുന്ന ഭാര്യ. യഥാർത്ഥ പിൻഗാമിയായി മകൻ. അധികാരം അടിച്ചേൽപ്പിക്കുന്ന ആജ്ഞകൾ. ആജ്ഞകൾ ശിരസാ വഹിക്കുന്ന ഭൃത്യന്മാർ. സേവക ന്മാർക്കു പേരോ പരിഗണനയോ ഇല്ല. മനുഷ്യപ്പുഴുക്കൾ എന്നാണാ ത്മഗതം. അധികാര വിന്യസനത്തിന്റെ സ്തൂപികാ രൂപമാണ് തെളി യുന്നത്.ജന്മിത്ത വ്യവസ്ഥയുടെ ഈ മൗലിക ഘടന നോവലിലുടനീളം ആവർത്തിച്ചു കടന്നുവരുന്നു. സ്ത്രീ/പുരുഷ ബന്ധങ്ങളിലും ഭൃത്യ/ മേലാള ബന്ധങ്ങളിലും നിലനിന്ന സാമ്പ്രദായിക ശീലങ്ങളുടെ നിഴൽ ശാന്ത/കാർത്തികേയൻ ബന്ധത്തിലും തൊഴിലാളി/മുതലാളി

ബന്ധത്തിലും പടർന്നുകാണുന്നു. കൂട്ടിലെ ചിറകടികൾ എന്ന ആറാംഭാഗം ഈ ബന്ധത്തിന്റെ വിശദമായ ആവിഷ്ക്കാരമാണ്. അമ്മയെസംബന്ധിച്ച പരാമർശം അന്നത്തെ സാഹചര്യത്തിൽ അസ്വാഭാവികമല്ലെങ്കിലും സവിശേഷശ്രദ്ധയർഹിക്കുന്നുണ്ട്. അച്ഛന്റെ യോഗ്യതകൾ മകനെ ഇടയ്ക്കിടയ്ക്ക് ഓർമ്മപ്പെടുത്തുന്ന അമ്മ കുടുംബഘടനയുടെ മുഖ്യകേന്ദ്രമാണ്. പുരുഷനെ സേവിക്കുകയും പുരുഷാധികാരത്തെ സംരക്ഷിക്കുകയുമാണവർ. സ്ത്രീ /പുരുഷ ദ്വന്ദ്വത്തിന്റെ ഭിന്നാനുഭവങ്ങൾക്കു മുകളിൽ ലിംഗാധികാരത്തിന്റെ ധ്വനികൾ ചോർത്തിക്കളഞ്ഞതും പൊതുസ്വീകാര്യത നിറഞ്ഞതുമായ ഒരു സംജ്ഞ സ്ഥാപിക്കപ്പെട്ടിരിക്കുന്നു. തായ് തന്നെയാണ് തണ്ടെ എന്ന് തീർച്ച. അമ്മ അകത്തെ അച്ഛനോ പുരുഷാധികാരത്തിന്റെ സൗമ്യാനുഭവമോ ആയിത്തീരുന്നത് അങ്ങനെയാണ്. വളരെ സ്വാഭാവികമെന്ന് കരുതാനിടവരുത്തുന്ന അമ്മ ബിംബവത്ക്കരണം ഫാസിസത്തിന്റെ പ്രയോഗകൗശലമായി ഹിറ്റ്ലർ എങ്ങനെ പ്രയോജനപ്പെടുത്തിയെന്ന് വിൽഹം റെയ്ക്ക്(1983:94) വിശദീകരിക്കുന്നുണ്ട്. അധികാര വ്യവഹാരത്തിന്റെ നേർത്ത അടരുകളിലേക്കുപോലും ഉറൂബിന്റെ ആഖ്യാനം കടന്നെത്തുന്നു. മകൻ അച്ഛനെപ്പോലെയും മകൾ അമ്മയെപ്പോലെയുമാവുക എന്നത്, എല്ലാ വളർച്ചയും ഘടനയ്ക്കകത്തുമാത്രം എന്ന നിയന്ത്രണത്തിൽ കവിഞ്ഞൊന്നുമല്ല. പുരുഷാധികാരത്തിന്റെ മാത്രമല്ല അതിലൂടെ അതിജീവിക്കാൻശ്രമിക്കുന്ന സ്വത്തധികാരത്തിന്റെയും ഇതര മതാത്മകശാഠ്യങ്ങളുടെയും പ്രച്ഛന്നമായ ആവിഷ്ക്കാരങ്ങളാണ് സ്വാഭാവിക വഴക്കങ്ങളായി കടന്നെത്തുന്നത്.

മുതലാളിത്ത സാമൂഹിക ബന്ധങ്ങളുടെ ആദ്യാവിഷ്ക്കാരങ്ങളിൽതന്നെ കാണുന്ന നിശിതമായ മുതലാളിത്ത വിമർശനം ശ്രദ്ധേയമാണ്. മലയാളത്തിൽ, വിക്ടർ ഹ്യൂഗോയുടെ പാവങ്ങൾക്കു നാലാപ്പാട്ടു നാരായണമേനോൻ തയ്യാറാക്കി പ്രസിദ്ധീകരിച്ച പരിഭാഷയും സോഷ്യലിസ്റ്റാശയങ്ങളുടെ പ്രചാരണവും പൊതുബോധത്തിൽ വലിയ കോളിളക്കങ്ങളാണ് സൃഷ്ടിച്ചത്. ധനമുതലാളിത്തത്തിന്റെ കാരുണ്യരഹിതവും അപമാനവീകൃതവുമായ ജീർണമുഖം പാവങ്ങളിലൂടെയാണ് മലയാളികൾ ആദ്യം അടുത്തറിഞ്ഞത്. ഗാന്ധിയൻ ചിന്തകളോടും കോൺഗ്രസ് രാഷ്ട്രീയത്തോടും മമതാബന്ധം പുലർത്തിയിരുന്ന ഉറൂബ് അത്ഭുതകരമായ കയ്യൊതുക്കത്തോടെയും സർഗവൈഭവത്തോടെയുമാണ് മുതലാളിത്തത്തെ ആവിഷ്ക്കരിച്ചിരിക്കുന്നത്. ഫ്യൂഡൽ സാമൂഹിക ബന്ധങ്ങളുടെയും ബോധരൂപങ്ങളുടെയും പുനരുത്പ്പാദനവും സംരക്ഷണവും ഫ്യൂഡൽ വ്യവഹാരങ്ങൾക്കകത്തുതന്നെ സ്വാഭാവികമെന്ന മട്ടിൽ ക്രമീകൃതമാണെന്നു നാം കണ്ടു. കുടുംബഘടനയിലെ ഓരോഘടകവും അനുഷ്ഠിച്ചതുപോലെയുള്ള ഒരു ധർമ്മം പള്ളിക്കൂടവും നിറവേറ്റുന്നുണ്ട്.

സ്വാതന്ത്ര്യ സമരത്തിന്റെ തീവ്രഘട്ടങ്ങളിലൊന്നിൽ സ്കൂളുകൾ വിട്ട് പോരാട്ടത്തിനിറങ്ങാൻ ഗാന്ധിജി ആഹ്വാനം ചെയ്തുവല്ലോ. പൊതു സമൂഹത്തിന്റെ സംഘർഷങ്ങളെല്ലാം അതിവേഗത്തിൽ ഏറ്റു വാങ്ങിയിട്ടുണ്ട് ഏതുകാലത്തും വിദ്യാലയങ്ങൾ. പാഠ്യപദ്ധതിയുടെയും അദ്ധ്യാപകരുടെയും ദൗത്യം സ്ഥാപിതമൂല്യങ്ങളുടെ പവിത്രത സംരക്ഷിക്കലാകുമ്പോൾ, പുതിയ തലമുറയുടെ രാഷ്ട്രീയ ബോധ്യങ്ങൾ ക്ലാസുമുറികളെ സംഘർഷ നിർഭരമാക്കാതെ വയ്യ. പഴയ അറിവുകൾക്കുമേൽ പുതിയ സന്ദേഹങ്ങളുടെ കലഹങ്ങളാണ് ജ്ഞാനോത്പാദനത്തിന്റെ പ്രശ്നമണ്ഡലം തുറന്നിടുന്നത്. അതുപക്ഷെ, തിരിച്ചറിയുന്നത് സംവാദാത്മക ബോധനത്തിന്റെ സിദ്ധാന്തരൂപീകരണത്തോടെയാണെന്നുവരാം. സൈദ്ധാന്തിക ധാരണകളുടെ പിൻബലമില്ലാതെത്തന്നെ, ഫ്യൂഡൽ പാഠങ്ങൾ പെരുംനുണകളാണെന്നു തിരിച്ചറിഞ്ഞുതുടങ്ങിയ ഒരു തലമുറയെ ഉറൂബ് പരിചയപ്പെടുത്തുന്നു. അച്ഛനെപ്പോലെയാവേണ്ടവനാണ് മകനെന്നു കരുതുന്ന അമ്മയും അധികാരവ്യവസ്ഥയെ അച്ചടക്കത്തോടെ അനുസരിക്കേണ്ടവനാണ് വിദ്യാർത്ഥിയെന്നു കരുതുന്ന അദ്ധ്യാപകനും ഒരേ പ്രത്യയശാസ്ത്രത്തെയും സ്വത്തധികാര ക്രമത്തെയുമാണ് പിന്തുടരുന്നതെന്നു സ്പഷ്ടം.

''സേർ ! ഈ കള്ളത്തരങ്ങളും കെട്ടുകഥകളും എത്രകാലം പഠിക്കാം?

മാസ്റ്റർ കണ്ണടയ്ക്കിടയിലൂടെ ഒന്നുനോക്കി.

കുഞ്ഞിരാമൻ ഇവിടെ വരൂ.

അയാൾ അടുത്തേക്കു ചെന്നു. ഗുരുനാഥൻ ശിഷ്യന്റെ ചുമലിൽ തട്ടി. ശാന്തമായ സ്വരത്തിൽ ഉപദേശിച്ചു:കുഞ്ഞിരാമൻ പറയുന്നതൊക്കെ എനിക്കു മനസ്സിലാകും. പക്ഷെ, സ്കൂൾ രാഷ്ട്രീയമായ പ്രതിവാദത്തിനുള്ള സ്ഥലമല്ല. അതു മറക്കരുത്. പോയിരിക്ക്''(പു.168).

കുഞ്ഞിരാമൻ എന്ന കമ്യൂണിസ്റ്റു കഥാപാത്രം രൂപപ്പെടുകയാണ്. സ്കൂൾ രാഷ്ട്രീയമായ വാദപ്രതിവാദത്തിനുള്ള സ്ഥലമല്ലെന്നാണ് കുഞ്ഞിരാമൻ പറയുന്നത് മനസ്സിലാക്കാൻ ശേഷിയുള്ള അദ്ധ്യാപകൻ പോലും കരുതുന്നത്. ബ്രിട്ടീഷുകാർ രൂപപ്പെടുത്തിയ കരിക്കുലത്തിന്റെ പരിമിതികളറിയുമ്പോഴും സ്കൂളിന്റെ പവിത്രത സംരക്ഷിക്കേണ്ടതാണെന്ന ധാർമികാവേശം അയാളിൽ ശക്തമാണ്. കൊളോണിയൽ അധികാരബദ്ധ മായ സ്കൂൾ ക്രമങ്ങളും സാമാന്യ ജനതയുടെ ജീവിതാനുഭവങ്ങളും തമ്മിലുള്ള വൈരുദ്ധ്യം പുസ്തക പാഠങ്ങളെ കെട്ടുകഥകളാക്കുകയാണ്. സ്കൂളിൽ രാഷ്ട്രീയം അരുത് എന്ന സദാചാരത്തിന് ബോധനോദ്ദേശ്യത്തിനും അതിന്റെ രാഷ്ട്രീയത്തിനും പുറത്ത് ഒരു രാഷ്ടീയ ചോദ്യവും അരുത് എന്നേ അർത്ഥമുള്ളു. രാഷ്ട്ര തന്ത്രവും പൗരധർമ്മവും അർത്ഥശാസ്ത്രവും യുക്തിബോധവും പഠിക്കുമ്പോൾ അവയുടെ ഉപാദാനങ്ങളായ വിമർശനാത്മക വിശകലനങ്ങൾ

വർജ്ജിക്കേണ്ട രാഷ്ട്രീയമായാണ് പരിഗണിക്കപ്പെട്ടത്. അധികാരത്തിന്റെ പാഠങ്ങളും വിധേയത്വാനുഭവങ്ങളും എന്ന വിപരീതത്തിലൂടെ പുതിയ ജ്ഞാനോത്പ്പാദനത്തിന്റെയും വിതരണത്തിന്റെയും കേന്ദ്രങ്ങളായി മാറേണ്ടതുണ്ട് സ്കൂളുകൾ എന്ന ബോധ്യത്തിലേക്കു വാതിലുകൾ തുറന്നിട്ടിരിക്കുന്നു. നടപ്പുരീതികൾ സ്കൂളുകളെ പ്രത്യയശാസ്ത്ര മർദ്ദനോപാധികളാക്കി മാറ്റുന്നതെങ്ങനെയെന്ന് ലൂയി അൽത്തൂസർ (1971) ചൂണ്ടിക്കാണിക്കുന്നുണ്ട്.

ബ്രിട്ടീഷ് ഭരണകൂടത്തിന്റെ ഇടപെടലുകളും ചെറുത്തുനിൽപ്പുകളും സാമൂഹികാവസ്ഥയുടെ സ്വാഭാവിക ഭദ്രത തകർത്തു. പുറത്ത് അടിച്ചുകൊണ്ടിരുന്ന കാറ്റ് അധികൃതർ എത്ര തടഞ്ഞിട്ടും ജാലകപ്പഴുതുകളിലൂടെ വിദ്യാലയങ്ങളിലുമെത്തി.. വിലക്കുകളും പ്രതിരോധങ്ങളും വിദ്യാർത്ഥികളെ കൂടുതൽ സമരോത്സുകരാക്കി. പിക്കറ്റിങ്ങുകളും സത്യഗ്രഹ പരിപാടികളും ഊർജ്ജിതമായി. അതിൽ വിദ്യാർത്ഥികളുൾപ്പെടെ ബഹുജനങ്ങൾ സജീവമായി പങ്കുകൊണ്ടു. പാഠശാലകളിലേക്ക് അവിടെ നിലനിന്ന പരോക്ഷ മർദ്ദനരീതികൾക്കുപുറമേ പ്രത്യക്ഷ മർദ്ദനരീതികളും കടന്നെത്തി. സംഘർഷ തീക്ഷ്ണമായ പൊതുരംഗത്തിന്റെ പരിച്ഛേദമായി വിദ്യാലയങ്ങൾ മാറി.

''നിന്റെ രാജ്യമൊക്കെ പിടിച്ചു കഴിഞ്ഞോടാ, ഇവിടേക്കു വരാൻ? ഇൻസ്പെക്ടർ ചോദിച്ചു. അതിനു നമ്പ്യാർ സമാധാനം പറഞ്ഞില്ല. പറയെടാ. ഒരടി. തുടർന്നു നാലു ചവിട്ടും. നമ്പ്യാർ മറഞ്ഞുവീണു.. ഇൻസ്പെക്ടറാവട്ടെ, വളഞ്ഞുലയുന്ന ചൂരൽകൊണ്ട് നമ്പ്യാരുടെ കാൽവെള്ളയിൽനിന്ന് തോൽ നക്കിയെടുക്കാൻ തുടങ്ങി. ഒടുവിൽ രണ്ടു കാലടികളും അരിഞ്ഞെടുത്ത ഇറച്ചിത്തുണ്ടങ്ങൾപോലെയായപ്പോൾ അടി നിർത്തി. ബോധരഹിതനായി കിടക്കുന്ന നമ്പ്യാരെ നോക്കി ഇൻസ്പെക്ടർ കിതച്ചു. പിടിക്ക്, രാജ്യം പിടിക്ക്'' (പു.169).

കലുഷമായ രാഷ്ട്രീയാന്തരീക്ഷത്തിലും ഭരണകൂടത്തോടൊട്ടി നിൽക്കാൻ നമ്പിടി കുടുംബം ശ്രദ്ധിച്ചു. സ്കൂളുകളിലേക്കു പ്രക്ഷോഭം പടർന്ന സന്ദർഭത്തിൽ, 'കാർത്തികേയാ, എന്താണ് സ്കൂളിൽ ബഹളം'? എന്ന അമ്മയുടെ ചോദ്യത്തിന് കാർത്തികേയൻ പറയുന്ന മറുപടി, അടിച്ചു പുറംപൊളിക്കാൻ ആളില്ലാഞ്ഞിട്ട് എന്നാണ്. അമ്മയ്ക്കും നമ്പിടിക്കും വേലുനായർക്കും ഈ മറുപടി ആനന്ദകരമായി. വ്യവസ്ഥയോടുള്ള ഈ കൂറുപ്രഖ്യാപനത്തിൽ എതിർപ്പുകളെ മർദ്ദിച്ചൊതുക്കാനുള്ള അധികാരവാസന ഉയർന്നു നിൽക്കുന്നു. ഏതു സർക്കാറു വന്നാലും വ്യവസായികളെ പുറന്തള്ളാൻ കഴിയില്ല.,എന്നല്ല,സർക്കാറിന്റെ പിടിയുണ്ടാവാനും ഈ വഴിയാണ് നല്ലത് എന്ന് കാർത്തികേയൻ സ്വന്തം നിലപാട് പ്രഖ്യാപിക്കുന്നുമുണ്ടല്ലോ.

അധികാരം/വിധേയത്വം ദ്വന്ദ്വത്തിന്റെ വർഗപരത വെളിപ്പെടുത്തുന്ന സന്ദർഭങ്ങൾ അടുത്ത ഖണ്ഡത്തിൽ വിന്യസിച്ചിരിക്കുന്നു.തൊഴിലാ

ളിക്കു ശബ്ദമുണ്ടായി. തൊഴിലാണു പണം എന്നവൻ മനസ്സിലാക്കി(പു.248).പണമായി പരിണമിക്കുന്നത് തങ്ങളുടെ അദ്ധ്വാനമാണെന്ന തിരിച്ചറിവ് വർഗബോധത്തിന്റെ പ്രാഥമിക പാഠമാണ്. സർക്കാറിന് ഊർജ്ജം പകരുന്ന മുതലാളിത്തമാണ് തങ്ങളെ ചൂഷിതരും ദരിദ്രരും തൊഴിൽരഹിതരുമെല്ലാമാക്കുന്നതെന്ന്(പു.248)തൊഴിലാളികൾ മനസ്സിലാക്കുന്നു. തൊഴിലാളി/മുതലാളി വൈരുദ്ധ്യത്തിന്റെ വർഗ രാഷ്ട്രീയം കേരളീയാവസ്ഥയിൽ അതിവ്യാപിക്കുന്നതിന്റെ സൂക്ഷ്മചിത്രം സുന്ദരികളും സുന്ദരന്മാരും പകർത്തുന്നു. അങ്ങനെ വണക്കത്തിനു പകരം വെറുപ്പിന്റെതായ ഒരന്തരീക്ഷം വളർന്നുവന്നിരിക്കയാണ്. കൈകൂപ്പലിനു പകരം അവകാശം ചോദിക്കാനുള്ള ഒരു വീറ്(പു.248). വണക്കം/വെറുപ്പ്, കൈകൂപ്പൽ/അവകാശപ്പോരാട്ടം എന്നിങ്ങനെയുള്ള ദ്വന്ദ്വങ്ങൾകൂടി ചിത്രീകരിച്ച് വർഗവൈരുദ്ധ്യത്തെ കുറെകൂടി തെളിച്ചുകാട്ടുകയാണ് ഉറൂബ്.

തൊഴിലാളികൾ സംഘടന രൂപീകരിച്ചു മുതലാളിമാർക്ക് നിവേദനം നൽകി. അവർ മറുപടി നൽകിയത് തൊഴിലാളികളെ പിരിച്ചുവിട്ടുകൊണ്ടാണ്. പിന്നെ കൊടികൾ, യോഗങ്ങൾ, ഘോഷയാത്രകൾ, പണിമുടക്ക്, പിക്കറ്റിംഗ്, ലാത്തിച്ചാർജ്, പൊലീസ് മർദ്ദനം, ലോക്കപ്പ്, ജയിൽ എന്നിങ്ങനെ പ്രതിഷേധത്തിന്റെയും അധികാരത്തിന്റെയും വിവിധ പ്രയോഗങ്ങൾ (പു.254.257) നോവൽശരീരത്തിൽ കടന്നുവരുന്നു. വിശ്വനാഥനെ മോചിപ്പിക്കാൻ പൊലീസ് ഇൻസ്പെക്ടർക്കു കത്തു നൽകുന്ന കാർത്തികേയന്റെ നടപടി(പു.264)മുതലാളി - ഭരണകൂട ബന്ധത്തെ തുറന്നുകാട്ടുന്നു. സമുദായത്തിലെ എല്ലാ ശക്തിയും ഉപരി വർഗത്തിന്റെ കൈയിലാണെന്നു നോവലിസ്റ്റ് പറഞ്ഞുവെക്കുന്നുണ്ട്. തനിക്കും തന്റെ വർഗത്തിനും ചുറ്റുമായി ശത്രുക്കളുടെ ഒരു വലയമുണ്ടെന്നും ആയിരം കൈകളോടുകൂടിയ ഒരു നീരാളി സമുദായമധ്യത്തിൽ മുങ്ങിക്കിടക്കുകയാണെന്നും കമ്യൂണിസ്റ്റു കഥാപാത്രമായ കുഞ്ഞിരാമനറിയാം. മുതലാളിത്തം നീരാളിയെപ്പോലെ ആയിരം കൈകളുമായാണെത്തുന്നത്. മനുഷ്യനുമായി ബന്ധപ്പെട്ടതിലെല്ലാം ആ കൈകളെത്തുന്നുണ്ട്.

രണ്ടാം ലോകമഹായുദ്ധം അന്താരാഷ്ട്രരംഗത്തെ അധികാര വടംവലിയായിരുന്നല്ലോ. ബ്രിട്ടനും അമേരിക്കയും ഒരു ഭാഗത്ത്. മറുഭാഗത്ത് ജർമ്മനിയും ജപ്പാനും. സാമ്രാജ്യത്വ ശക്തികൾ ഒരു വശത്തും ഫാസിസ്റ്റ് ശക്തികൾ മറുവശത്തും നിന്നുള്ള യുദ്ധം. സാമ്രാജ്യത്വവും ഫാസിസവും ഏട്ടാനുജന്മാരാണ്. ഇതിൽ ആരു ജയിച്ചാലും കഥ ഒന്നുതന്നെ. ഈ യുദ്ധം ഒരു വെറും സാമ്രാജ്യത്വ യുദ്ധംതന്നെ(പു.349)യെന്നു കുഞ്ഞിരാമൻ വിലയിരുത്തുന്നു. എന്നാൽ ജർമ്മനി ഇരു ചേരിയിലുമില്ലാത്ത സോവിയറ്റ് യൂണിയനെ ആക്രമിച്ചത് സ്ഥിതിഗതികൾ മാറ്റിമറിച്ചു. തൊഴിലാളിവർഗത്തോട് ഐക്യദാർഢ്യം പുലർത്തിയിരുന്ന ആ

രാഷ്ട്രം യുദ്ധത്തിൽ പങ്കാളികളായതോടെ ലോകത്തെങ്ങുമുള്ള തൊഴിലാളിവർഗത്തിന്റെ പിന്തുണ അവർക്കായി. സോഷ്യലിസം/ഫാസിസം വൈരുദ്ധ്യം കേന്ദ്രസ്ഥാനത്തെത്തിയെന്നു വിശകലനമുണ്ടായി. ഇന്ത്യയിലെ തൊഴിലാളിപ്രസ്ഥാനങ്ങളും കമ്യൂണിസ്റ്റു പാർട്ടിയും സോഷ്യലിസ്റ്റു ചേരിയിൽ അണിനിരന്നു. സോഷ്യലിസ്റ്റു ചേരിയിലുള്ള രാഷ്ട്രങ്ങളെ ക്ഷീണിപ്പിക്കുന്ന ഏതു സമരതന്ത്രവും ഫാസിസത്തെ സഹായിക്കുകയേയുള്ളു എന്നവർ കരുതി. എന്നാൽ, കോൺഗ്രസ്സിന്റെ നിലപാടു വ്യത്യസ്തമായിരുന്നു. ബ്രിട്ടീഷുകാർ ഇന്ത്യ വിടുക എന്ന മുദ്രാവാക്യവുമായി അവർ രംഗത്തിറങ്ങി.

ജർമ്മനിക്കും ജപ്പാനുമെതിരായ പ്രതിഷേധവും പ്രചാരണവും ഒരു വശത്ത്. മറുവശത്തു ബ്രിട്ടനെതിരായ പോരാട്ടം. നാൽപതുകളിലെ ജീവിതാവസ്ഥയെ തിളപ്പിച്ചുനിർത്തിയ രാഷ്ട്രീയ സാഹചര്യമതായിരുന്നു. കുഞ്ഞിരാമനും രാരിച്ചനും ഗോപാലകൃഷ്ണനും ആദ്യപക്ഷത്തും വിശ്വനാഥൻ മറുപക്ഷത്തും ചേർന്നു.അവരുടെ പ്രവൃത്തികളുടെയും അനുഭവങ്ങളുടെയും സംഘർഷങ്ങളിലൂടെയായി നോവലിന്റെ പിന്നീടുള്ള വികാസം. ആഗോള രാഷ്ട്രീയാന്തരീക്ഷം പ്രാദേശികവും സൂക്ഷ്മവുമായ സാമൂഹികാനുഭവങ്ങളെ എങ്ങനെ സ്വാധീനിക്കുന്നുവെന്ന് യുദ്ധത്തിന്റെ ബഹളമൊടുങ്ങുംമുമ്പുതന്നെ പകർത്തിയിരിക്കുന്നു ഉറൂബ്.

ദിവസേന രണ്ടിടങ്ങഴി അരി ചെലവാക്കാനല്ലാതെ ഒന്നിനും പറ്റാത്ത മൊയ്തുണ്ണിയും വണ്ടിക്കാരൻ അമ്പുവും മസാലിച്ചിയുംകോയസ്സനും ചക്കുന്തി നാരായണനും കോങ്കണ്ണൻ ഔസേപ്പും സൈക്കിൾ ഷാപ്പിലെ ഫിറ്ററുമെല്ലാം പട്ടാളത്തിൽ ചേർന്നു.ജീവിതം വഴിമുട്ടി നിന്നവർക്കും ഭാഗ്യാന്വേഷികൾക്കും മുന്നിൽ പുതിയ പാതയാണ് തുറക്കപ്പെട്ടത്. ദാരിദ്ര്യത്തെക്കാൾ ഭേദമാണ് യുദ്ധത്തിലുള്ള മരണമെന്നു ചിന്തിച്ചവരുമുണ്ട്. ഒന്നാം ലോകയുദ്ധകാലത്ത് യുവാക്കളെ പട്ടാളത്തിൽ ചേർത്തു ബ്രിട്ടനെ സഹായിച്ച രാഷ്ട്രീയ നയമുണ്ടായിരുന്നു. ആ അനുഭവത്തിന്റെ കാലോചിതമല്ലാത്ത ആവർത്തനംകൂടിയായിരുന്നു അത്. കോൺഗ്രസ്സുകാർ ക്വിറ്റിന്ത്യാ സമരത്തിലേക്കും കമ്യൂണിസ്റ്റുകാർ സാമ്രാജ്യത്വ യുദ്ധവിരുദ്ധ പ്രചാരണത്തിലേക്കും നീങ്ങിയ കാലത്തു ഗ്രാമങ്ങളിലെ യുവാക്കൾ പട്ടാളത്തിലേക്കാകർഷിക്കപ്പെട്ടു.

നാട്ടിൻപുറങ്ങളിൽ യുദ്ധമായി പ്രധാന ചർച്ചാവിഷയം. കഥകളുമായി വർത്തമാനപത്രങ്ങൾ സജീവമായി. പടിഞ്ഞാറൻ യുദ്ധവാർത്തകളും പടിഞ്ഞാറൻ ആധുനികതയുടെ പുതിയ നേട്ടങ്ങളും കമ്പോളത്തിന്റെ ക്രമേണയുള്ള വ്യാപനവും മാധ്യമങ്ങളിലൂടെ അറിഞ്ഞുതുടങ്ങി. യുദ്ധ വാർത്തകളും വിനോദങ്ങളുമായി ചായക്കടകളിൽ റേഡിയോയും വന്നെത്തി. യുദ്ധത്തിന്റെ അന്തരീക്ഷം കേരളത്തിന്റെ നാട്ടിൻപുറങ്ങളെ ബാധിച്ചു.യുദ്ധം അവസാനിച്ച സന്ദർഭം ഉറൂബ് വിവ

രിക്കുന്നു: 'ഒരു വെടിക്കെട്ടു കഴിഞ്ഞ അന്തരീക്ഷം പോലെയായിരുന്നു. ശബ്ദങ്ങൾ നിന്നു. വീരവാദങ്ങൾ നിന്നു. പത്രങ്ങളുടെ വിൽപ്പനയും അൽപ്പം കുറഞ്ഞു. പട്ടിണിയും രോഗങ്ങളും കണ്ണുനീരും മാത്രം ബാക്കി നിന്നു. രൗദ്രം ചൊല്ലിയാടിക്കഴിഞ്ഞു.ഇരുട്ടു മുറ്റിയ അന്തരീക്ഷത്തിൽ ശോകത്തിന്റെ പതിഞ്ഞ ഈണം മാത്രം'(പു.465).

സൂക്ഷ്മ സാമൂഹിക സന്ദർഭങ്ങളിലേക്ക്

സാമൂഹികാവസ്ഥയുടെ സൂക്ഷ്മ ഭേദങ്ങൾ നോവൽപാഠത്തിൽ തെളിയുന്നു. ഉപരിജീവിതത്തിലെ പ്രധാന സംഭവങ്ങളെപ്പോലെ അതിനു സമാന്തരമായുള്ള അന്തരംഗ പ്രതികരണങ്ങളും സ്ഥലകാല ബദ്ധമായ ഉൾത്തുടിപ്പുകളോടെ നോവലിൽ നിറയുന്നു. ഇങ്ങനെയൊ രാവിഷ്ക്കാരത്തിന് സാമ്പ്രദായിക കഥപറയൽ രീതി പോരാതെവരുന്നു. ഒരു കഥ പഞ്ചസന്ധികളും ഇതര നിയമങ്ങളും പാലിച്ചോ അല്ലാതെയോ പറഞ്ഞുപോകാം. അത്തരം കാലപ്പകർപ്പുകളിൽ നിയതമായ ക്രമങ്ങ ളോടെ സംഭവങ്ങൾ ആവിഷ്ക്കരിക്കപ്പെടുന്നുണ്ട്. അതു ക്ലിപ്തമായ അനുഭവലോകമാണ്. അവിടെനിന്നു സാധ്യതകളിലേക്കു കുതിക്കുന്ന അനുഭവസംക്രമണത്തിന്റെ പുതിയ ആഖ്യാനരീതിയാണ് ഉറൂബ് പരീ ക്ഷിക്കുന്നത്.

സമൂഹമനസ്സിന്റെയും അതിലുണർന്നുനിൽക്കുന്ന ആചാരാനുഷ്ഠാ നങ്ങളുടെയും അവയ്ക്കു നിദാനമായ പ്രത്യയശാസ്ത്രാസ്പദങ്ങ ളുടെയും വേരും വളർച്ചയും ചികഞ്ഞെടുക്കേണ്ടതുണ്ട് ഉറൂബിന്റെ ആഖ്യാനകൗശലത്തെ അടുത്തറിയാൻ. ചരിത്ര സാംസ്ക്കാരിക ജ്ഞാനമേഖലകളുടെയെന്നപോലെ സാമൂഹിക മനശ്ശാസ്ത്രത്തിന്റെ യും സാമാന്യമായൊരു ധാരണയോടെയേ അദ്ദേഹത്തിന്റെ നോവ ലിനെ സമീപിച്ചുകൂടൂ. സാമൂഹിക മനശ്ശാസ്ത്രം ചരിത്രപരമായി രൂപപ്പെടുന്ന ഒന്നാണ്. മാറിക്കൊണ്ടിരിക്കുന്ന മനുഷ്യനെ സംബന്ധിച്ച പഠനമാണത്. ചരിത്രാനുഭവങ്ങളിൽനിന്നടർത്തിമാറ്റി മനസ്സു വായി ക്കാനാവില്ല. സാമൂഹികശാസ്ത്രവും ചരിത്രശാസ്ത്രവും പരസ്പര പൂരകമാകുന്നത് അങ്ങനെയാണ്.

നോവലിലെ ഒരു ഭാഗത്തിലേക്കു വരാം: ''മണ്ണെണ്ണക്കുപ്പിയും അരി വട്ടിയും മീൻ കോർമ്പയുമായി വഴിയാത്രക്കാർ കൂടെക്കൂടെ അതിലേ കടന്നുപോകുന്നുണ്ട്. ആ നിരത്തുവക്കിലൂടെ അരിച്ചു നീങ്ങുന്ന അവളെ ആരും ശ്രദ്ധിക്കുന്നില്ല. എല്ലാവർക്കും തിരക്കാണ്. ഓടി വരുന്ന ഇരു ട്ടിൽനിന്നും രക്ഷപ്പെടാനുള്ള ഒരു ശ്രമമാണെന്നു തോന്നും, കൈക്കോട്ടു ചുമലിൽവെച്ചു തളർന്നു നീങ്ങുന്ന കൃഷിക്കാർ. ഉളിപ്പെട്ടി ശിരസ്സിലേറ്റി, നടു ഞെളിഞ്ഞ് ഏന്തിവലിഞ്ഞുപോകുന്ന ആശാരി. നികുതിപിരിവിനോ ജനന മരണക്കണക്കെടുക്കലിനോ വേണ്ടി തെണ്ടി നടന്നു തളർന്ന

അംശം കോൽക്കാരൻ, ഇങ്ങനെ ഒരോരുത്തരായി കടന്നുപോയി. ചിലർ അവളെ ഒന്നു നോക്കി. ഒരാളാണല്ലേ ! എന്ന ഭാവത്തിൽ തലതിരിച്ചു നടന്നു. ചിലർ നോക്കിയതേയില്ല. അവരോടാരോടെങ്കിലും പറയാം. എന്താണു പറയേണ്ടത്? വല്ലതും ഇങ്ങോട്ടു ചോദിച്ചെങ്കിൽ! ഇല്ല, അവർക്കെല്ലാം വീടണയാനുള്ള പരക്കംപാച്ചിലാണ്.ഒരു വീടുണ്ടാകുന്നത് എത്ര നല്ലതാണ്''(പു.30).

പഴയ ആദർശഗ്രാമത്തിന്റെ ഒരു ചിത്രമാണിത്. ഛായാചിത്രം വരച്ചുവെച്ചാൽപോലും വിശദീകരണമാവശ്യമാകുംവിധം കാര്യങ്ങൾ മാറിയിട്ടുണ്ട്. സന്ധ്യാസമയത്തു വേലകഴിഞ്ഞു മടങ്ങുന്ന ഗ്രാമീണരെയാണ് കാണുന്നതെങ്കിലും അവരും അവരുടെ വ്യവഹാരലോകവും എത്രയോ അപരിചിതമായിരിക്കുന്നുവല്ലോ എന്ന് തോന്നാം. അരിവട്ടിയും മീൻകോർമ്പയും കൈക്കോട്ടും ഉളിപ്പെട്ടിയുമൊക്കെ സാമാന്യ ഭാഷാ വ്യവഹാരത്തിൽ അത്ര സാധാരണമല്ലാതായിരിക്കുന്നു. അരിവട്ടിയും മീൻകോർമ്പയും സങ്കൽപ്പിക്കുക എളുപ്പമല്ല. കൈക്കോട്ടിനു മാത്രമാണ് അൽപ്പമെങ്കിലും ആയുസ്സുള്ളത്. എന്നാലിവയെല്ലാമുള്ള കാർഷികജീവിതത്തിന്റെ ഗ്രാമസായാഹ്നം ഒരു ഗൃഹാതുരചിത്രമായി മലയാളിയിലുണ്ട്. ജീവിതം കാർഷിക സമ്പദ്ഘടനയിൽ ബന്ധിതമെങ്കിലും മനസ്സ് കുതറിമാറുകയാണ്. മോഹിപ്പിക്കുന്ന പുതിയ നാഗരികത വിളിപ്പുറത്തുണ്ടെന്നു അവർക്കറിയാം. പഴയ കൂട്ടുജീവിതത്തിന്റെ വലയങ്ങളുപേക്ഷിച്ച് സൂക്ഷ്മകുടുംബത്തിന്റെ ഒതുക്കത്തിലേക്കു കാലെടുത്തുവെച്ചുതുടങ്ങി.

നിരത്തുവക്കിൽ പ്രസവവേദനകൊണ്ടു കരയുന്ന നിരാലംബയായ സ്ത്രീക്കു ആരിൽനിന്നും കരുണ ലഭിക്കുന്നില്ല. കടന്നുപോയത് ആരൊക്കെയാണ്? ചന്തയിൽനിന്ന് നിത്യോപയോഗ സാധനങ്ങൾ വാങ്ങി മടങ്ങുന്നവർ, അദ്ധ്വാനിച്ചു തളർന്നുവരുന്ന കൃഷിക്കാർ, ആശാരി,അംശം കോൽക്കാരൻ. എല്ലാവരും വീട്ടിലെത്താനുള്ള തിരക്കിലാണ്. അതിനിടയിൽ ദീനരോടു ദയ കാണിക്കാനുള്ള സാവകാശമില്ല. ഫ്യൂഡൽ മൂല്യബോധവും കരുണയും കൂട്ടായ്മയും പതുക്കെപ്പതുക്കെ വഴുതിമാറുകയാവാം. ജീവിതത്തെ വിഴുങ്ങുന്ന യാന്ത്രികത മുകളിൽ ഉദ്ധരിച്ച ഭാഗത്തു വ്യക്തമാണ്. അദ്ധ്വാനിക്കുക, ഇരുട്ടുന്നതിനുമുമ്പു വീട്ടിലെത്തുക,വീടു പുലർത്തുക തുടങ്ങിയ ഫ്യൂഡൽ ജീവിതത്തിന്റെ സാമാന്യ വഴക്കങ്ങൾ തുടരുന്നുണ്ടെങ്കിലും വീട്ടിലേക്കൊതുങ്ങുക എന്ന ന്യൂക്ലിയർ കുടുംബ സങ്കൽപ്പം മുതലാളിത്തത്തിന്റേതാണ്. സഹജാതരുടെ കൂട്ടായ്മകൾ നിർവ്വീര്യമാക്കിക്കൊണ്ട് പതുക്കെപ്പതുക്കെ കമ്പോള മൂലധനത്തിന്റെ മൂല്യബോധം കടന്നു കയറുകയാണ്.

വീടിന്റെ ഘടനയ്ക്കു പുറത്തുള്ള ഒരു ഘടകത്തെ അകത്തേക്കു കടത്തിവിടാൻ ഒരാളും ഒരുക്കമല്ല. അത് വ്യവസ്ഥയുടെ സന്തുലിതാവസ്ഥ തകർക്കാനിടയാക്കിയേക്കും.വ്യവസ്ഥാവൽക്കരിക്കപ്പെട്ട ജീവി

തത്തിൽ സാഹസങ്ങൾക്കു മാത്രമല്ല,ചിലപ്പോൾ നീതിബോധത്തിനും ഇടംകിട്ടാതെ പോകുന്നു. സദാചാര- ധാർമിക മൂല്യബോധത്തിന്റെ മനസ്സ് മത്സരാധിഷ്ഠിതമായ ഒരു വ്യവസ്ഥക്കു വഴിമാറുകയാണ്. അപ്പോഴും സാമാന്യജീവിതം കാർഷിക സാഹചര്യത്തിൽതന്നെ നില കൊള്ളുന്നു. ഇന്ത്യനവസ്ഥയുടെ ഈ സവിശേഷത പദബന്ധങ്ങളുടെ ആഴത്തിൽ പതിഞ്ഞുകിടക്കുന്നു.

വഴിയാത്രക്കാരിൽ തിരിഞ്ഞുനോക്കുന്നവർക്ക് 'ഒരാളാണല്ലേ' എന്ന ഭാവം. തികഞ്ഞ നിസ്സംഗത. ഒരാൾ എന്നത് സഹജാതനെന്നോ സഹോദരനെന്നോ അയൽക്കാരനെന്നോ സഖാവെന്നോ ഉള്ള തിരിച്ചറിവേ ശാത്തതാണ്. മുതലാളിത്തലോകത്തിലെ വ്യക്തി സങ്കൽപ്പത്തോടാണ് അതിനടുപ്പം. ബൂർഷ്വാ വ്യക്തിയുടെ ഉദയമാണത് എന്നു പറയാം. ഓരോരുത്തരും വേറിട്ടുനിൽക്കുന്നു. ഓരോരുത്തർക്കും വേറിട്ടു നിൽക്കുന്നതാണ് ഓരോന്നും. സാമൂഹിക മനസ്സ്/ വ്യക്തിമനസ്സ് എന്ന ദ്വന്ദ്വം മുഖ്യ വിപരീതമായി അനുഭവിച്ചുതുടങ്ങുന്ന കാലപരിണാമ മാണ് അടയാളപ്പെടുന്നത്. ഒരാളാണല്ലേ എന്ന ഭാവത്തിന് നാം തമ്മിൽ ബന്ധമൊന്നുമില്ലല്ലോ എന്ന ഉറപ്പുവരുത്തലുണ്ട്. ഏതോ ഒരാളാണല്ലേ എന്നർത്ഥം.

കൂട്ടുകുടുംബങ്ങൾ നോവലിലേറെയുണ്ട്. ശക്തവും സമാന്തരവു മായ ഒരു ധാരയായി ഫ്യൂഡൽ മൂല്യബോധത്തിന്റെ സാന്നിദ്ധ്യമുണ്ട്. ഇവയുടെ സംഘർഷങ്ങളാണ് സുന്ദരികളും സുന്ദരന്മാരും എന്ന നോവൽ നിറയെ. നാൽപതുകളിലെയും അമ്പതുകളിലെയും കേരളീയ ജീവിതത്തിലെ പ്രധാന വൈരുദ്ധ്യങ്ങളാണ് ഇവിടെ ആവിഷ്ക്കരിക്ക പ്പെട്ടിരിക്കുന്നത്. കടന്നു വന്ന പുതിയ മൂല്യവിചാരങ്ങളോടും നവീന വിപണിയോടുമുള്ള കലാപങ്ങളായിരുന്നു അന്നത്തേത്. ഈ വൈരു ദ്ധ്യത്തിന്റെ അകങ്ങളാണ് ഉറൂബിന്റെ രചനകൾ കണ്ടെത്തുന്നത്. ഒരു ചേരിക്കൽ കാര്യസ്ഥനോ ദേവസ്വം വിചാരിപ്പുകാരനോ പെണ്ണന്വേഷി ച്ചുവന്നുകാണണമെന്ന് ആഗ്രഹിക്കുന്ന കാരണവർ(പു.46) നാടുവാഴി ത്തത്തിന്റെ സാമൂഹിക ഘടനയെ താലോലിക്കുന്ന തലമുറയുടെ പ്രതിനിധിയാണ്. പിറകേ വന്ന തലമുറയാകട്ടെ, തന്റെ മകൾ ഒരു പരിഷ്കൃത വനിതയായി വളരണമെന്ന വാശിയും മുന്തിയ സാരിക ളും ലിപ്സ്റ്റിക്കും ക്യൂട്ടക്സും റിസ്റ്റുവാച്ചും ഹാന്റ്ബാഗുമായി വിലസ ണമെന്ന മോഹവുമാണ്(പു 141) വച്ചുപുലർത്തിയത്. ഇംഗിതങ്ങളുടെ ഭൂമിക അതതുകാലത്തെ പൊതുമണ്ഡലവുമായി കണ്ണിചേർക്കപ്പെട്ടി ട്ടുണ്ടെന്നു വ്യക്തം. ഇന്നൊരാളും മകൾക്കു വരനായി കാര്യസ്ഥനെയോ ദേവസ്വം വിചാരിപ്പുകാരനെയോ മാത്രം പ്രതീക്ഷിച്ചു കഴിയുകയില്ല. നാടുവാഴിത്ത സാമൂഹിക ഘടനയിൽ അവർക്കുണ്ടായിരുന്ന സ്ഥാനമാ ണ് മോഹത്തിനടിസ്ഥാനം.

സ്ത്രീ പുരുഷ ബന്ധങ്ങൾ

'പെൺ പിറന്നോത്തിയും ദൈവവും തമ്മിൽ വളരെ സാമ്യമുണ്ടെന്നു തോന്നുന്നു.അവരൊന്നിലുമില്ല.അവരില്ലാതെ ഒന്നുമില്ല'(പു.397).

മനുഷ്യകേന്ദ്രിതമായ പ്രപഞ്ചത്തിന്റെ സംരക്ഷകനായാണല്ലോ ദൈവത്തെ കരുതിപ്പോരുന്നത്. മനുഷ്യന്റെ യുക്തിയും പ്രയോഗചാതുരിയും പരാജയപ്പെടുന്ന സന്ദർഭങ്ങളെ മറികടക്കാൻ തുണയാകുന്നത് ഈ ദൈവസങ്കൽപ്പംതന്നെ.എന്നാൽ അധികാരത്തെ ചോദ്യം ചെയ്യുന്ന ഒരു ദൈവഹിതവും മാനിക്കപ്പെടാറില്ല.വ്യവസ്ഥയോടു പിണങ്ങിനിൽക്കുന്നവരെക്കൂടി പ്രീതിപ്പെടുത്താനുള്ള മാന്ത്രികപദമായി ദൈവഹിതം മാറുന്നു.ഇതുതന്നെയാണ് പുരുഷാധിപത്യ സമൂഹത്തിലെ സ്ത്രീയുടെ നിലയും. 'ആദ്യത്തെ കൺമണി ആണായിരിക്കണം അവൻ അച്ഛനെപ്പോലെയാവണം' എന്നാശിക്കുന്ന അമ്മ പുരുഷാധിപത്യത്തെയാണല്ലോ പിന്താങ്ങുന്നത്. അധികാരവ്യവഹാരത്തിന്റെ അകക്രമങ്ങൾ ബോധരൂപങ്ങളിലെല്ലാം ഇവ്വിധമാണ് ഉൾച്ചേർന്നിരിക്കുന്നത്. സ്ത്രീയെ ബഹുമാനിക്കുകയും അടിമയാക്കി നിർത്തുകയും ചെയ്യുന്ന വൈരുദ്ധ്യം ജാതി ജന്മി നാടുവാഴിത്ത അധികാരഘടന സ്വാംശീകരിച്ചതെങ്ങനെയെല്ലാമെന്ന് നോവലിസ്റ്റ് കാണുന്നു. എല്ലാറ്റിലുമുണ്ട്,എന്നാൽ ഒന്നിലുമില്ല എന്ന അവസ്ഥയുടെ വിമർശനവും വിശദീകരണവുമാണ് നോവലിലെ സ്ത്രീ ആവിഷ്ക്കാരം.

''എന്നെ വിടൂ''

അവളുടെ തൊണ്ട ഇടറിയിരുന്നു.

''ഞാൻ പണം തരാം. കൈനിറയെ തരാം. ഞാനൊരു പിശുക്കനൊന്നുമല്ല.സമ്പാദിക്കാനും ചെലവിടാനും എനിക്കറിയാം. നീ ആവശ്യപ്പെടുന്ന പണം...''

''എന്നെ വിടൂ'' അവളുടെ കണ്ണുകൾ നിറഞ്ഞു. ഉള്ളുരുകി വരുന്നതായിരുന്നു ആ ശബ്ദം.

''എന്തിനു കരയുന്നു?'' ദിവാൻജി പുഞ്ചിരി തൂകി. ''ഞാൻ കയ്യേറാനൊന്നും വരുന്നില്ല. ഇഷ്ടമില്ലാത്തയാളെ കടന്നാക്രമിക്കുന്ന തെമ്മാടിയല്ല ഞാൻ. ഇന്നലെ വടക്കെ കെട്ടിൽ വെച്ചു കണ്ടപ്പോൾ എനിക്കൊരു ഇഷ്ടംതോന്നി. ഞാൻ നിന്നോടത് അറിയിച്ചു. അത്രയേയുള്ളൂ. നോക്കൂ എന്റെ കയ്യിൽ പണമുണ്ട്. നിനക്കത് ആവശ്യമുണ്ട്. പണം കൂടാതെ ഇക്കാലത്താർക്കും ജീവിക്കാൻ കഴിയില്ല. നീ ആവശ്യപ്പെടുന്നതു തരാൻ ഞാൻ തയ്യാറാണ്. ഒരു നെക്ലസോ നൂറുറുപ്പിക നോട്ടോ അതിലധികമോ നിന്റെ മടിയിലാണെന്നു വിചാരിച്ചോളൂ'' ഒരു ലേലപ്പട്ടിക വായിക്കുമ്പോലെ അയാൾ പറഞ്ഞുതീർത്തു.

''എന്നെ വിടൂ'' - അവൾ അതേ വാക്കുകൾതന്നെ ആവർത്തിച്ചു.

''ഭയപ്പെടേണ്ട. ഞാൻ ഒരു മാന്യനാണ്. ഞാൻ ആരെയും അക്രമി

ക്കയില്ല. നിനക്കു പോകാം. ഒന്നോർത്തോളൂ. ഒരവസരം നഷ്ടപ്പെട്ടുവെന്ന് നീ നാളെ ദുഃഖിക്കും. സാധുപ്പെണ്ണേ, ഭാഗ്യം ആരുടെ പടിക്കലും രണ്ടു പ്രാവശ്യം വരില്ല.-'' വാതിൽക്കൽനിന്നു നീങ്ങി നിന്നു പറഞ്ഞു. ''ഇവിടെ നിന്നാൽ ഞാൻ നിനക്കൊരു ഭാവിയുണ്ടാക്കാം. അല്ലെങ്കിൽ ഇതാ വഴി: നിന്റെ കഷ്ടപ്പാടിലേക്കുതന്നെ പൊയ്ക്കോ.''

അവൾ കണ്ണുനീർ വീഴ്ത്തിക്കൊണ്ട് പുറത്തേക്കു കടന്നുപോയി (പു.206-07).

നിർബന്ധവേഴ്ച്ചയുടെ മുതലാളിത്ത മുഖമാണിത്. കഷ്ടപ്പാടുകളുടെ നടുവിൽ ദഹിക്കുന്ന യുവതിക്ക് പണവും സ്വർണവും നീട്ടുക. പ്രതിഫലമായി ശരീരം മതിയെന്നു പറയുക. സൗമ്യമായ ഈ വന്യതയാണ് മുതലാളിത്തത്തിന്റെ മുഖമുദ്ര. ആവശ്യങ്ങൾ നേടാനും പാപങ്ങളെ മറികടക്കാനും സമ്പത്തുമതി എന്ന മൂല്യ വിചാരമാണത്. ഇവിടെ കാർത്തികേയൻ എന്ന പുരുഷ കഥാപാത്രത്തിന് അക്രമിയുടെ വേഷമില്ല. താൻ ഒരു മാന്യനാണെന്ന് അയാൾ ആവർത്തിച്ചു പറയുന്നു. അതു മുതലാളിത്തത്തിന്റെ അവകാശവാദമാണ്. അവിഹിതമായി എന്തെങ്കിലും ചോദിക്കുന്നുവെന്ന് അയാൾ കരുതുന്നില്ല.

തനിക്ക് പണമുണ്ട് / അവൾക്കു പണം വേണം
അവൾക്കു ശരീരമുണ്ട് / തനിക്കതു വേണം

ഉള്ളവയുടെ കൈമാറ്റം മാത്രമാണ് കാർത്തികേയൻ ആഗ്രഹിക്കുന്നതും ആവശ്യപ്പെടുന്നതും. വിനിമയത്തിന് പകരവസ്തു വേണമല്ലോ. മുതലാളിത്തത്തിൽ അതു പണമോ സ്വർണമോ ആണ്. മൂർത്തമായ ഒന്നിന് അമൂർത്തമായ വില നിശ്ചയിക്കുന്നതു ന്യായമല്ലെന്ന് അയാൾക്കറിയാം. കച്ചവടത്തിന്റെ സദാചാരമാണത്. കുറ്റകരമല്ലാത്ത ഒരു വിലപേശലാണ് മുതലാളിത്ത പുരുഷനെ സംബന്ധിച്ചിടത്തോളം മുകളിൽ നടന്നത്. അതു മാന്യതയായും അയാൾ കരുതുന്നു. എതിർത്തു നിൽക്കുന്ന രാധയിലാകട്ടെ, ആൺകോയ്മാ വ്യവസ്ഥക്കെതിരായ ക്രോധമൊന്നുമല്ല ജ്വലിക്കുന്നത്. ഫ്യൂഡൽ സദാചാരത്തിന്റെ ഞരക്കം മാത്രമാണത്. സ്മൃതി വചനങ്ങളുടെ വിശുദ്ധ യുദ്ധത്തിൽനിന്ന് പണമുതലാളിത്തത്തിന്റെ വിപണി യുദ്ധത്തിലേക്കു വലിച്ചിഴക്കപ്പെട്ട ഇരമാത്രമാണിവിടെ സ്ത്രീ.

പണവിനിമയം വിപുലവും ജനകീയവുമായിക്കൊണ്ടിരുന്ന ഒരു കാലത്ത് പണത്തിനൊപ്പം കടന്നുവന്ന മൂല്യബോധം സാമൂഹിക സൂക്ഷ്മത്തെ പ്രശ്നതീക്ഷ്ണമാക്കുന്ന വിധം കൂടിയാണ് പ്രകടമാകുന്നത്. ഭാഗ്യവും വിധിയുമെല്ലാം തികച്ചും യാദൃച്ഛികമായിരുന്നു കാർഷിക ജീവിതാവസ്ഥയിൽ. ഇവിടെയാകട്ടെ, ഭാഗ്യം = പണം എന്ന സമവാക്യമുണ്ടായിരിക്കുന്നു. പണനിരക്കിൽ ആദ്യം വിലപേശിയ കാർത്തികേയൻ പിന്നീട് ഭാഗ്യം ആരുടെ പടിക്കലും രണ്ടു പ്രാവശ്യം

വരില്ലെന്ന് ഫ്യൂഡൽ നിരക്കിലും വിലപേശുന്നു. ജന്മിയുടെ ഇംഗിതങ്ങൾക്കു വശപ്പെട്ടുപോന്ന നിസ്സഹായയായ സ്തീയിൽനിന്ന് സ്വന്തം ശരീരത്തിന് വിലപേശാൻ ശേഷിയുള്ള സ്ത്രീയിലേക്കുള്ള മാറ്റം വിപണിയുടെ വളർച്ചയാണ്. എന്തിനെയും ചരക്കാക്കുന്ന മുതലാളിത്തത്തിന്റെ സ്വാതന്ത്ര്യ സങ്കൽപ്പമാണത്. ചൂഷണവിമുക്തമാകുന്നില്ല രണ്ടു വ്യവസ്ഥയിലും സ്ത്രീയുടെ നില.

ഇച്ഛയും അനുഭവവും

ഇച്ഛയും അനുഭവവും തമ്മിലുള്ള വൈരുദ്ധ്യമാണ് ശാന്തയെ എതിർപ്പിന്റെ പ്രതീകമാക്കുന്നത്. ലാഭക്കൊതിയുടെ ലോകത്ത് അവർ അന്യപ്പെടുകയാണ്. കാർത്തികേയൻ - ശാന്ത ബന്ധത്തിന്റെ പരിണതികൾ ഈ പതനത്തിന്റ ആവിഷ്ക്കാരമാണ്. അസംതൃപ്ത രതിയും സഫലമാകാത്ത ഇച്ഛകളും ശാന്തയുടെ അകം സംഘർഷനിർഭരമാക്കുന്നു. ചില പ്രതീക കൽപ്പനകളിലൂടെയും അപൂർവ്വ രംഗാഖ്യാനങ്ങളിലൂടെയും നോവലിസ്റ്റ് അതു വെളിപ്പെടുത്തുന്നുണ്ട്.

''ചുമരിലെ വിചിത്രമായ ക്ലോക്ക് അവിടെത്തന്നെയുണ്ട്. അതിന്റെ നെറുകയിലൂടെ ഏന്തിനോക്കുന്ന നീഗ്രോയുടെ തലയും. മണിക്കൂറു കൂടുമ്പോൾ ആ നീഗ്രോ ഒന്നു വായ പൊളിച്ചലറും. ബോംബെയിൽനിന്നു വന്ന ഒരു കച്ചവടക്കാരൻ കാർത്തികേയനു സമ്മാനിച്ച ആ നാഴികമണി അവളെ എപ്പോഴും ആഹ്ലാദിപ്പിച്ചിരുന്നു.ഭീകരമായ ആ നീഗ്രോവിന്റെ അലർച്ച, അവളിൽ ഉറങ്ങിക്കിടന്നിരുന്ന എന്തോ ഒന്നിനെ തൊട്ടുണർത്താറുണ്ട്. ആ അനുഭവം സുഖിതമായിരുന്നു താനും''(പു.275).

കിടപ്പറയിൽ ശാന്തയുടെ രതിപൂർത്തീകരണത്തിനുതകിയത് ആ നീഗ്രോത്തലയും അതിന്റെ അലർച്ചയുമാണ്. തന്നിൽ ഉറങ്ങിക്കിടന്ന വികാരത്തെ അതു തൊട്ടുണർത്തുന്നതായി ശാന്ത അറിഞ്ഞു.ഭർത്താവിന്റെ ശബ്ദത്തിനോ സ്പർശത്തിനോ സാധിക്കാത്ത ഒന്നായിരുന്നു അത്. നീഗ്രോവിനെ പുറത്തേക്കു മാറ്റാൻ ശ്രമിക്കുന്ന കാർത്തികേയനോട് ''അവൻ ഉശിരുള്ളവനാണ്,അവനാണ് ആകെയുള്ള രസം''(പു.276) എന്നാണ് ശാന്ത പറയുന്നത്. ഭർത്താവിൽ നാഴികമണിയുടെ യാന്ത്രികതയും നാഴികമണിയിൽ പൗരുഷവും പകരുന്ന വൈരുദ്ധ്യം ശാന്തയുടെ ജീവിതത്തിന്റെ അകക്രമമാണ് തുറന്നിടുന്നത്. ഒന്നാം ക്രമം പുറംകാഴ്ച്ചകളാണ്. അതു സന്തുഷ്ടമായ കുടുംബമെന്ന കെട്ടുകാഴ്ച്ചയാണ്. രണ്ടാം ക്രമത്തിലാകട്ടെ, അതിന്റെ സൂക്ഷ്മത അവയുടെ വിപരീതങ്ങളോടെ പ്രത്യക്ഷപ്പെടുന്നു.

ചുമരിലെ നീഗ്രോ ഒന്നലറി. ആ അലർച്ച കാർത്തികേയന്റെ ഉള്ളിൽനിന്നു പുറപ്പെട്ടതായി ശാന്തക്കു തോന്നുന്നു. ഒരു ഘട്ടത്തിൽ,

നിശിതമായ ആത്മവിചാരണയുടെ ഒടുവിലുണ്ടായ കുറ്റബോധമാണ് ,ഒരു നേരമെങ്കിലും കാർത്തികേയനിൽനിന്ന് നീഗ്രോയുടെ അലർച്ച കേൾക്കാൻ ശാന്തയെ പ്രേരിപ്പിച്ചത്. മറ്റു സന്ദർഭങ്ങളിൽ നോക്കൂ;

1. ''ശാന്ത ഉണർന്നോ''
   ആ തണുത്ത ചോദ്യം കേട്ടപ്പോൾ മുഖത്തൊരടി കൊടുക്കാനാണ് തോന്നിയത്. പക്ഷെ, അവളൊന്നു മൂളിയതേയുള്ളു (പു.277).
2. ദിവാൻജി കുലുങ്ങിക്കുലുങ്ങിച്ചിരിച്ചു. ആ ചിരി നിൽക്കുന്നതുവരെ മുഖത്തടിക്കാൻ തോന്നി. പക്ഷെ, അവൾ പറഞ്ഞതിങ്ങനെയാണ്; ഊണു കഴിച്ചോളൂ (പു.281)
3. കാർത്തികേയൻ ഒന്നു കുലുങ്ങിച്ചിരിച്ചു. ഒരാട്ടുവെച്ചുകൊടുക്കാൻ അവൾക്കുതോന്നി. പക്ഷെ, പുഞ്ചിരി തൂകിക്കൊണ്ടു ചോദിച്ചു: 'എപ്പൊഴാ?' (പു.304).

ഭർത്താവിന്റെ ഫലിതങ്ങളോ ആഹ്ലാദങ്ങളോ ശാന്തക്കു സുഖകരമായില്ല. മറിച്ചു നീരസമുണ്ടാക്കുന്നുണ്ടുതാനും. മുഖത്തടിക്കാൻ തോന്നിയിട്ട് ഊണു കഴിച്ചോളൂ എന്നു പറയുന്നതും ഒരാട്ടു വെച്ചുകൊടുക്കാൻ തോന്നിയിട്ട് പുഞ്ചിരിക്കുന്നതും മുതലാളിത്ത സംക്രമണകാലത്തെ സ്ത്രീസ്വത്വ രൂപീകരണത്തിന്റെ അന്തസംഘർഷങ്ങളെയാണ് തുറന്നുവെക്കുന്നത്. തണുത്ത ചോദ്യത്തിനും കുലുങ്ങിച്ചിരിക്കും ചൂടുള്ള പ്രതികരണങ്ങൾ അകത്തുണ്ടായിട്ടും ശാന്ത തണുക്കുന്നു. പിണക്കങ്ങളും ഇടർച്ചകളും ബാഹ്യക്രമത്തെ അലട്ടുന്നില്ല. ''കൂട്ടിലിട്ടു വളർത്താൻ മനുഷ്യരാരും സമ്മതിക്കില്ല.ഏറെക്കളിച്ചാൽ, കൂടുപൊളിക്കും''(പു.305) എന്നു യുദ്ധ വർത്തമാനങ്ങൾക്കിടയിൽ ദ്വയാർത്ഥരൂപേണ പറയുന്ന ശാന്ത പക്ഷെ, ഭാര്യ/ഭർത്താവ് ബന്ധത്തിന്റെ ഫ്യൂഡൽ വിശുദ്ധി തകർക്കാൻ തയ്യാറല്ല. നവീന നാഗരികത ഈ ദ്വന്ദ്വത്തെ അതിന്റെ ശക്തിയായി സ്വീകരിക്കുന്നുമുണ്ട്.

''ശാന്ത ഉണക്കപ്പുല്ലിൽ കത്തിക്കയറുന്ന ഒരഗ്നിജ്വാലപോലെ രംഗത്തേക്കു വന്നു. കാർത്തികേയൻ ഞെട്ടിപ്പോയി. കസേരയിൽ ചാരിക്കിടന്നിരുന്ന അയാൾ നിവർന്നിരുന്നു.'' അരുത്, അരുത്, എന്നു വിളിച്ചു കൂവാനുള്ള പ്രേരണ തൊണ്ടയിൽ വെച്ചമർന്നുപോയി. മരമുട്ടിപോലെ ഇരിക്കയാണ്.

ശാന്ത രംഗം തകർത്താടുന്നു. അവൾക്കു ചുറ്റുമായി കാലത്തിന്റെ കനകമയങ്ങളായ കണികകൾ ഉതിർന്നു വീഴുകയാണ്. ശബ്ദങ്ങൾ, താളങ്ങൾ, ചലനങ്ങൾ, നിറങ്ങൾ, കൈമുദ്രകൾക്കൊപ്പം പാറി വീഴുന്ന സ്നിഗ്ദ്ധ പക്ഷ്മളങ്ങളായ കണ്ണുകൾ, താളങ്ങൾക്കൊപ്പം ചലിക്കുന്ന ഇണപ്രാവുകളെപ്പോലെയുള്ള കാലടികൾ! ഇളകിയാടുന്ന ഒരു മനുഷ്യാത്മാവിൽനിന്നു വർണോജ്ജ്വലമായ പരാഗം ചിതറുകയാണ്. അതു

പതുക്കെപ്പതുക്കെ ഒന്നായിച്ചേർന്ന് ഘനീഭവിച്ച് ഒരു മധുരക്കനിയാകുന്നു.

........നിലത്തുനിന്ന് എന്തോ റാഞ്ചിയെടുക്കാൻ വരുന്ന കഴുകന്റെ വേഗതയോടെ വിശ്വനാഥൻ അരങ്ങത്തേക്കു നീങ്ങി. ദൃഢവും മൃദുലവുമായ ആ രണ്ടു കൈപ്പടങ്ങളും കൂടിപ്പിണഞ്ഞു.(പു.310 –11).

ചടുല ചലനങ്ങളിലൂടെ, തന്നെ കെട്ടിയിട്ട കൂട് ശാന്ത പൊളിച്ചു മാറ്റുകയായിരുന്നു. നിഷേധിക്കപ്പെട്ട ഒരു ലോകം വീണ്ടെടുക്കുന്ന വീറുണ്ടായിരുന്നു ആ നൃത്തത്തിന്. തന്റെ മാന്യതയാണ് തകർന്നതെന്നു പറയുന്ന ഭർത്താവിനോട് ഇത്ര വേഗം കെടുന്ന മാനം ഇല്ലാതിരിക്കയാണ് നല്ലതെന്നാണ്(പു.313) ശാന്തയുടെ മറുപടി. ബൂർഷ്വാ മാന്യതയോട് അവർക്കുള്ള രോഷം പൊട്ടിത്തെറിക്കുന്നു. നാഗരിക ജീവിതം വിഴുങ്ങിക്കളയുന്ന വൈകാരികതയെക്കുറിച്ചാണ് ശാന്തയുടെ ഖേദം.

''നോക്കി, കൊതിച്ചതൊന്നും കിട്ടൂല.ഞമ്മളും സിനേഹിച്ച്; കൊതിച്ച്. പക്കെങ്കില്, അതൊരു കാഫറായിപ്പോയി. അപ്പൂതി നടക്കില്ല എന്ന് ഞമ്മള് കണ്ട്. ഞമ്മടെ ആദ്യത്തെ കെട്ടിയോൻ ചത്ത് എന്നങ്ങട് ബെച്ച്'' (പു.470). എന്നു പ്രായോഗിക ബുദ്ധി കാണിക്കുന്ന ഖദീജയുടെ മകൾ വ്യവസ്ഥയുടെ ഭാഗമാകുന്നു. ആ കീഴടങ്ങലിൽപ്പോലും തനിക്കുചുറ്റുമുള്ള മനുഷ്യബന്ധങ്ങൾ ശിഥിലമാകാതിരിക്കാനുള്ള ആഗ്രഹമാണുള്ളത്. മനുഷ്യജീവിതത്തെ പ്രോജ്വലിപ്പിക്കാനുള്ളതാകുമ്പോൾ ഇച്ഛയുടെ നിരാകരണം മഹത്തായ രക്തസാക്ഷിത്വമാകും. മരിച്ച കാമുകന്റെ ഓർമ്മകളിൽ ചുറ്റിത്തീരുന്ന ഒരു ആദർശാത്മക ജീവിതമായി രാധയെ വിട്ടുകൊടുക്കാതെ ജീവിതത്തിന്റെ പച്ചയിലേക്കാനയിക്കാൻ ഖദീജയുടെ മകൾ പ്രേരണയാകുന്നുണ്ട്. രാധയും വിശ്വനാഥനും അത്തരമൊരു കണ്ടെത്തലിലേക്ക് പ്രവേശിക്കുന്നതു നോക്കൂ:

''വിശ്വനാഥൻ ആ മുഖത്തേക്കു നോക്കി. പെട്ടെന്ന് ഒരു തിരശ്ശീല നീങ്ങിപ്പോയതുപോലെ തോന്നി. പ്രപഞ്ചം തളിരണിഞ്ഞു നിൽക്കുകയാണ്. ഇരുപേരും പിന്നെ സംസാരിച്ചില്ല. അതിന്റെ ആവശ്യമില്ലായിരുന്നു. ഇടിമിന്നൽപോലെ എന്തോ ഒന്ന് രണ്ടുപേരുടെയും ഉള്ളിൽ കിടന്നു പിടയുകയാണ്. അതൊരു സുഖമായിരുന്നില്ല. തീവ്രമായ ഒരു വേദനയായിരുന്നു. സമസ്ത ജീവരാശികളും അനുഭവിക്കാൻ വെമ്പൽ കൊള്ളുന്ന ഒരു വേദന''(പു.512).

നോവലിലെ സൂചകങ്ങൾ

ഒരോ വാക്കും നിയതാർത്ഥങ്ങൾക്കപ്പുറത്തേക്കു കുതിക്കുന്നുണ്ട്. സൂചകപരമ്പരകളിലൊരിടം കുറിക്കുമ്പോൾ വാക്ക് സന്ദർഭാനുസാരിയാകുന്നു. ഉറൂബ് ഒരുക്കുന്ന സന്ദർഭങ്ങളും അതു ധ്വനിപ്പിക്കുന്ന തെരഞ്ഞെടുപ്പിന്റെയും സംയോജനത്തിന്റെയും പദസവിശേഷതകളും

ഇവിടെ പരിശോധിക്കുന്നു.

"വരൂ,"

വരൂ,ആ ഒരൊറ്റ വാക്കു കേട്ടതോടെ കുഞ്ചുക്കുട്ടിയമ്മക്കു ജീവൻ വീണു. ജീവിതത്തിൽ ഒരിക്കലും അത്രയും മധുരമായ ഒരു വാക്ക് അവർ കേട്ടിട്ടില്ലെന്നു തോന്നുന്നു. ആ രണ്ടക്ഷരത്തിൽ ഒരാത്മാവു കുടികൊള്ളുന്നു.

പറഞ്ഞു കഴിഞ്ഞപ്പോൾ എന്തിനേ അതു പറഞ്ഞതെന്നു രാമൻ നായർക്കു തോന്നി. വാസ്തവത്തിൽ അയാൾ പറഞ്ഞതല്ല; പറഞ്ഞു പോയതാണ്.

ദേഷ്യം സഹിക്കാതാകുമ്പോൾ കടന്നുപോവൂഎന്നു പറയുന്നതു പോലെ ഒരു ശബ്ദമങ്ങു പുറപ്പെടുവിച്ചു. മനുഷ്യത്വം വിവേകത്തെ തോൽപ്പിച്ചു(പു.32).

പ്രസവവേദനകൊണ്ടു പുളയുന്ന അനാഥയും അഗതിയുമായ കുഞ്ചുക്കുട്ടിയമ്മയ്ക്ക്, വഴിയരികിൽ കിടന്നു കരയുമ്പോൾ കേൾക്കുന്ന വരൂ എന്ന വിളി ആത്മസ്പർശിയാണ്. ജീവിതത്തിൽ കേട്ട ഏറ്റവും മധുരതരമായ വിളിയും അതാവാം. മരണത്തിന്റെ വക്കിൽനിന്നാണല്ലോ ജീവിതത്തിലേക്കുള്ള വിളി കേൾക്കുന്നത്. കുഞ്ചുക്കുട്ടിയമ്മയുടെ നിലവിളി കേട്ടും കേൾക്കാതെയും ഒട്ടേറെ യാത്രികർ കടന്നുപോയിട്ടുണ്ട്. അവരിലൊരാളാവാൻ രാമൻനായർക്കു കഴിഞ്ഞില്ല. വറ്റിത്തീരാത്ത മനുഷ്യത്വമാണ് അയാളെ അങ്ങോട്ടു നയിച്ചത്.

മനുഷ്യത്വം വിവേകത്തെ തോൽപ്പിച്ചു എന്നെഴുതുമ്പോൾ നോവലിസ്റ്റ് മനുഷ്യത്വത്തിനു വിരുദ്ധമായി വിവേകത്തെ സ്ഥാപിക്കുന്നു. ഇവിടെ രണ്ടു സംസ്ക്കാരങ്ങൾ മുഖാമുഖം നിലകൊള്ളുന്നു. വിവേകപൂർവ്വം ചിന്തിക്കുമ്പോൾ മനുഷ്യത്വം ഉണരുകയാണു വേണ്ടത്. അതായിരുന്നു അനുഭവവും. എന്നാൽ, ആധുനിക ജീവിതത്തിൽ അങ്ങനെയല്ലെന്ന് ധ്വനി. വിവേകമുള്ളവർ ഒരു ഭാരംകൂടി തലയിലേറ്റാൻ തയ്യാറാവാത്ത സാഹചര്യമുണ്ട്.വിവേകം യുക്തിചിന്തയെയാണ് അടിസ്ഥാനമാക്കുന്നത്. ജീവിതത്തിന്റെ യുക്തി ഫ്യൂഡൽ ഉത്പാദനഘടനയിലും മതാത്മക ചിന്തയിലും പറ്റിനിന്നിരുന്ന കാലത്ത് മനുഷ്യത്വവും വിവേകവും കൈകോർത്തുനിന്നിരുന്നു. ജീവിതത്തിന്റെ പ്രേരണ മുതലാളിത്ത യുക്തിയാകുമ്പോൾ വിവേകം വിപണിയുടെ അതിജീവനംപോലെ ലാഭത്തെ ആശ്രയിച്ചാകുന്നു. മനുഷ്യത്വത്തിന്റെ ചേരിയിൽ നിൽക്കാനേ രാമൻനായർക്കു കഴിയൂ. നാടുവാഴിത്താധികാരക്രമങ്ങൾ നശിച്ചുതുടങ്ങിയ കാലത്ത് സ്വാഭാവികമായ ഈ സംഘർഷം ഉറൂബിന് അവഗണിക്കാനാവുന്നില്ല. നോവലിൽ സമാന സന്ദർഭങ്ങൾ വേറെയുമുണ്ട്:

1. ദയയുള്ള മനുഷ്യരെല്ലാം നീതിബോധമുള്ളവരായിക്കൊള്ളണമെന്നില്ല.(പു.345).

2. മനുഷ്യസ്നേഹവും നീതിബോധവും തമ്മിൽ , ഹൃദയവും ബുദ്ധിയും തമ്മിൽ , പ്രേമവും കർത്തവ്യവും തമ്മിൽ വടംവലി നടക്കുകയാണ്(പു.434).

ദയ/നീതി, മനുഷ്യസ്നേഹം/നീതിബോധം, ഹൃദയം/ബുദ്ധി, പ്രേമം/കർത്തവ്യം എന്നിങ്ങനെ പുതിയ വിപരീതങ്ങൾ രൂപപ്പെട്ടിരിക്കുന്നു. ഈ ദ്വന്ദ്വങ്ങളുടെ - സൂചകങ്ങളുടെ - ഘടകബന്ധങ്ങളാണ് ആഖ്യാനത്തെ തീവ്രാനുഭവമാക്കുന്നത്. യഥാർത്ഥത്തിൽ ഈ പദങ്ങൾ വിപരീതാർത്ഥത്തിൽ പ്രത്യക്ഷപ്പെടുന്നത്, അവ വിഭിന്ന സംസ്ക്കാരങ്ങളിൽനിന്ന് അടർത്തിമാറ്റി പ്രയോഗിക്കുന്നതുമൂലമാണ്. ഫ്യൂഡൽ സംജ്ഞാവലിയിലെ മനുഷ്യത്വം, ദയ, സ്നേഹം, ഹൃദയം, പ്രേമം എന്നിവയ്ക്ക് മൂലധനാധിഷ്ഠിത മൂല്യബോധത്തിലെ വിവേകം, നീതി, നീതിബോധം, ബുദ്ധി, കർത്തവ്യം എന്നീ സംജ്ഞകളുമായി ഘടക(syntagmatic)ബന്ധം സ്ഥാപിക്കുക വഴിയാണ് എഴുത്തുകാരൻ വൈരുദ്ധ്യങ്ങളുടെ സൗന്ദര്യം വിളയിക്കുന്നത്.

കടന്നുപോകൂഎന്നു ദേഷ്യം സഹിക്കാതാവുമ്പോൾ പറയുന്നതുപോലെയാണ് വരൂ എന്നു പറഞ്ഞുപോയതെന്നു നോവലിസ്റ്റ് എഴുതുന്നു. വരൂ എന്നതിനൊപ്പം കടന്നുപോകൂ എന്ന പൂരക (paradigmatic)സാധ്യത കൂടിയാണ് തുറന്നുവെച്ചിരിക്കുന്നത്. വിചാരവിധേയമാകുന്ന സൂചകത്തിന്റെ (വരൂ) നിഷേധരൂപം സമാന്തരമായി എടുത്തുവെക്കുമ്പോൾ ഉദ്ദിഷ്ട ആശയത്തിന്റെ എതിർധ്രുവം നിഴൽപോലെ പിറകിലെത്തുന്നു. അവയ്ക്കിടയിലെ വായന നിയതാർത്ഥം ഭേദിക്കുന്ന വായനാപ്രയോഗമായി മാറുന്നു. അർത്ഥ സാധ്യതകളുടെ വൈവിധ്യത്തിലേക്കു രചന വളരുന്നു. വിരുദ്ധാനുഭവങ്ങൾ പകരുന്ന ചടുലത ആഖ്യാനത്തിന്റെ സവിശേഷതയാക്കി വികസിപ്പിക്കുകയാവണം ഉറൂബ്. കേവല വിവരണത്തിന്റെ മടുപ്പിൽനിന്നും സൂക്ഷ്മാനുഭവത്തിന്റെ സംഘർഷത്തിലേക്ക് വായനക്കാരനെ അദ്ദേഹം പിടിച്ചിറക്കുന്നു. വരൂ എന്ന രണ്ടക്ഷരത്തിലെ ആത്മാവ് വെളിപ്പെടുത്താനാണ് ഉറൂബ്, വിവേകം/മനുഷ്യത്വം ദ്വന്ദ്വത്തിന്റെ ഘടകസാധ്യതകളും വരൂ/കടന്നുപോകൂ ദ്വന്ദ്വത്തിന്റെ പൂരക സാധ്യതകളും തുറന്നുവെക്കുന്നത്.

"കുഞ്ഞുക്കുട്ടി മടങ്ങുമ്പോഴായിരിക്കും പലപ്പോഴും രാമൻമാസ്റ്റർ ചെല്ലുന്നത്. ചിലപ്പോൾ അവൾ ചെല്ലുമ്പോഴായിരിക്കും അയാൾ മടങ്ങുന്നത്. പെട്ടെന്നുണ്ടാകുന്ന ആ സംഘട്ടനത്തിൽ നാലു കണ്ണുകളും കുറെ ബഹളം കൂട്ടിയില്ലെന്നില്ല. അവൾ നടന്നു മറഞ്ഞാൽ മാസ്റ്റർക്ക് ഒരു തളർച്ച. അവളോ ചെമ്പനിനീരിൽ വീണ മഞ്ഞുതുള്ളിപോലെ അയാളെ കാണുമ്പോൾ ആകെ തുടുത്തുപോകും"(പു.39).

കുഞ്ഞുക്കുട്ടി മടങ്ങുന്നു/രാമൻമാസ്റ്റർ ചെല്ലുന്നു
അവൾ ചെല്ലുന്നു/അയാൾ മടങ്ങുന്നു

രണ്ടുപേരും ഒരുമിച്ചു ചെല്ലുകയോ മടങ്ങുകയോ ചെയ്യുന്നില്ല. ചെല്ലലിനും മടങ്ങലിനുമിടയിലുള്ള ഒരു കാഴ്ച്ചയുടെ നിമിഷം ആവിഷ്ക്കരിക്കുകയാണ് ഉറൂബ്. കണ്ണുകളുടെ ബഹളവും അവളുടെ തുടുപ്പും കടന്നുപോകലിനിടയിൽ സംഭവിക്കുന്നു. പ്രണയം മുളപൊട്ടുന്നത് ആവിഷ്ക്കരിക്കാൻ നായികാ നായകന്മാരുടെ ദീർഘസംഭാഷണം ആവശ്യമാണെന്നു നോവലിസ്റ്റ് കരുതുന്നില്ല. അത് അനുഭവ തീവ്രത ലഘൂകരിച്ചാലോ എന്നാവണം ഭയം. ഒരു നിമിഷത്തിലേക്ക് കേന്ദ്രീകരിക്കുന്ന അനുഭവങ്ങളുടെ സാന്ദ്രതയാണ് അദ്ദേഹത്തിന് ആവിഷ്ക്കരിക്കാനുള്ളത്. രണ്ടക്ഷരവും ഒരു മൂളലുമേ കുഞ്ചുക്കുട്ടിയിൽനിന്ന് പുറപ്പെട്ടിട്ടുള്ളു. എങ്കിലും അതിൽ നാദബ്രഹ്മം മുഴുവൻ ഒതുങ്ങി നിൽക്കുന്നുണ്ടെന്ന്(പു.39)രാമൻ മാസ്റ്റർക്കു തോന്നുന്നുണ്ടല്ലോ. മറ്റു ചില സന്ദർഭങ്ങൾകൂടി നോക്കാം:

1. *ഇരുട്ടിന്റെ തിരമാലകൾ ചുറ്റും അടിച്ചേറുന്ന ഒരു ദ്വീപാണു ജീവിതം.ആ ദ്വീപ് അനുനിമിഷം അലിഞ്ഞുപോയ്ക്കൊണ്ടിരിക്കുന്നു.ഒന്നിനും അതിനെ തടഞ്ഞുനിർത്താനാവില്ല*(പു.354).
2. *അയാൾ വണ്ടിയിലും അവർ പ്ലാറ്റ്ഫോമിലും നിന്ന് പരസ്പരം നോക്കി. രാധയുടെ കണ്ണുകൾ അത്രയും മനോഹരങ്ങളായി കുഞ്ഞിരാമന് അതേവരെ അനുഭവപ്പെട്ടിട്ടില്ല. അത്രയും ഗംഭീരമായ ഒരാകാരം കുഞ്ഞിരാമനുണ്ടെന്നു രാധക്കും തോന്നിയിട്ടില്ല. ജീവിതത്തിന്റെ എല്ലാ അന്തസ്സും മഹത്വവും ഒരു നിമിഷത്തിലേക്ക് ഊറിക്കൂടി നിൽക്കുകയായിരുന്നു. അതൊരു നീർപ്പോളപോലെ ഇപ്പോൾ തകരുമെന്ന് അവർക്കറിയാം.അതുകൊണ്ടുതന്നെ ആ ഒരു നിമിഷം അവർ മാറോട് ചേർത്തുപിടിച്ചു. അടുത്ത നിമിഷം അവർ നാഴികകൾക്കപ്പുറത്തുമിപ്പുറത്തുമാകാൻ പോകുന്നു. കഴുത്തും കത്തിയും തമ്മിലുള്ള അവസാനത്തെ അകലമാണ് ആ നിമിഷം. ഒരു സൂചികയുടെ അഗ്രമാണത്. രണ്ടാത്മാക്കൾ അവിടെ തങ്ങി നിൽക്കുന്നു* (പു.444).
3. *എന്നെന്നേക്കുമായി അടച്ചിട്ട വാതിലുകൾ അതിവേഗത്തിൽ മുമ്പിലേക്ക് തള്ളിത്തുറന്നിരിക്കുകയാണ്. ഊഷ്മളമായ ആവി അവിടെനിന്ന് പുറപ്പെട്ട് അവളെ അസ്വസ്ഥമാക്കിയിരിക്കുന്നു* (പു.499).
4. *നിർണായകമായ നിമിഷമാണ്. ആകർഷകമായ ഒരു നിഴലിന് കാവലിരുന്നുകൊണ്ട് ആയുഷ്ക്കാലം കഴിക്കാം. അല്ലെങ്കിൽ എല്ലാ പച്ചയോടുംകൂടി ജീവിതത്തെ കടന്നെടുക്കാം*(പു.499).

സാമൂഹികബോധത്തിന്റെ സൂക്ഷ്മതയിലേക്കെന്നപോലെ കാലബോധത്തിന്റെ സൂക്ഷ്മതയിലേക്കും ആഴ്ന്നിറങ്ങുന്ന നിരീക്ഷണ പ്രവണത മുകളിൽ ഉദ്ധരിച്ച നോവൽ ഖണ്ഡങ്ങളിൽ പ്രകടമാണ്. ഓരോ നിമിഷവും വ്യക്തിക്കു പ്രധാനമാണ്. സാമൂഹികജീവിതത്തിലും

ചരിത്രത്തിലും ഒരു നിശ്ചിത പരിവർത്തനത്തിന്റെ ഗതിവേഗമായാണ് കാലം കടന്നുവരുന്നതെങ്കിൽ വ്യക്തിയിൽ അത് വിചാരങ്ങളുടെയും പ്രവൃത്തികളുടെയും സൂക്ഷ്മവേഗമാണ്. ഉദ്ധരിച്ച ഒന്നാം ഖണ്ഡം നോക്കൂ:

ഇരുട്ടിന്റെ തിരമാലകൾ തിന്നു തീർക്കുന്ന ദ്വീപാണ് ജീവിതം. ഓരോ നിമിഷവും ദ്വീപ് അലിഞ്ഞ് ഇല്ലാതാവുകയാണ്.അലിഞ്ഞലിഞ്ഞ് ഇല്ലാതാവുന്ന, ഇരുട്ടിന്റെ - മരണത്തിന്റെ - തിരമാലകൾ തിന്നുകൊണ്ടിരിക്കുന്ന അവസ്ഥയിലാണ് ജീവിതത്തിലെ നിമിഷങ്ങൾ അപൂർവ്വ സുന്ദരങ്ങളാകുന്നത്. തത്ത്വചിന്തയുടെ തലത്തിലേക്കുയർന്ന് ഈ നൈമിഷിക ഭംഗി പങ്കുവെക്കുമ്പോൾ ഉറൂബ് പിന്തുടരുന്ന ആഖ്യാനതന്ത്രം ഭാഷാപ്രയോഗത്തിൽ വിപരീതങ്ങൾ സന്നിവേശിപ്പിക്കുക എന്നതാണ്.

ജീവിതം X ഇരുട്ട്(മരണം)
ദ്വീപ് X തിരമാലകൾ

ആദ്യ ഖണ്ഡത്തെ ചൈതന്യവത്താക്കുന്നത് ഈ ദ്വന്ദ്വമാണ്. രണ്ടാം ഉദ്ധരണി ഇങ്ങനെ ചിത്രീകരിക്കാം:

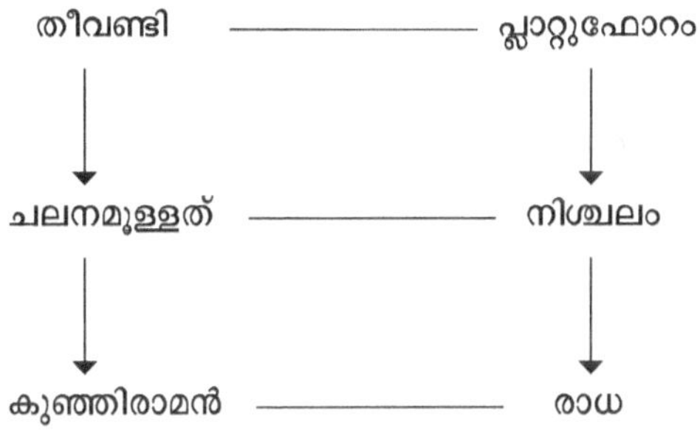

കുഞ്ഞിരാമൻ സമൂഹത്തിനു മുന്നിൽ ഓടുകയും സമൂഹത്തെ നയിക്കുകയും ചെയ്യുന്നവനാണ്. രാധയാകട്ടെ, അയാൾക്കൊപ്പം ഒരിക്കലും ഓടിയെത്തുന്നില്ല. എങ്കിലും ഒരു വഴിയോര സാന്ത്വനമായി നിലകൊണ്ടു. അവർ പരസ്പര പൂരകങ്ങളായി. വണ്ടി/പ്ലാറ്റുഫോറം രൂപകങ്ങളുടെ അർത്ഥ സാധ്യതകളും ഇങ്ങനെ നീളുന്നുണ്ട്. ഇപ്പോഴവർ നിൽക്കുന്നത് നഷ്ടപ്പെടാൻപോകുന്ന നിമിഷത്തെ മാറോടണച്ചാണ്. ജീവിതത്തിന്റെ എല്ലാ അന്തസ്സും മഹത്വവും ഊറിക്കൂടിയ നിമിഷമാണത്. ആ നിമിഷത്തിന് നോവലിസ്റ്റ് നൽകുന്ന രൂപകം നീർപപാളയുടെതാണ്. ജീവിതത്തിന്റെ ഭംഗിയും മഹത്വവും നിറഞ്ഞ നിമിഷമാണ് ഇവിടെ നീർപ്പോളയാകുന്നത്. കഴുത്ത്/കത്തി ദ്വന്ദ്വത്തെ ഇതിനു മുന്നിൽ നിർത്തുമ്പോൾ നിമിഷത്തിന്റെ സാന്ദ്രീകൃതഭാവം പ്രോജ്ജ്വലിക്കുന്നു. ഘടികാരത്തിലെ സമയവും മൂല്യങ്ങളുടെ സമയവും തമ്മിൽ നോവ

ലെഴുത്തുകാർ ബന്ധപ്പെടുത്തുമ്പോൾ ഉയിർക്കുന്ന മഹത്തായ വ്യത്യാസങ്ങളെപ്പറ്റി മിറിയ അലോട്ട് (Allot 1973:183) സൂചിപ്പിക്കുന്നുണ്ട്.

ഘടികാരത്തിലെ നിമിഷം ഒരു അളവു മാത്രമാണ്. ഇവിടെ കൊഴിയുന്ന നിമിഷമാകട്ടെ, രണ്ടു ജീവിതങ്ങൾക്ക് ഏറ്റവും നിർണായകം. അവർ സുന്ദരനും സുന്ദരിയുമാകുന്നത് ഈ ഒരൊറ്റ നിമിഷത്തിന്റെ സാന്ദ്രാനുഭൂതിയിലാണ്. കാലത്തെ സംബന്ധിച്ച ദാർശനിക ജ്ഞാനവും ഭാഷാ പ്രയോഗ കൗശലവും സ്വായത്തമാക്കിയ ഒരു നോവലിസ്റ്റിനു മാത്രമേ ഇത്തരമൊരു സന്ദർഭം സംരചിക്കാനാവൂ.

ഉദാഹരിച്ച മൂന്നാം ഖണ്ഡത്തിൽ എന്നെന്നേക്കുമായി അടച്ചിട്ട വാതിൽ തള്ളിത്തുറന്ന അനുഭവം നാം അറിയുന്നു. അടച്ചിട്ട വാതിലും തുറന്നിട്ട വാതിലുമുണ്ട്. തള്ളിത്തുറക്കുമ്പോൾ ഊഷ്മളമായ അനുഭവമാകുന്നത്, ഈ അടച്ചിട്ട/തുറന്നിട്ട ദ്വന്ദ്വംതന്നെയാണ്. ഓർമ്മ/ജീവിതം, നിഴൽ/പച്ച, കാവൽ/പ്രവൃത്തി എന്നീ ദ്വന്ദ്വങ്ങൾ നാലാമത്തെ ഖണ്ഡത്തിൽ കാണാം.

ഓർമ്മയുടെ / നിഴലിന് / കാവൽ നിൽക്കണോ
ജീവിതത്തിന്റെ / പച്ചതേടി / പ്രവർത്തിക്കണോ

എന്ന ചോദ്യം ചടുലമാക്കുന്നത് ഈ വൈരുദ്ധ്യങ്ങളാണ്. ഇടവേളകളുടെ സന്ദിഗ്ധതകളിൽ മൂല്യവത്തായ അനുഭവം നിറയ്ക്കാൻ ഉറൂബ് ദത്തശ്രദ്ധനാണ്. അദ്ദേഹത്തിന്റെ രചനാകൗശലത്തിന്റെ മുഖ്യ പ്രവണതയാണിത്. നീങ്ങിത്തുടങ്ങുന്ന വണ്ടിയിൽ കുഞ്ഞിരാമനും താഴെ പ്ലാറ്റുഫോറത്തിൽ രാധയും പകുത്തെടുത്ത നിമിഷവും എന്നെന്നേക്കുമായി അടച്ചിട്ട വാതിൽ തള്ളിത്തുറന്ന നിമിഷവും ഈ സന്ദിഗ്ധതയുടെതാണ്. ഉമ്മാച്ചു എന്ന നോവലിൽ സമാനമായ ഒരനുഭവമുണ്ട്:

"വണ്ടി നീങ്ങിയകന്നു പോകുമ്പോൾ മായൻ കുറ്റിപോലെ നിന്നു നോക്കുകയാണ്. ആ വണ്ടി നീങ്ങുന്നതിനനുസരിച്ച് അവന്റെ മുഖത്ത് ഒരു നിഴൽ കയറിക്കയറി വന്നു.അത് അവിടം മുഴുവൻ വ്യാപിച്ചു.അപ്പോൾ ആ മുഖം പകൽപോലെയോ രാത്രിപോലെയോ ആയിരുന്നില്ല. തുടുത്ത സന്ധ്യപോലെ"(ഉറൂബ് 1982:150).

നീങ്ങുന്ന വണ്ടി. കുറ്റിപോലെ നിൽക്കുന്ന മായൻ.

ചലനം ———————— നിശ്ചലത

വണ്ടി (വെളിച്ചം) നീങ്ങുന്നു. അവന്റെ മുഖത്തു നിഴലാകുന്നു.

വെളിച്ചം ———————— നിഴൽ

ആ മുഖം പകൽപോലെയോ രാത്രിപോലെയോ ആയിരുന്നില്ല.

പകൽ ———————— രാത്രി

ഈ വിരുദ്ധാവസ്ഥകൾക്കിടയിലെ ഒരൊറ്റ ബിന്ദു കണ്ടെത്തുക

യാണ് നോവലിസ്റ്റ്. സന്ധ്യ ആ ബിന്ദുവിന്റെ പ്രതീകമാണ്.ആ സന്ദിഗ്ധതയുടെ തുടുപ്പാണ്.

എന്നെന്നേക്കുമായി അടച്ചിട്ട വാതിൽ തള്ളിത്തുറക്കുമ്പോൾ തുറന്നുകിട്ടുന്നത് നിഷേധിക്കപ്പെട്ട ഒരു ലോകമാണ്. അടച്ചിടൽ നിഷേധത്തിന്റെയും തുറക്കൽ വിമോചനത്തിന്റെയും സൂചകങ്ങൾകൂടിയാകുന്നു.

"കന്യാസ്ത്രീ മഠത്തിലെ ആ കൊച്ചുമുറികളുടെ അടച്ച വാതിലുകൾ പാതിരി വന്ന് ചവിട്ടിത്തുറന്നിരുന്നെങ്കിൽ......എന്തൊരു ഭയങ്കര നിമിഷമായിരിക്കും അത്"(റാഫി 1952:88).

പദചേരുവയിലെ ഈ സൂക്ഷ്മത നാൽപതുകൾക്കൊടുവിൽ പാപികൾ എന്ന നോവലെഴുതുമ്പോൾ പോഞ്ഞിക്കര റാഫിക്കുണ്ടായിരുന്നു. അടച്ച വാതിലുകളും എന്നെന്നേക്കുമായി അടച്ച വാതിലുകളും തമ്മിൽ വ്യത്യാസമുണ്ട്. ആദ്യത്തേത് താൽക്കാലികമായ നിഷേധമാകാം. രണ്ടാമത്തേതാകട്ടെ, നിത്യമായ പാരതന്ത്ര്യത്തെ ഓർമ്മിപ്പിക്കുന്നു. അടച്ച വാതിലിനു പിറകിൽ എന്താണുള്ളതെന്ന് റാഫി വാക്യത്തിന്റെ ഘടകസാധ്യതകളിൽ തെളിച്ചുവെച്ചിട്ടുണ്ട്. അടച്ച വാതിലുകൾ ചവിട്ടാതെ തുറന്നുകാണിക്കുന്നു നോവലിസ്റ്റ്. കന്യാസ്ത്രീ, കൊച്ചുമുറി, അടച്ച വാതിൽ, പാതിരി, ചവിട്ടിത്തുറക്കുക, ഭയങ്കര നിമിഷം തുടങ്ങിയ പദങ്ങളുടെയോ പദചേരുവകളുടെയോ സവിശേഷ വിന്യാസനം യഥാതഥ നോവലാഖ്യാനത്തിൽതന്നെ അപൂർവ്വാനുഭവം നൽകുന്നു. കേവലമായ വസ്തുതാ വിവരണത്തിൽനിന്ന് അനുഭവസ്ഫോടനത്തിലേക്ക് നോവലിന്റെ ഭാഷ വളരുമ്പോൾ തെരഞ്ഞെടുപ്പിന്റെയും സംയോജനത്തിന്റെയും അക്ഷങ്ങൾക്കിടയിൽ സന്ധിയില്ലാത്ത അന്വേഷകനാവുകയാണ് എഴുത്തുകാരൻ.

"പാടത്തെ വേല മാത്രമല്ല, വീട്ടുജോലിക്കും അവൾ അതിസമർത്ഥയാണ്. അവളെ ഒരുവനു കിട്ടിയാൽ ആ കുടുംബം പട്ടിണിയില്ലാതെ കഴിയും"(തകഴി 1951:2).

എന്നിങ്ങനെ അൽപ്പംചില നിഷേധരൂപങ്ങൾ കാണാമെങ്കിലും ഋജുവും തുറന്നതുമായ രചനാരീതിയാണ് തകഴി അവലംബിച്ചുകാണുന്നത്. പാടത്തെ വേലയും വീട്ടുജോലിയും ചെയ്യാനുള്ള സാമർത്ഥ്യമാണ് 'അവളെ' കുടുംബം പുലർത്താൻ കെൽപ്പുള്ളവളാക്കുന്നത്. 'അവളെ ഒരുവനു കിട്ടിയാൽ ആ കുടുംബം പട്ടിണിയില്ലാതെ കഴിയും' എന്ന വാക്യം ഒറ്റയ്ക്കെടുത്താൽ അപൂർണമാണ്. അതിനെ സാർത്ഥകമാക്കുന്നത് തൊട്ടുമുമ്പുള്ള വാക്യമാണ്. പൂരകസാധ്യതകളല്ല, ഘടകസംയോജനത്തിലെ ശ്രദ്ധയാണ് തകഴിയുടെയും ആദ്യകാല യഥാതഥ നോവലിസ്റ്റുകളുടെയും ഭാഷയുടെ സവിശേഷത. അതിൽനിന്നുള്ള വ്യത്യാസമാണ് ഉറൂബിന്റെ നോവലിൽ വെളിപ്പെടുന്നത്. വായനക്കാരന് ആദ്യത്തേത് നിവേദകപാഠവും രണ്ടാമത്തേത് പ്രശ്നപാഠവുമാണ് നീട്ടുന്നത്.

പൂരകസാധ്യത

രൂപകാക്ഷ(metaphoric pole)ത്തിലേക്കുള്ള എഴുത്തുകാരന്റെ അന്വേഷണമാണ് ഭാഷയിൽ പൂരകസാധ്യതകൾ തുറക്കുന്നത്. ഈ വൈരുദ്ധ്യതീക്ഷ്ണമായ ഭാഷാനുഭവം വായനയിലെ നിവേദനപ്രവണതകളിൽ വിച്ഛേദം വരുത്തി. അതു പാഠത്തെ പ്രശ്നനിഷ്ഠമാക്കി. നോവലിൽ നിവേദക - പ്രശ്ന പാഠങ്ങളുടെ വേർതിരിവ് കേവലം രൂപവാദപരമായിപ്പോകുമോ എന്ന് കാതറിൻ ബെൽസി ആശങ്കപ്പെടുന്നുണ്ട്(Belsey 1992:407).ഇതിനു കാരണമായി പാഠത്തിന്റെ സ്വരൂപം നിർണയിക്കുന്നതു ആത്യന്തികമായി വായനക്കാരനാണല്ലോ എന്നും ബെൽസി ചൂണ്ടിക്കാട്ടുന്നു.പ്രശ്നപാഠംതന്നെ നിവേദകപാഠമായും വായിക്കാൻ എളുപ്പം സാധിക്കുമെന്നത് ബെൽസിയുടെ ആശങ്കക്ക് അർത്ഥമുണ്ടാക്കുന്നു. സുന്ദരികളും സുന്ദരന്മാരും തെളിഞ്ഞുവരുന്നത് പ്രശ്നാത്മകമായ ഒരന്തരീക്ഷത്തിലാണ്.ഈ പ്രശ്നനിലയാണ് നോവലിന്റെ ആഖ്യാനപ്രവേശികയായി പരിണമിക്കുന്നത്. വരൂ എന്നു വിളിക്കുമ്പോൾതന്നെ കടന്നുപോവുക എന്ന പൂരകസാധ്യതകൂടി തുറന്നുകാണിക്കുന്ന ആഖ്യാനരീതി ഏകപക്ഷീയമായ സ്വീകാര്യത്തിന്റേതല്ല.

ദൃശ്യ ശ്രവ്യാനുഭവങ്ങളുടെ സാധ്യതകളും ഉറൂബ് പ്രയോജനപ്പെടുത്തിയിട്ടുണ്ട്. ചലച്ചിത്രങ്ങളുടെ ഛായാഗ്രഹണകൗശലം ഭാഷയുടെ ഭാഗമാക്കാനുള്ള ശ്രമം അപൂർവ്വാവസരങ്ങളിൽ കാണാം.

1. *ഭൂമിയിൽ തൊട്ടാൽ ശക്തി ഇരട്ടിക്കുന്ന രാക്ഷസനാണ് അനുരാഗം. വളയണിഞ്ഞ ഒരു കൈ., ഒരു പാളിനോട്ടം, ആ മുടിയിൽനിന്ന് കൊഴിഞ്ഞുവീണ ഒരു പൂ, നടന്നുപോയ കാൽപ്പാടുകൾ, അകന്നുപോകുന്ന വളകിലുക്കം, ഒരു നെടുവീർപ്പ് അങ്ങനെയുള്ള ഏതും കെട്ടിയിട്ട ആ രാക്ഷസനെ കൂടുതൽ ശക്തനാക്കിത്തീർക്കും*(പു.38).
2. *താനും ഇതേവിധം ഒരു വണ്ടിക്കാണ് വന്നിറങ്ങിയതെന്ന് വിശ്വം ഓർത്തു. എന്തു വരവാണ് വന്നത്? അലറുന്ന ശബ്ദങ്ങൾ, തറയ്ക്കുന്ന നിറങ്ങൾ, ഉരസലുകൾ, ഞെരക്കങ്ങൾ, ചാട്ടവാറടികൾ ഇവയുടെ കോലാഹലമായിരുന്നു ഹൃദയത്തിൽ. അപശ്രുതിയോടുകൂടിയ ഒരു വാദ്യമേളം ഉച്ചസ്ഥായിയായി നിൽക്കുകയായിരുന്നു*(പു.232)
3. *തലേന്നാൾ രാത്രി മുഴുവൻ ബഹളമായിരുന്നുവെന്ന് അവൾക്കു തോന്നി. അടി, ഇടി, നിലവിളി, കൂറ്റൻ നിഴലുകൾ സൃഷ്ടിച്ചു കൊണ്ടു കടന്നുപോകുന്ന പല വർണത്തിലുള്ള വെളിച്ചങ്ങൾ, ഇരുമ്പു ചങ്ങലകളുടെ കിലുക്കങ്ങൾ, തേങ്ങൽ, നെടുവീർപ്പ്, ശ്വാസംമുട്ടൽ, ഇവയ്ക്കിടയിലൂടെ വലിച്ചിഴയ്ക്കപ്പെട്ട ഒരു രാത്രിയാണ് കഴിഞ്ഞതെന്നു തോന്നി*(പു.275).

4.കുഞ്ഞിരാമനെ സംബന്ധിച്ചിടത്തോളം വിദ്വേഷം മൂർച്ച കൂടി ക്കൊണ്ടുവരികയായിരുന്നു. ഒരു കാറിന്റെ ഹോറൺ, ഒരു യന്ത്ര ത്തിന്റെ ശബ്ദം, ഒരു ബൂട്ട്സിട്ടകാല്, എന്തും അവന്റെ വിദ്വേ ഷത്തെ ആളിക്കത്തിച്ചു(പു.341).

ദൃശ്യവിനിമയത്തിന്റെ ആഖ്യാനകൗശലം മുകളിൽകൊടുത്ത നാലു ഖണ്ഡങ്ങളിലും പ്രകടമാണ്. ഓരോ വാക്യശകലവും ഓരോ ദൃശ്യ മാണ്.അവയുടെ സംയോജനമാണ് ദൃശ്യഭാഷ സൃഷ്ടിക്കുന്നത്. ഒന്നാം ഖണ്ഡത്തിലെ ദൃശ്യശകലങ്ങൾ നോവലിൽ പൂരകസാധ്യതകൾ തുറ ന്നുവെയ്ക്കുന്നു. വളയണിഞ്ഞ ഒരു കൈ ദൃശ്യം അതല്ലെങ്കിൽ പാളി നോക്കുന്ന ദൃശ്യം രാമൻമാസ്റ്ററുടെ പ്രണയസന്ദർഭത്തിൽ ചേർത്തുകാ ണാൻ വായനക്കാരൻ നിർബന്ധിതനാണ്.

ഖണ്ഡം 2 ന്റെ അപഗ്രഥനം:

കടന്നുപോകുന്ന തീവണ്ടിയുടെ ദൃശ്യം.
കടും നിറങ്ങളുടെ ദൃശ്യപരമ്പര

ഈ ദൃശ്യത്തിനൊപ്പം അലറുന്ന ശബ്ദങ്ങൾ
ഉരസസുന്ന ശബ്ദങ്ങൾ
ഞരങ്ങുന്ന ശബ്ദങ്ങൾ
ചാട്ടവാറടി ശബ്ദങ്ങൾ

തീവണ്ടി ശബ്ദത്തിനൊപ്പം അപശ്രുതിയോടെ ഉച്ചസ്ഥായിയിലെ ത്തുന്ന വാദ്യമേളം.

ഖണ്ഡം 3 ന്റെ അപഗ്രഥനം:

സമയം : രാത്രി
അടിയുടെ ദൃശ്യം.
ഇടിയുടെ ദൃശ്യം.
നിലവിളിക്കുന്ന ദൃശ്യം.
കൂറ്റൻ നിഴലുകളുണ്ടാക്കുന്ന പല നിറത്തിലുള്ള വെളിച്ചങ്ങൾ.
ഇരുമ്പു ചങ്ങലകളുടെ ദൃശ്യം.

ദൃശ്യത്തിനൊപ്പം ശബ്ദങ്ങൾ.
രാത്രിയുടെ ബഹളം
ചങ്ങലയുടെ കിലുക്കം
നെടുവീർപ്പിടുന്ന ശബ്ദം
ശ്വാസം മുട്ടുന്ന ശബ്ദം
തേങ്ങുന്ന ശബ്ദം

ഖണ്ഡം 4 ന്റെ അപഗ്രഥനം:

കുഞ്ഞിരാമന്റെ ദേഷ്യമുള്ള മുഖം - ദൃശ്യം

കാറിന്റെ ഹോറൺ - ശബ്ദം
യന്ത്രത്തിന്റെ ശബ്ദം

ബൂട്ട്സിട്ട കാലിന്റെ ദൃശ്യം

ദേഷ്യം വർദ്ധിക്കുന്ന കുഞ്ഞിരാമന്റെ മുഖം - ദൃശ്യം

ദൃശ്യവിനിമയത്തിന്റെ ആഖ്യാന ചതുരത ശ്രദ്ധാർഹമാണ്. കടന്നു പോകുന്ന തീവണ്ടിയുടെ ദൃശ്യം നോക്കുക: കമ്പാർട്ടുമെന്റുകൾ കട ന്നുപോവുകയാവണം. കടും നിറങ്ങളാണ് ദൃശ്യത്തിൽ മിന്നി മായു ന്നത്. കടുത്ത - അലറുന്ന - ശബ്ദങ്ങളാണ് അകമ്പടി. തീവണ്ടിയുടെ താളനിബദ്ധത ഉച്ചസ്ഥായിയിലായ വാദ്യമേളത്തിന്റേതാണ്. അതിലെ അപശ്രുതി കഥാപാത്രത്തിന്റെ അസ്വസ്ഥതയുടെതും.

ആസുരാനുഭവങ്ങളുടെ തീവ്രത പകരാൻ ദൃശ്യങ്ങൾ കടും വർണത്തിലും കനത്ത ശബ്ദത്തിലും ഒരുക്കിയിരിക്കുന്നു. റിയലിസ്റ്റാ ഖ്യാനത്തിന്റെ ആദ്യകാലാനുഭവങ്ങളിലൊന്നും ഈ രീതി കാണാനാ വില്ല.കാരണം, സൂക്ഷ്മ യാഥാർത്ഥ്യങ്ങളുടെ ദൃശ്യങ്ങളിലേക്ക് കാഴ്ച്ച യെത്താൻ കാലം പിന്നെയും വേണ്ടിവന്നു. ബൽസാക്കിന്റെയും ഡിക്കൻസിന്റെയും പാരമ്പര്യത്തിൽനിന്നും റിയലിസം ഏറെ മാറിയി ട്ടുണ്ടെന്ന് ഈവാഷെവ(1982:16)അഭിപ്രായപ്പെടുന്നത് സാങ്കേതിക വി ദ്യാ വിസ്ഫോടനത്തിന്റെ ഗുണഫലങ്ങൾ സാഹിത്യത്തെ എങ്ങനെ സ്വാധീനിച്ചു എന്നറിഞ്ഞുകൊണ്ടാണ്.

ഉദാഹരിച്ച ഒന്നാം ഖണ്ഡത്തിലെ പ്രധാന ദൃശ്യങ്ങൾ രാക്ഷസൻ, വളയണിഞ്ഞ കൈ, പാളിനോട്ടം, മുടിയിൽനിന്നു വീണ പൂവ്, നടന്നു പോയ കാല്പാട്, അകലുന്ന വളകിലുക്കം തുടങ്ങിയവയാണല്ലോ. രാമൻ മാസ്റ്ററുടെ അനുഭവങ്ങളായാണ് ഇവയെത്തുന്നത്. ഫ്യൂഡൽ ജീവിതാവസ്ഥയും മൂല്യബോധവും നിർണയിച്ച ഒരാളുടെ അനുഭവ ക്രമം ആവിഷ്ക്കരിക്കുമ്പോൾ കടന്നുവരാവുന്ന സൂചകങ്ങളാണ് ഒന്നാം ഖണ്ഡത്തിലുള്ളത്. ഒരു തലമുറയ്ക്കു ശേഷമുള്ള വിശ്വനാഥന്റെ അനുഭവമാണ് രണ്ടാം ഖണ്ഡം. അവിടെ തീവണ്ടിയുണ്ട്. കടും നിറ ങ്ങളുണ്ട്. കനത്ത ശബ്ദങ്ങളുണ്ട്. ഫ്യൂഡൽ ജീവിതത്തിന്റെ താളനി ബദ്ധത വിശ്വത്തിന്റെ ജീവിതത്തിൽ നഷ്ടമായിക്കഴിഞ്ഞു. കടും നിറമായും കനത്ത ശബ്ദമായും കാണുന്ന തീവണ്ടിക്കാഴ്ച്ച മാറിയ വ്യവസ്ഥയുടെ സൂചകങ്ങളാകുന്നു.

ഭൂമിയുടെ അറ്റം - ഒരു മിത്ത്

മിത്തിന്റെ തലത്തിലേക്ക് ഉയരുന്ന ഒരു സങ്കൽപ്പമാണ് ഈ നോവ ലിൽ ഭൂമിയുടെ അറ്റം. അണ്ഡാകൃതിയിലുള്ള ഭൂമിയുടെ അറ്റംതേടുക നിരർത്ഥകമാണ്. സാമാന്യതലത്തിൽ അത് അലച്ചിലിന്റെ നിഷ്ഫല തയെയാണ് വെളിപ്പെടുത്തുന്നത്. ബാല്യത്തിന്റെ ഭ്രമകൽപ്പനയായി അതു മാറ്റിവെക്കപ്പെടുന്നു. എന്നാൽ, സുന്ദരികളും സുന്ദരന്മാരും എന്ന നോവലിന്റെ പാരായണക്രമത്തിൽ ഈ സങ്കൽപ്പനം സാമാന്യാർത്ഥത്തെ ഭേദിക്കുന്നു. അർത്ഥത്തിനു ലഭിക്കുന്ന നവീന ക്രമം ഭൂമിയുടെ അറ്റത്തെ

ഒരു മിത്താക്കി മാറ്റുന്നു.

"വിശ്വനാഥൻ ചുറ്റും നോക്കി. അത്ഭുതകരമായ ലോകം. അത്രയും വിശാലമായ വീട്ടിൽ അവൻ അന്നേവരെ പ്രവേശിച്ചിട്ടില്ല. വലിയ വലിയ മുറികൾ, കൂറ്റൻ ജാലകങ്ങൾ, സന്ധ്യാപ്രകാശം വന്നു തടവുന്ന ഇളം നീല വർണത്തിലുള്ള നീരാളങ്ങൾ, വട്ടമേശകൾ, അവയിന്മേൽ വെച്ച വാടാപുഷ്പങ്ങൾ, പച്ചച്ചായമിട്ട ചൂരൽക്കസേരകൾ, കൊതുകുവലകളാൽ മറച്ച കട്ടിലുകൾ, ചുവരിൽ പല പല ചിത്രങ്ങൾ. ആകപ്പാടെ ഭൂമിയുടെ അറ്റം മോശമില്ല"(പു.148).

ഓടിയോടി വിശ്വനാഥൻ കണ്ടെത്തിയ ഭൂമിയുടെ അറ്റമാണിത്. ദാരിദ്ര്യം നിറഞ്ഞ ജീവിതം സമാന്തരമായി നീളുന്ന സുഖസ്വപ്നങ്ങളിലേക്ക് വിശ്വനാഥനെ വ്യാമോഹിപ്പിച്ചിരിക്കണം. അനന്തതയിലേക്കു നീളുമ്പോൾ അടുത്തടുത്തുവരുന്ന റയിൽ പാളങ്ങൾ സന്ധിക്കുന്നുണ്ടാകാമെന്ന ധാരണ പ്രത്യാശയായി. ഇവിടെ ഭൂമിയുടെ അറ്റം സമത്വത്തിന്റെയും സമൃദ്ധിയുടെയും ലോകമാകുന്നു. താൻ ഓടിത്തീർത്തുവെന്ന് വിശ്വനാഥൻ കരുതുന്നത് അസ്വസ്ഥപൂർണമായ ഒരു ജീവിതം മുഴുവനാണ്. അപ്പുറം സുഖാഹ്ലാദങ്ങളുടെ ലോകം. അവിടെയുള്ളവർ സുന്ദരികളും സുന്ദരന്മാരുമാണ്. ഭൂമിയുടെ അറ്റം അർത്ഥത്തിന്റെ രണ്ടാം ക്രമത്തിലേക്കുള്ള സൂചകമാകുമ്പോൾ ബാർത്തിയൻ(Barthes 1973:124)പരിഗണനയിൽ അത് ഒരു മിത്തായി മാറുന്നു. ഭൂമി, അറ്റം എന്നീ പദങ്ങളുടെ ചേരുവയുണ്ടാക്കുന്ന അസംബന്ധാർത്ഥം അലിഞ്ഞുപോകുന്നത് ഈ രണ്ടാംക്രമത്തിലാണ്.

ഭൂമിയുടെ അറ്റത്തെത്തി എന്ന ചിന്ത വിശ്വത്തെ ഭംഗികളെക്കുറിച്ചുള്ള ആലോചനയിലേക്കു നയിക്കുന്നു. വലിയ മുറികളും കൂറ്റൻ ജാലകങ്ങളും സന്ധ്യാപ്രകാശം തടവുന്ന ഇളം നീല നീരാളങ്ങളും വാടാപുഷ്പങ്ങളും മാത്രമല്ല വിശ്വം കാണുന്നത്. ഭൂമിയുടെ അറ്റത്തെത്തിയിരിക്കുന്നുവെന്ന് അവനെ ബോധ്യപ്പെടുത്തിയ ലക്ഷ്മിക്കുട്ടിയമ്മയെ കണ്ടപ്പോൾ 'എന്തൊരു ഭംഗിയാണവർക്ക്! ഇത്ര ഭംഗിയുള്ള പെണ്ണുങ്ങളുണ്ടോ?'(പു.148)എന്നു വിശ്വം സംശയിക്കുന്നു.

"തന്റെ മുന്നിൽ നിൽക്കുന്ന സ്ത്രീയെ കണ്ടപ്പോൾ അവൻ വിചാരിച്ചത് ഒരു ദേവതയാണെന്നാണ്. മേഘമാലകളിലൂടെ പടവിറങ്ങി ഭൂമിയുടെ അറ്റത്തേക്കുവരുന്ന ദേവതമാരെപ്പറ്റി അവൻ കേട്ടിരുന്നു. അഥവാ മനോരാജ്യം വിചാരിച്ച് വിചാരിച്ച് ഒരു യാഥാർത്ഥ്യമാക്കിത്തീർത്തിരുന്നു. ആ ദേവത അവന് രണ്ടു ദിവസം ഭക്ഷണം കൊടുത്തു.എന്നിട്ടും അവരൊരു മനുഷ്യസ്ത്രീയാണെന്നു വിശ്വസിക്കാൻ അവനിഷ്ടമുണ്ടായിരുന്നില്ല"(പു.159).

കേട്ട കഥകളിലെല്ലാം സമ്പന്നതയുടെയും സമൃദ്ധിയുടെയും സുരലോകമുണ്ട്. അവിടെ സുന്ദരികളായ ദേവതകൾ. അവർ ഭൂമിയുടെ അറ്റത്തേക്ക് മേഘപാളികളിലൂടെ ഇറങ്ങിവരാറുണ്ട്. വിശ്വത്തിന്റെ

കൗമാരസ്വപ്നങ്ങളിൽ ഭൂമിയുടെ അറ്റം കടന്നുവരുന്നത് അങ്ങനെയാണ്. അനുഭവിക്കുന്ന ബുദ്ധിമുട്ടുകളോടുള്ള എതിർപ്പുകളായി ആ സ്വപ്നങ്ങൾ. ഭൂമിയുടെ അറ്റം കീഴടക്കാൻ പുറപ്പെടുമ്പോൾ ആ എതിർപ്പുകൾ ഒരു പോരാട്ടമായി രൂപാന്തരപ്പെടുകയാണ്.

''അമർത്തിപ്പിടിച്ച പൊട്ടിച്ചിരികളുമായി ശാന്ത അടുത്തേക്കു വന്നപ്പോഴെല്ലാം , തന്നെ ഭൂമിയിൽനിന്ന് ഉയരത്തേക്കെടുത്തു പൊക്കുന്നതുപോലെ വിശ്വത്തിനു തോന്നി......

കർട്ടൻ നീങ്ങി. വിശ്വവും ശാന്തയും അരങ്ങത്തെത്തി. ചലനങ്ങൾ, താളങ്ങൾ, രണ്ടു വെള്ളപ്പനിനീർമൊട്ടുകൾ ഒന്നിച്ചു കാറ്റിലാടിക്കളിക്കുകയായിരുന്നു.......

'എന്തേ വിശ്വം?' ... കിതപ്പോടുകൂടിയ ചോദ്യം.

'നാം ഒഴുകുന്നതുപോലെ തോന്നുന്നു'.

'എന്ത്?'

''ഭൂമിയുടെ അറ്റത്തേക്ക് ഒഴുകുകയാണ്''(പു.193).

അല്ലലില്ലാത്ത ലോകത്ത് ഓരോ ചലനവും നൃത്തമാകുന്നു. അതാകട്ടെ,സ്വാതന്ത്ര്യത്തിന്റെ അനുഭൂതിസാന്ദ്രമായ ലഹരിയാണ്. അനിവാര്യതകൾ പിന്നിട്ട ആ ലോകത്ത് വിശ്വം ഒഴുകുന്നതങ്ങനെയാണ്. ഈ അനുഭവം ഭൂമിയുടെ അറ്റത്താണെന്ന - ദേവലോകത്തേക്കു കൂടുതൽക്കൂടുതൽ അടുക്കുകയാണെന്ന - ബോധം വിശ്വത്തിലുണ്ടാക്കുന്നു.

താൻ എത്തിച്ചേർന്നത് യഥാർത്ഥത്തിൽ ഭൂമിയുടെ അറ്റത്തല്ലെന്ന് വിശ്വനാഥൻ തിരിച്ചറിഞ്ഞുതുടങ്ങുന്നത് ഒരു പ്രണയത്തിന് ശിക്ഷയേൽക്കേണ്ടി വന്നപ്പോഴാണ്. ഈ ലോകത്തും താൻ വേറിട്ടു നിൽക്കുന്നുവെന്ന് വിശ്വം മനസ്സിലാക്കുന്നത് ഒരു ഞെട്ടലോടെയാണ്. താൻ എത്തിച്ചേർന്ന ഭൂമിയുടെ അറ്റം ഒരു ഫാന്റസി മാത്രമാണെന്ന് അയാളറിഞ്ഞു. ആ മിഥ്യയിൽനിന്നും അയാൾ രക്ഷ കൊതിച്ചു. തന്നെ വിട്ടുപോകുമോ എന്ന ലക്ഷ്മിക്കുട്ടിയമ്മയുടെ ചോദ്യത്തിന് ഭൂമിയുടെ അറ്റത്തേക്കു പോകുന്നു വെന്ന് വിശ്വം മറുപടി പറഞ്ഞത് അതുകൊണ്ടാണ്. ഭൂമിയുടെ അറ്റം തിരിച്ചറിവിന്റെ തീക്ഷ്ണ സൗന്ദര്യം കൈവരിക്കുന്നത് ഈ മറുപടിയിലാണ്.'വിശ്വം ഞാൻ പോകുന്നു ഭൂമിയുടെ അറ്റത്തേക്കൊന്നുമല്ല കെട്ടോ' എന്നു ഭർതൃഗൃഹത്തിലേക്കു യാത്ര ചോദിക്കുമ്പോളുള്ള ശാന്തയുടെ വാക്കുകളിലും ഈ അപൂർവ്വ തിളക്കമുണ്ട്. സുഖാനുഭവങ്ങളിലേക്കല്ല, തന്റെ കൂടുമാറ്റം എന്നാണ് ശാന്ത സൂചിപ്പിക്കുന്നത്. ഒരു ധനികന്റ ഭാര്യയായിരുന്നിട്ടും മാനസിക ക്ലേശങ്ങളിൽ - നഷ്ടപ്രണയത്തിൽ - നിന്നും കുതറിമാറാനാവാതെ വരുന്ന ശാന്തയെ പിന്നീടുള്ള നോവൽഭാഗത്തു കാണാം.

ഭൂമിയുടെ അറ്റത്തുനിന്ന് മരണത്തിലേക്കു ചാടിയ വിശ്വനാഥൻ വീഴുന്നത് ഭൂമിയിൽതന്നെയാണ്. ഒരു മിഥ്യയിൽനിന്നുള്ള വീഴ്ച. വീണ്ടും തീക്ഷ്ണാനുഭവങ്ങളിലൂടെയുള്ള യാത്ര. നോവൽ അവസാ

നിക്കുമ്പോൾ വിശ്വനാഥൻ എത്തിനിൽക്കുന്നത് രാധയുടെയും സുലൈമാന്റെയും അടുത്താണ്. ഭൂമിയുടെ അറ്റം തേടി യാത്ര തുടങ്ങിയത് രാധയുടെ അരികിൽനിന്നാണ്. കുറച്ചുകൂടി സൂക്ഷിച്ചുനോക്കിയാൽ യാത്ര തുടങ്ങുന്നത് സുലൈമാനിൽനിന്നാണെന്നു കാണാം. ഇരുമ്പൻ ഗോവിന്ദൻ നായർക്കു കുഞ്ചുക്കുട്ടിയിലുണ്ടായ മകനാണു വിശ്വം. ആ ഗോവിന്ദൻകുട്ടിയാണ് ലഹളയ്ക്കുശേഷം സുലൈമാനാകുന്നത്.

'ഞാൻ എങ്ങോട്ടും പോകുന്നില്ല. എങ്ങോട്ടും ഓടിപ്പോയി ആർക്കും രക്ഷപ്പെടാനും സാധിക്കില്ല. ഈ രാജ്യത്തുതന്നെ നിന്നു പുലരണം. ഈ മണ്ണിൽതന്നെയാണ് നമ്മുടെ ജനനവും വളർച്ചയുമെല്ലാം. മണ്ണൊന്നു ഉഴുതു മറിക്കണം എന്നു മാത്രം'(പു.342).

എന്നു കുഞ്ഞിരാമനെ പഠിപ്പിച്ചത് അയാളുടെ ജീവിതവും പ്രത്യയശാസ്ത്രവുമാണ്. അയാൾ ഒരു ലോകം നേടിയെടുക്കാൻ പടവെട്ടി മരിച്ചു. ഭൂമിയുടെ അറ്റം താൻ ചവിട്ടിനിൽക്കുന്ന മണ്ണുതന്നെയാണെന്നും അതൊന്നു ഉഴുതു മറിച്ചാൽ അപ്രാപ്യമെന്നു കരുതിയ സൗഭഗങ്ങൾ വന്നുചേരുമെന്നും കുഞ്ഞിരാമൻ കരുതി. പ്രവൃത്തിയുടെ പ്രത്യയശാസ്ത്രബോധ്യമാണത്. വിശ്വനാഥൻ ഓടിയോടി എത്തിയതും ഇതേ ധാരണയുടെ മണ്ണിലാണ്. അയാളും തന്റെ കാലത്തിന്റെ അനിവാര്യതകളോട് ഏറ്റുമുട്ടുന്നു. രാജ്യത്തിന്റെ സ്വാതന്ത്ര്യത്തിനുവേണ്ടിയുള്ള സമരത്തിലും വ്യക്തികളുടെ അഭിലാഷപൂർത്തീകരണത്തിനു വേണ്ടിയുള്ള സമരത്തിലും വിശ്വനാഥൻ മുന്നിട്ടിറങ്ങുന്നു.

സ്വയംപൂർണമായ കഥാഖണ്ഡങ്ങളോരോന്നിലും ഓരോ രീതിയിൽ ഭൂമിയുടെ അറ്റത്തെക്കുറിച്ചുള്ള സങ്കൽപ്പങ്ങൾ നിറയുന്നുണ്ട്. ഒന്നാം ഖണ്ഡത്തിൽ കുഞ്ചുക്കുട്ടി തന്റെ പഴയ കാമുകനായ രാമൻനായരിലെത്തിച്ചേരുന്നു. ഒരു നീണ്ട സംഭവ ബഹുലമായ യാത്രയുടെ അന്ത്യമായിരുന്നു അത്. രണ്ടാം ഭാഗത്താകട്ടെ, ലക്ഷ്മിക്കുട്ടിയും ഗോപിക്കുറുപ്പും പഴയ പ്രണയത്തിന്റെ അപൂർവ്വവും വ്യത്യസ്തവുമായ ഒരു പൂർത്തീകരണം അനുഭവിക്കുന്നു. മൂന്നാം ഭാഗത്ത് വിശ്വനാഥൻ ഓടിയോടി ഭൂമിയുടെ അറ്റത്തെത്തുന്നു. താൻ എത്തിപ്പെട്ടത് സുഖങ്ങളുടെ മിഥ്യയിലാണെന്നു തിരിച്ചറിയുന്ന വിശ്വനാഥന്റെ തുടർയാത്രയാണ് നാലാം ഭാഗത്തുള്ളത്. അയാൾ തന്റെ പിതാവായ സുലൈമാനിൽ ചെന്നെത്തുന്നു. അഞ്ചാം ഭാഗത്ത് ആ യാത്ര രാധയിലേക്കുകൂടി നീളുന്നു. ഈ കൂടിച്ചേരലുകളുടെ സൗന്ദര്യമാണ് ഭൂമിയുടെ അറ്റത്തെ വ്യത്യസ്താർത്ഥങ്ങളിലേക്കു വിന്യസിക്കുന്നത്. ഓരോ കഥാപാത്രവും വ്യത്യസ്ത രീതികളിലാണെങ്കിലും തേടിയലയുന്നത് തന്റെതന്നെ പേരും വേരുമാണ്. ഓരോരുത്തർക്കും മുന്നിലുള്ള ആദർശലോകത്തെയാണ് നോവലിസ്റ്റ് 'ഭൂമിയുടെ അറ്റം' എന്ന മിത്തിലൂടെ ആവിഷ്ക്കരിക്കുന്നത്.

പ്രയോഗരീതികൾ

ഫ്യൂഡൽ ജീവിതത്തിലെ ചൊല്ലുകളും പദാവലികളും മുതൽ ആധുനിക ജീവിതത്തിലെ ഓഹരിക്കമ്പോളംവരെ സുന്ദരികളും സുന്ദരന്മാരും എന്ന നോവലിൽ കടന്നുവരുന്നുണ്ട്. ഇടപ്പൂൾ തിരുകുക(പു.43), ഉഴുതുമറിക്കുക(പു.342),തുടങ്ങിയവ ഫ്യൂഡൽ ജീവിതത്തിലെ തൊഴിലധിഷ്ഠിത പദ പ്രയോഗങ്ങളാണ്. തടി ഈർന്നു മുറിക്കുമ്പോൾ ജോലിക്കു സഹായകരമാംവിധം മുറിവായിൽ തിരുകുന്ന മരക്കഷ്ണമാണ് ഇടപ്പൂൾ. നോവലിലെ സംഭാഷണങ്ങൾക്കിടയിൽ ഇടപ്പൂൾ തിരുകുകയാണ് നോവലിസ്റ്റ്. മണ്ണൊന്നു ഉഴുതു മറിക്കണം എന്ന പ്രയോഗം വ്യവസ്ഥ മാറ്റി മറിക്കണം എന്ന അർത്ഥത്തിൽ കടന്നുവരുന്നു. ചെമ്പുടഞ്ഞാലും ചെരിച്ചുവെക്കാലോ(പു.35), ഉള്ള കഞ്ഞിയിലും മണ്ണു വാരിയിട്ടു (പു.73), തീക്കൊള്ളികൊണ്ട് തല ചൊറിയുക(പു.108), കോടാലികൊണ്ട് കുറുന്തോട്ടി കീറാൻ ശ്രമിക്കുക(പു.131), പന്നിയിറങ്ങിയ നെൽവയൽ പോലെ(പു.149), അലറി വരുന്ന വെളിച്ചപ്പാടിനെപ്പോലെ(പു.202), കതിർക്കനംവീണ നെൽപ്പാടംപോലെ(പു.343), മേച്ചിപ്പുറം കണ്ട പശുവിനെപ്പോലെ(പു.344), വെണ്ണയെന്നു വിചാരിച്ച് വിഴുങ്ങിയത് വെള്ളാരങ്കല്ല്(പു.356), ചെളിയിൽ തല്ലരുത്; നീളെ തെറിക്കും(പു.362), കൂരിരുട്ടത്തുവെച്ച ഒറ്റത്തിരിപോലെ(പു.364), കുംഭമഴകൊണ്ട് കുളിർത്തതുപോലെ(പു.398) തുടങ്ങിയ നാടൻ ചൊല്ലുകൾ നോവലിൽ സുലഭമാണ്.

പരിണാമവിധേയമാകുന്ന ഫ്യൂഡൽ സമുദായത്തിന്റെ ശക്തിക്ഷയങ്ങൾ ഫ്യൂഡൽ ജീവിതത്തിന്റെ ഉത്പ്പന്നങ്ങളായ ചൊല്ലുകൾകൊണ്ടുതന്നെ തുറന്നുകാട്ടാൻ നോവലിസ്റ്റ് ശ്രമിക്കുന്നു. തുളവീണതുകൊണ്ട് ചെമ്പു പാത്രം ഉപേക്ഷിക്കാറില്ല അതു ചെരിച്ചുവെച്ചും ഉപയോഗിക്കാം. ധനസ്ഥിതിയിൽ മാറ്റം വന്നതുകൊണ്ട് ആഢ്യത്വവും ഒഴിവാക്കാനാവില്ല എന്നു ജന്മിപക്ഷ വാദം. ഭാഷയിലും സംസ്ക്കാരത്തിലുമെല്ലാമുള്ള ഈ ഫ്യൂഡലിസ്റ്റു പ്രത്യയശാസ്ത്രത്തിന്റെ മേൽക്കോയ്മ നിലനിൽക്കെ മുതലാളിത്ത മൂല്യങ്ങൾ കടന്നുകയറിയതിന്റെ ആദ്യാനുഭവങ്ങൾ ആവിഷ്ക്കരിച്ചത് കൗതുകകരമാണ്. 'തലയഴിച്ചിട്ട് അലറിവരുന്ന വെളിച്ചപ്പാടി'നെപ്പോലെ പ്രത്യക്ഷപ്പെട്ട തീവണ്ടി' കടും നിറങ്ങളും അലറുന്ന ശബ്ദങ്ങളുമായി മുതലാളിത്ത ജീവിതത്തിന്റെ താളമായി മാറുന്നത് കാണാം. വളിച്ചപ്പാട് എന്ന രൂപകം, തീവണ്ടിയെ ഒരു ഭ്രമാത്മകാനുഭവമാക്കുന്നു. ഭൂമിയുടെ അറ്റത്തേക്കു പോകുന്ന പാളങ്ങളെ ഒരതീത യാഥാർത്ഥ്യമാക്കി വിസ്മയാനുഭവം സൃഷ്ടിക്കാൻ ഈ വിഭ്രമാത്മകത സഹായിക്കുന്നു. നോവലിലെ കാലബോധത്തെ നിർണയിക്കുന്ന മുഖ്യരൂപകമായും തീവണ്ടി മാറുന്നു. രാധയും കുഞ്ഞിരാമനും പിരിയുന്ന നിമിഷം ഉദാഹരണമാണ്. ഈ പുതിയ അനു

ഭവത്തെ കേന്ദ്രീകരിക്കുന്ന ചൊല്ലുകൾ രൂപപ്പെട്ടു വരുന്നതും നോവലിൽ കാണാം. റെയിൽ തെറ്റാനുള്ള അപകടം പിടിച്ച വാസന(പു.433), വിചാരങ്ങൾ റെയിൽ തെറ്റുകയാണ്(പു.203) തുടങ്ങിയ പുതിയ പ്രയോഗങ്ങൾ ശ്രദ്ധേയം.

നോവലിലെ ആഖ്യാനം പലയിടത്തും പ്രവചനാത്മക സൂചനകൾ നിറഞ്ഞതാണ്:

"അവൾ കൂടെക്കൂടെ തലയുയർത്തി ചുറ്റും നോക്കി. അവസാനത്തെ മഞ്ഞക്കതിരുകളും മറഞ്ഞുപോകുകയാണ്. അപൂർണനായ ചന്ദ്രൻ അസമയത്തുവന്ന അതിഥിയെപ്പോലെ വിളർത്തു നിൽക്കുന്നു. മരിക്കുന്ന സൂര്യൻ - ഉദിക്കുന്ന ചന്ദ്രൻ. മരണവും ജീവിതവും മുഖത്തോടു മുഖം നോക്കുന്നു"(പു.29).

നോവലാരംഭത്തിലെ ഈ പ്രകൃതി വർണന കഥാസൂചനകൂടി നൽകുന്നുണ്ട്. ഭാരം ഭേസി ഞെരങ്ങി നീങ്ങുന്ന ഗർഭിണിയായ കുഞ്ചുക്കുട്ടിയമ്മ മരണത്തിലേക്കാണ് നീങ്ങുന്നത്. എന്നാൽ വയറിനകത്തു യാത്ര പുറപ്പെട്ടു നിൽക്കുന്ന ഒരാത്മാവുണ്ട്. അസമയത്തു വന്ന അതിഥിയെപ്പോലെ എന്ന വിശേഷണവും വയറിനകത്തെ ആത്മാവിനെ ഉദ്ദേശിച്ചുള്ളതാണ്. മരിക്കുന്ന സൂര്യൻ കുഞ്ചുക്കുട്ടിയമ്മതന്നെ. കുഞ്ഞിനു ജന്മം നൽകി മരിക്കുകയാണല്ലോ അവർ.

വഴിയരികിൽ കിടന്നു നിലവിളിക്കുന്ന കുഞ്ചുക്കുട്ടിയമ്മയെ സഹായിക്കുന്നത് രാമൻ നായരാണ്. ആ സ്ത്രീ രാമൻനായരുടെ കൈത്തണ്ടയിൽ പിടിച്ചു വേച്ചുവേച്ചു നടന്നു. ആ ദൃശ്യത്തോടൊപ്പം അവതീർണമാകുന്ന മറ്റൊരു ചിത്രമുണ്ട്:

"അല്പാല്പം ആടുന്ന ആ ലാന്തറിന്റെ വെളിച്ചത്തിൽ അവരുടെ നിഴലുകൾ പിന്നിൽ കൂടിപ്പിണയുകയും അകന്നുപോവുകയും വീണ്ടും അതാവർത്തിക്കുകയും ചെയ്തു. ജന്മാന്തരങ്ങളിൽ വെച്ചു കണ്ടുമുട്ടി അകന്നുപോയി വീണ്ടും കണ്ടെത്തുന്ന രണ്ടാത്മാക്കളെപ്പോലെയായിരുന്നു ആ നിഴലുകൾ. രാമൻനായർ ഇടയ്ക്കിടയ്ക്ക് ആ നിഴലുകളിലേക്ക് ഇടം കണ്ണിട്ടുനോക്കി"(പു.32)

തുടർന്നു രാമൻനായരുടെ ഓർമ്മകളെ നോവലിസ്റ്റ് പിന്തുടരുന്നുണ്ട്. 'നീലപ്പാമ്പുകളെപ്പോലെയാണ് നിഴലുകൾ' എന്നു വിവരിക്കുമ്പോൾ ആ അനുഭവസ്മൃതികളുടെ സ്വഭാവവും സൂചിതമാവുന്നു. കൂടിപ്പിണയുകയും അകലുകയും ചെയ്യുന്ന നിഴലുകൾ അവരുടെ ആത്മബന്ധം മാത്രമല്ല, ആ ജീവിതങ്ങൾക്കുണ്ടായ ഇടർച്ചകളും സൂചിപ്പിക്കുന്നു. പാമ്പുകളെപ്പോലെയാണ് നിഴലുകൾ എന്നു പറയുമ്പോൾതന്നെ രതികാമനകളുടെ ഭൂത കാലം തെളിയുന്നു. പാമ്പിന് നീല എന്ന വിശേഷണംകൂടിയാകുമ്പോൾ അതിന്റെ തീവ്രത കൂടുകയാണ്. രത്യാസക്തിയുടെ നിറമായി നീല, ചന്തുമേനോൻ(1991:33) മുതൽ പ്രയോഗിച്ചുപോന്നിട്ടുണ്ട്. അറുപതുകൾക്കൊടുവിൽ ഖസാക്കിന്റെ

ഇതിഹാസത്തിലെത്തുമ്പോൾ നീല ഞരമ്പോടിയ പരന്ന തണലുകൾ കാണുന്നു.

നിഴലുകളിലേക്ക് ഇടംകണ്ണിട്ടുനോക്കുന്ന രാമൻ നായരുടെ ദൃശ്യം കാണിച്ച ശേഷം നോവലിൽ ഫ്ളാഷ് ബാക്കാണ്. രാമൻനായർ കുഞ്ചുക്കുട്ടി പ്രണയത്തിന്റെയും തകർച്ചയുടെയും കഥ പറയുകയല്ല,ദൃശ്യാവിഷ്ക്കാരം നടത്തുകയാണ് നോവലിസ്റ്റ്. അപൂർവ്വമായി മാത്രമേ ആഖ്യാതാവ് രംഗത്തെത്തുന്നുള്ളു. ബാക്കിയെല്ലാം രാമൻനായരും കുഞ്ചുക്കുട്ടിയും കുഞ്ചുക്കുട്ടിയുടെ കുടുംബവും നിർവ്വഹിക്കുന്ന രംഗാവിഷ്ക്കാരംതന്നെ.

"ദീർഘകാലത്തിനു ശേഷം വീട്ടിൽ തിരിച്ചെത്തുന്ന യുവാവിന്റെ മുഖപ്രസന്നതയോടെ പ്രഭാതകിരണങ്ങൾ കടന്നു വരികയാണ്. പുതിയ കിരണങ്ങൾ രാഗാലാപനം നടത്തുന്നു. കാറ്റിന്റെ കൈപിടിച്ചുകൊണ്ട് വിലോലതകൾ നൃത്തം വെക്കുന്നു. മൃദുല സ്നിഗ്ധങ്ങളായ പുത്തൻ കടാക്ഷങ്ങൾ. മദഭരിതങ്ങളായ തത്തിപ്പാറലുകൾ. എല്ലാ കവിളുകളിലും ഒരു തുടിപ്പ്. എല്ലാ ചുണ്ടുകളിലും ഒരു മന്ദസ്മിതം. ഗോപിക്കുറുപ്പ് അതു നോക്കിക്കൊണ്ടിരുന്നു"(പു.89 -90).

വർഷങ്ങൾക്കു മുമ്പുണ്ടായ ഒരു പ്രണയ നഷ്ടത്തിന്റെ മരവിപ്പിൽ കഴിയുന്ന ഗോപിക്കുറുപ്പ് ഒരുനാൾ ഉറക്കമുണർന്നു കാണുന്നത് പുതിയ ഉദയമാണ്. ആ കാഴ്ച്ചയുടെ വിശദാംശമാണ് മുകളിലുള്ളത്.

ദീർഘകാലമായി പ്രസാദം വറ്റിയ ഗോപിക്കുറുപ്പ്
ദീർഘകാലത്തിനു ശേഷം യുവാവിന്റെ പ്രസന്നതയോടെ പ്രഭാതം.
പുതിയ ഉന്മേഷങ്ങളുടെ രാഗാലാപനം.
കാറ്റിന്റെ കൈപിടിച്ച് വിലോലതകളുടെ നൃത്തം.
മൃദുല സ്നിഗ്ധങ്ങളായ പുത്തൻ കടാക്ഷങ്ങൾ
മദഭരിതങ്ങളായ തത്തിപ്പാറലുകൾ - കവിളുകളിൽ തുടുപ്പ്

ഇവയ്ക്കെല്ലാം ഗോപിക്കുറുപ്പിന്റെ പ്രണയകാലം വീണ്ടെടുക്കാനുള്ള പ്രാപ്തിയുണ്ട്. കാമിനിയുടെ സാമീപ്യമാണ് രാഗാലാപനത്തിലും വിലോലതകളുടെ നൃത്തത്തിലും പുത്തൻ കടാക്ഷങ്ങളിലുമുള്ളത്. ഈ അധ്യാരോപം വളരെ യാദൃച്ഛികമെന്ന മട്ടിലാണുള്ളത്. വിവാഹിതയായി സിങ്കപ്പൂരിലേക്കു പോയ പഴയ കാമിനി ലക്ഷ്മിക്കുട്ടി ഏഴു വർഷത്തിനു ശേഷം വിധവയായി നാട്ടിൽ തിരിച്ചെത്തിയത് ഗോപിക്കുറുപ്പിനെ പ്രകൃതി അറിയിക്കുകയാണ്. അതിനു ശേഷമാണ് ലക്ഷ്മിക്കുട്ടിയുടെ സഹോദരൻ ഏച്ചപ്പൻ നായർ വിവരം അറിയിക്കുന്നത്. പ്രസന്നവും സജീവവുമായ പുതിയ ഉദയത്തിന്റെ സാഫല്യമെന്നോണം ഗോപിക്കുറുപ്പും ലക്ഷ്മിക്കുട്ടിയും ഒന്നിക്കുന്നുണ്ട്.

"ചുകന്നു വീർത്ത സൂര്യൻ കടലിനടിയിലേക്കു താഴുകയാണ്. പ്രപഞ്ചത്തിന്റെ മുഖം കരിവാളിക്കുന്നു.ഇരുട്ട് ചുറ്റും പതുക്കെ തഴച്ചു കൂടുന്നു. എന്തെന്നില്ലാത്ത ഒരു വിഷാദം സുലൈമാന്റെ ഹൃദയത്തി

ലേക്കു കടന്നുവന്നു. കാരണമൊന്നുമില്ല.ഒരു ദുഖം''(പു.228).

കടലിൽ ചാടിയ വിശ്വത്തെ രക്ഷിക്കുന്നതിനു തൊട്ടുമുമ്പുള്ള സുലൈമാന്റെ മാനസികാവസ്ഥയാണിത്. താളുകൾ മറിയുമ്പോൾ വിശ്വനാഥൻ സുലൈമാന്റെ മകനാണെന്ന വാസ്തവം വെളിപ്പെടുന്നു. അപ്പോഴാവട്ടെ, ഉദ്ധരിച്ച ഖണ്ഡത്തിന് സവിശേഷാർത്ഥം കൈവരികയായി. കടലിൽ താഴ്ന്നത് സുലൈമാന്റെ സൂര്യനാണെന്നും അയാളുടെ പ്രപഞ്ചം കരിവാളിക്കുകയായിരുന്നുവെന്നും തീക്ഷ്ണമായ രുതിരിച്ചറിവുണ്ടാകുന്നത് സുലൈമാനിലെ ഇരുമ്പൻ ഗോവിന്ദൻ നായർ പുറത്തു വരുമ്പോഴാണ്. കുഞ്ചുക്കുട്ടിയുടെ മകനാണ് വിശ്വമെന്ന് രാധയിൽനിന്നറിയുമ്പോൾ (പു.244) സുലൈമാൻ അതിഭയങ്കരമായി ഞെട്ടുന്നു. ആ ഇരുമ്പനായ മനുഷ്യന്റെ മുഖം വിളറി എന്നാണ് നോവലിസ്റ്റ് എഴുതുന്നത്.

സാമൂഹികവും രാഷ്ട്രീയവുമായ അധികാര ഘടനകൾ നോവലിന്റെ അനുഭവഘടനകളായി മാറുന്നതെങ്ങനെയെന്നാണ് മുകളിൽ പരിശോധിച്ചത്. സുന്ദരികളും സുന്ദരന്മാരും എന്ന ഇതിഹാസമാനമാർന്ന നോവലിന്റെ രചനാശിൽപ്പം, സുഖദമായ വായനയ്ക്കു ഇണങ്ങുന്നതാകുമ്പോൾതന്നെ ഗൗരവതരമായ അന്വേഷണങ്ങൾക്കു വഴി തുറക്കുകയും ചെയ്യുന്നു.ഭാഷാവ്യവഹാരത്തിന്റെ അടരുകളെ പ്രശ്നനിഷ്ഠമാക്കുന്ന ആഖ്യാനരീതി ഇഴ പിരിച്ചെടുക്കാനാണ് ഈ അദ്ധ്യായത്തിൽ ശ്രമിച്ചത്.സത്താപരമായ ഘടനയെ നിർണയിക്കുന്ന അടിസ്ഥാന വൈരുദ്ധ്യം അധികാരം/വിധേയത്വം എന്ന ദ്വന്ദ്വമാണെന്നു വ്യക്തമാകുന്നു. ഭാഷാ ഘടകങ്ങളിലും വ്യവഹാരങ്ങളിലും അടിഞ്ഞുകിടക്കുന്ന പ്രയോഗശേഷിപ്പുകൾ ഫ്യൂഡൽ മൂല്യങ്ങളുടേയും വഴക്കങ്ങളുടേയുമാണ്. മതസരാധിഷ്ഠിത മുതലാളിത്ത സമ്പ്രദായങ്ങളിലേക്കു മാറുമ്പോൾ വ്യവഹാരഘടനകളിലുാകുന്ന പുതുക്കലുകളുടെ നടുക്കങ്ങളും നോവലിന്റെ ആഖ്യാനത്തിൽ ദൃശ്യമാണ്. സാമൂഹികവും രാഷ്ട്രീയവുമായ അധികാരഘടനകൾ നോവലിന്റെ അനുഭവഘടനകളായി മാറുന്നതെങ്ങനെയെന്നാണ് മുകളിൽ പരിശോധിച്ചത്. സുന്ദരികളും സുന്ദരന്മാരും എന്ന ഇതിഹാസമാനമാർന്ന നോവലിന്റെ രചനാശില്പം, സുഖദമായ വായനയ്ക്ക് ഇണങ്ങുന്നതാകുമ്പോൾതന്നെ ഗൗരവതരമായ പൂർവ്വാന്വേഷണങ്ങൾക്ക് പ്രേരിപ്പിക്കുന്നതുമാണ്. ഭാഷാവ്യവഹാരത്തിന്റെ അടരുകളെ പ്രശ്നനിഷ്ഠമാകുന്ന ഒരാഖ്യാന രീതിയാണ് ഇഴ പിരിച്ചെടുക്കാൻ ശ്രമിച്ചത്.

ഖസാക്കിന്റെ ഇതിഹാസത്തിലെ ഘടനകൾ

ജൈവ പ്രകൃതി

ഖസാക്കിന്റെ ജൈവപ്രകൃതി അതിന്റെ ഇതിഹാസത്തിൽ തെളിയുന്നു. കഥ മനുഷ്യകേന്ദ്രിതമെങ്കിലും പാഠം ജീവിപ്രപഞ്ചത്തിന്റെ പരിഛേദമാകുന്നു. സമൂഹത്തെ മനുഷ്യരുടെ കൂട്ടായ്മയായേ നോവലുകളിൽ പരിഗണിച്ചുപോന്നിട്ടുള്ളൂ. ഈ പാരമ്പര്യത്തിന്റെ സർഗാത്മക വിഛേദമായി ഇതിഹാസം മാറുന്നത് മനുഷ്യനും പരിസ്ഥിതിയും ഏകീഭവിക്കുന്നതുകൊണ്ടാണ്.മനുഷ്യാനുഭവങ്ങളുടെ സൂക്ഷ്മങ്ങളിൽ ബാക്കിയിരിക്കുന്ന ജീവിസാഹോദര്യത്തിന്റെ വിളംബരമായി നോവൽ മാറുന്നു.

"പണ്ട് പണ്ട്, ഓന്തുകൾക്കും മുമ്പ്, ദിനോസറുകൾക്കും മുമ്പ്, ഒരു സായാഹ്നത്തിൽ രണ്ടു ജീവ ബിന്ദുക്കൾ നടക്കാനിറങ്ങി. അസ്തമയത്തിലാറാടി നിന്ന ഒരു താഴ്വരയിലെത്തി.

ഇതിന്റെ അപ്പുറം കാണണ്ടേ? ചെറിയ ബിന്ദു വലിയതിനോടു ചോദിച്ചു.

പച്ച പിടിച്ച താഴ്വര. ഏട്ടത്തി പറഞ്ഞു. 'ഞാനിവിടെത്തന്നെ നിൽക്കട്ടെ.'

'എനിക്കു പോകണം.' അനുജത്തി പറഞ്ഞു. അവളുടെ മുമ്പിൽ നീണ്ടുകിടക്കുന്ന അനന്തപഥങ്ങളിലേക്ക് അനുജത്തി നോക്കി.

'നീ ചേച്ചിയെ മറക്കുമോ?' ഏട്ടത്തി ചോദിച്ചു.

'മറക്കില്ല.' അനുജത്തി പറഞ്ഞു.

'മറക്കും.' ഏട്ടത്തി പറഞ്ഞു. ഇത് ജന്മപരമ്പരകളുടെ സ്നേഹരഹിതമായ കഥയാണ്. ഇതിൽ അകൽച്ചയും ദുഖവും മാത്രമേയുള്ളൂ.

അനുജത്തി നടന്നകന്നു. അസ്തമയത്തിന്റെ താഴ്വരയിൽ ഏട്ടത്തി തനിച്ചുനിന്നു. പായൽക്കുരുന്നിൽനിന്ന് വീണ്ടുമവൾ വളർന്നു. അവൾ വലുതായി. വേരുകൾ പിതൃക്കളുടെ കിടപ്പറയിലേക്കിറങ്ങി. മൃതിയുടെ മുലപ്പാലുകുടിച്ച് ചില്ലകൾ പടർന്നു തിടംവെച്ചു. കണ്ണിൽ സുറുമയും കാലിൽ തണ്ടയുമിട്ട ഒരു പെൺകുട്ടി ചെതലിയുടെ താഴ്വരയിൽ പൂവിറുക്കാനെത്തി. അവിടെ തനിച്ചുനിന്ന ചെമ്പകത്തിന്റെ ചില്ലയൊടിച്ചു. പൂനുള്ളിയപ്പോൾ ചെമ്പകം പറഞ്ഞു. 'അനുജത്തീ, നീയെന്നെ മറന്നല്ലോ'(പു.83 84).

ആദിയിലെ ജീവബിന്ദു, സസ്യ - ജന്തുലോകങ്ങളായി പരിണമിച്ചപ്പോൾ കൈമോശംവന്ന ജീവിസാഹോദര്യത്തിന്റെ ചിത്രമാണിത്. പരിസ്ഥിതിയുടെ സന്തുലിതാവസ്ഥ തകർക്കുംവിധമുള്ള ജന്തു - വൃക്ഷ വേട്ടയുടെ ഹിംസാത്മകതക്കെതിരെ മലയാളത്തിൽ പരിസ്ഥിത്യവബോധ രചനകളുടെ കുത്തൊഴുക്കുണ്ടായത് എൺപതുകളിലാണ്. എന്നാൽ, അറുപതുകൾക്കൊടുവിൽ തന്റെ ആദ്യ നോവലിൽതന്നെ വിജയൻ ജീവകാരുണ്യത്തിന്റെ കലാകാരനാകുന്നു. പ്രകൃതി - പരിസ്ഥിതി വേട്ടക്കെതിരെ അത് ഒരു ജൈവപ്രതിരോധമാകുന്നു.

പടർന്നുനിന്ന മാവുകളുടെ നീല ഞരമ്പോടിയ പരന്ന തണലുകൾ (പു.7), വർഷം കുളിപ്പിച്ച കിഴക്കൻ കാറ്റ് കരിമ്പനകളിൽ വീശി. കാറ്റിൽ കരിമ്പനകൾ ഇണചേർന്നു(പു.75), കരിമ്പനക്ക് കാണാൻ വയ്യാത്തതൊന്നുമില്ല(പു.138), അന്നു പന കേറേണ്ടതില്ലായിരുന്നു ചെത്തുകാരനുവേണ്ടി കരിമ്പന കുനിഞ്ഞുകൊടുത്തു. ചെത്തുകാരന്റെ പെണ്ണു പിഴച്ചതിൽപിന്നെയാണ് അതു കുനിയാതായത്(പു.138) തുടങ്ങിയ വാക്യങ്ങളിലെല്ലാം ഈ പാരസ്പര്യവും പ്രകൃതിയുടെ മനുഷ്യവൽക്കരണവും പ്രകടമാണ്.

ആടലോടകവള്ളികൾ, നെന്തിയാർവട്ടം, കരിമ്പന, ആൽ, വാഴ, മാവ്, മുനിയിരപ്പ, പാല, ചിതാറമരം, ചെമ്പകം, അരശുമരം, കൈത, കൃഷ്ണകാന്തി, കുറുന്തോട്ടി, നന്നാറി, വെറ്റില, താമര, മുല്ല, പനിനീർചെടി തുടങ്ങിയ സസ്യങ്ങളും കാള, കരിമ്പോത്ത്, കുതിര, ദിനോസറുകൾ, കാട്ടുമയിൽ, മൂർഖൻ, രാജവെമ്പാല, വണ്ണാത്തിപ്പുള്ള്, പച്ചക്കിളി, കാക്ക, പച്ചിലക്കൊത്തി, കുളക്കോഴി, ചിങ്ങപ്പാറ്റ, ചിലന്തി, ഓന്ത്, കാലൻകോഴി, പനന്തത്ത, പാമ്പുറുമ്പ്, ചിങ്ങൻകോഴി, മൂങ്ങ, തയ്യൽകാരൻ പക്ഷി, രാപ്പക്ഷി തുടങ്ങിയ ജന്തുക്കളും നോവലിൽകടന്നുവരുന്നു.

തോട്ടുവക്കത്തു മേഞ്ഞു നടന്ന കരിമ്പോത്ത് കൊമ്പുകളെടുത്തു പിടിച്ച് രവിയെ നോക്കി മുക്രയിട്ട(പു.12)ത് ഖസാക്കിലേക്കു കടക്കുന്ന അപരിചിതനെക്കുറിച്ചുള്ള ആശങ്കകളോടെയാവണം. തുടർന്നു ഖസാക്കിൽ രവിക്കു ലഭിക്കുന്ന സ്വീകരണം നോക്കുക:

"ഖസാക്കിനു പിറകിലുയർന്ന ചെതലിമലയുടെ വാരികളിൽ കാട്ടുതേനിന്റെ വലിയ തവിട്ടുപാടുകൾ രവി കണ്ടു. ചെതലിമലയെത്തു

ടർന്നങ്ങോട്ട് കിഴക്കൻ മലകളാണ്. ചവറ്റിലക്കിളികൾ, മണിപ്രാവുകൾ, വണ്ണാത്തിപ്പുള്ളുകൾ എന്തെല്ലാമോ കുറുകുന്നു. ഒരു ദേവിയാൻ പാമ്പ് വഴി മുറിച്ച് കാരപ്പൊന്തയിലേക്ക് കേറി. ദൂരെയെവിടെയോ കുറെ കാക്കകൾ റ്റെറോഡാക്റ്റെലുകളെപ്പോലെ വെയിലിന്റെ സ്ഫടികമാനത്തേക്ക് നിലവിളിച്ചുപൊങ്ങി" (പു.13).

രവിയെ വരവേൽക്കുന്ന ഈ പ്രകൃതി, രവിക്കു പ്രിയം പകർന്ന പിൽക്കാല മധുരങ്ങളുടെ ചൂണ്ടുപലകകൂടിയാണ്. ചെതലിയുടെ വാരിയിലെ കാട്ടുതേനും കുറുകുന്ന കിളികളും വഴിമുറിച്ചു കേറുന്ന പാമ്പും ഖസാക്കിൽ കാത്തുനിൽക്കുന്ന രത്യനുഭവങ്ങളുടെ സൂചകങ്ങൾകൂടിയാകുന്നു. പ്രകൃതിയുടെ ചൈതന്യപൂർണമായ ദൃശ്യം രവിയുടെ ഇച്ഛയും ഭാവിയും ധ്വനിപ്പിക്കുകയാണ്.

തുമ്പികൾ ഖസാക്കിന് മരിച്ചവരുടെ ഓർമ്മകളാണ്. കിഴവന്മാരെയും വിധവകളെയും പഴനിമല കേറാൻപോകുന്ന ഷൺമുഖാനന്ദന്മാരെയും സെയ്യദ് മിയാൻ ഷെയ്ഖിന്റെ കിഴവനായ പാണ്ടൻ കുതിര ചുരം കടക്കാൻ തുണയ്ക്കുന്നു (പു.17) വെന്ന് ഖസാക്കിന്റെ ഐതിഹ്യം. ഓന്തുകളാകട്ടെ, ഖസാക്കുകാർക്ക് ജന്മാന്തരങ്ങളായി തുടരുന്ന പ്രതികാരത്തിന്റെ ഓർമയാണ്. ഓന്ത് മനുഷ്യനെ നോക്കി രക്തമൂറ്റുമെന്നും വിശ്വാസം.

ഒരു പ്രത്യേക പക്ഷിയുടെ ചൂളംവിളി മഴയുടെ അറിയിപ്പായി, ഗൗളിയുടെ കുറുകൽ സത്യത്തിന്റെ സൂചനയായി, അസമയത്തെ കോഴികൂവൽ വിപൽസൂചനയായി ഖസാക്കുകാർ കരുതി. ജീവികളുടെ പ്രതികരണങ്ങൾ മനുഷ്യന്റെ അറിവുകൾക്കും അനുഭവങ്ങൾക്കും പൂരകമാണെന്നും അവർ വിശ്വസിച്ചു. ചില ഉദാഹരണങ്ങൾ:

1. *വളരെ ഉയരത്തിൽ ഒരു പക്ഷി ചൂളം വിളിച്ചു. കാരണവർ ചെവിയോർത്തു. 'ന്നോ നാള്യോ മഷ പെയ്യും;' അയാൾ പറഞ്ഞു (പു.11).*
2. *'നീ ഉണ്മയാ പൊയ്യാ?' 'മൊല്ലാക്ക ചോദിച്ചു. ഉണ്മെ.' നൈസാമലി പറഞ്ഞു. മൊല്ലാക്ക ഗൗളിയുടെ കുറുകലിനായി ചെകിടോർത്തു.*
3. *ഗൗളിയുടെ ശബ്ദം, മഞ്ഞക്കിളിയുടെ കലമ്പൽ, അള്ളാപ്പിച്ച മൊല്ലാക്ക അവയത്രയും ചെവിക്കൊണ്ടു (പു.27).*
4. *വീരാളിക്കച്ച ചുറ്റിയ ചാത്തൻകോഴി വിപൽസൂചകമായി കൂവി പുരപ്പുറത്തു കയറിനിന്നു(പു.176).*

ജീവിഗണങ്ങളുടെ സ്വതന്ത്രാസ്തിത്വം അംഗീകരിച്ചുകൊണ്ടുതന്നെ ഇതിഹാസത്തിലെ മനുഷ്യാവസ്ഥക്ക് രൂപകാക്ഷത്തിൽ നിന്നു കൂട്ടിച്ചേർത്ത പൂരണങ്ങൾകൂടിയാണവ. കാക്കകൾ റ്റെറോഡാക്റ്റൈലുകളെപ്പോലെ വെയിലിന്റെ സ്ഫടികമാനത്തിലേക്കു നിലവിളിച്ചു പൊങ്ങുമ്പോഴാകട്ടെ, രവി ഖസാക്കിനും പതിമൂന്നു പള്ളികൾക്കും

മനുഷ്യവംശത്തിനും പിറകിലേക്കു നീങ്ങി നിൽക്കുന്നു. ജുറാസിക് യുഗത്തിന്റെ ഓർമകളാണ് കാക്കകളെ കാണുമ്പോൾ രവിക്കുണ്ടാകുന്നത്.

പ്രകൃതിയുമായുള്ള സാത്മ്യത്തിന്റെ ചിഹ്നങ്ങളായി മാറിയവരും ഖസാക്കിലുണ്ട്. അപ്പുക്കിളി, കുട്ടാപ്പു നരി, മുങ്ങാങ്കോഴി എന്നീ പേരുകൾ കാണുക. കിണറിൽ മുങ്ങുക തൊഴിലിന്റെ ഭാഗമായതുകൊണ്ടാണ് റാവുത്തർ മുങ്ങാങ്കോഴിയായത്. പൂർവ്വികർ കൃഷിയില്ലാത്ത നേരങ്ങളിൽ നരിയെ കൂടുവെച്ചു പിടിച്ചതിനാൽ കുട്ടാപ്പുവിന്റെ പേരിനു പിറകിൽ നരി ചേർന്നു. കുഞ്ഞായിരിക്കുമ്പോൾ അമ്മമാരാണ് അപ്പുക്കിളിയെന്നു വിളിച്ചത്. പിന്നീട്, വളർച്ച മുരടിച്ചപ്പോൾ അപ്പു അപ്പുക്കിളിയായി നിന്നു.

നിറം

വർണ സമൃദ്ധമാണ് ഖസാക്ക്. ചെതലിയുടെ പച്ചത്താഴ് വരയിൽ അനുഭവ വൈവിധ്യമായി ഓരോ നിറവും വേർതിരിഞ്ഞു നിൽക്കുന്നു. നോവലിൽ ഏറെ ആവർത്തിച്ച നിറങ്ങളാണ് ചുവപ്പും നീലയും. ഹിംസയുടെയും പുനർജനിയുടെയും രൂപകമായ ചുവപ്പ്, വിപ്ലവകഥയായി എഴുതിത്തുടങ്ങിയ ഒരു രചനയിൽ കാണുക സ്വാഭാവികമാണല്ലോ. എന്നാൽ, ചുവന്ന മണ്ണ്, ചുവന്ന വെയിൽ, ചുകന്ന പാത എന്നിങ്ങനെ പൊതുബോധത്തിന് പരിചിതങ്ങളായ വിപ്ലവ കല്പനകളായും ശരീരം, തളിര്, കൺതടം, സന്ധ്യ തുടങ്ങിയവയുടെ വിശേഷണങ്ങളായുമാണ നിറങ്ങളുടെ അർത്ഥസാധ്യതകളിൽ ചുവപ്പ് അലസമായി അടിയുന്നത്. ഈ നൈരന്തര്യത്തിന്റെ ഹേതു, ചുവപ്പിന് ആളിക്കയറാനുള്ള പുതിയ അർത്ഥക്രമം എഴുത്തുകാരനു വിഷയമായിരുന്നില്ല എന്നതാകണം.

നീലയോ മഞ്ഞയോ കലരുമ്പോൾ പദചേരുവകളിലെ അപൂർവ്വത സാമാന്യാർത്ഥത്തെ മുറിച്ചു കടക്കുന്നു. നീല ഞരമ്പോടിയ പരന്ന തണലുകളും നീല ഞരമ്പുള്ള അരക്കെട്ടും ഇടിമിന്നലിന്റെ നീല വെളിച്ചവും നീല നിഴലിച്ച മലഞ്ചെരിവും നീല മുഖമുള്ള പാമ്പും ചലത്തിന്റെ മഞ്ഞപ്പൂക്കളും മഞ്ഞളിച്ച സമൃദ്ധമായ അടിവയറും മഞ്ഞപ്പുല്ലു പുതച്ച കുന്നുകളും അതതു സന്ദർഭങ്ങളിൽ സാമ്പ്രദായിക വർണബോധത്തെ തകിടം മറിക്കുന്നു. രത്യാതുരതകളുടെ ആവിഷ്ക്കാരങ്ങളിൽ സമ്പന്നമാകുന്ന സർഗാത്മകതയാണ് ഖസാക്കിന്റെ പച്ചയ്ക്കും എഴുത്തുകാരന്റെ ഇച്ഛയ്ക്കും മുകളിൽ നീലയും മഞ്ഞയും നാട്ടി നിർത്തുന്നത്. നോവലിൽ നിറങ്ങൾ കടന്നുവരുന്നത് ശ്രദ്ധിക്കാം:

നീല ഞരമ്പോടിയ പരന്ന തണലുകൾ(പു.7).

നീലച്ചുരുൾമുടിയുടെ പത്ര കിരീടം(പു.22).

നീല നിഴലിച്ച മലഞ്ചെരിവ്(പു.27).

മുടിയുടെ നീലച്ചുരുളുകൾ (പു.30).

ആഴമേറിയ ജലപ്പരപ്പിനു മുകളിൽ നീലത്താമരകൾ വിരിഞ്ഞുകിടന്നു(പു.36).

ഉച്ചവെയിലിൽ നീലയും പച്ചയും പീതയുമായി സോപ്പിൻ കുമിളകൾ(പു.36).

നീലസ്സാരിയും മഞ്ഞപ്പട്ടും(പു.53).

നീല ഞരമ്പോടിയ കൈകളിൽ കരിവള(പു.85).

ഇടിമിന്നലിന്റെ നീല വെളിച്ചം (പു.133).

നീല ഞരമ്പോടിയ അരക്കെട്ട് (പു.189).

നീല നിറത്തിലുള്ള ലക്കോട്ട് (പു.237).

നീല നിറത്തിലുള്ള മുഖമുയർത്തി പാമ്പ് മേലോട്ടുനോക്കി (പു.257).

അനന്തതയുടെയും ആസക്തിയുടെയും പ്രണയത്തിന്റെയും നിറമായി നീല പ്രത്യക്ഷപ്പെടുന്നു. നീല ഞരമ്പോടിയ പരന്ന തണലുകൾ വൃക്ഷത്തോടൊപ്പം മനുഷ്യവൽക്കരിക്കപ്പെട്ട വൃക്ഷഛായയെക്കൂടി പ്രത്യക്ഷവത്ക്കരിക്കുന്നു. തണൽ വൃക്ഷം അഭയദയായ അമ്മയുടെ പ്രതീകംകൂടിയാണ്. മാതൃരതിയുടെ പാപബോധം നിറഞ്ഞു നിൽക്കുമ്പോഴും രവിയുടെ കാഴ്ച്ചകളിൽ, തണലിലും നീലത്തുടിപ്പുകളുണ്ട്. മലഞ്ചെരിവിൽ നീല നിഴലിച്ചതായി മൊല്ലാക്കയ്ക്ക് അനുഭവപ്പെടുന്നത് നൈസാമലിയുടെ സ്ത്രൈണമായ കവിളുകളിൽ നുണക്കുഴികളും തോർത്തിൻ തുണ്ടിനു ചുവട്ടിൽ അവന്റെ വെളുത്ത തുടകളിൽ ചെമ്പൻ രോമങ്ങളും കണ്ടപ്പോഴാണ്. ചാന്തുമ്മയുടെ ജീവിതത്തിലേക്ക് അവിഹിതമായി എത്തിനോക്കിയ രതിപ്രേരണകളുടെ സൂചകമാണ് അശത്തേക്കടിച്ച ഇടിമിന്നലുകളുടെ നീലവെളിച്ചം. എട്ടുകാലി (വിജയൻ 1988:32) എന്ന കഥയിലും രതിക്രീഡകൾക്കിടയിൽ ഇതുപോലെ ചുവന്നു നീലിച്ച വലിയൊരു ഇടിമിന്നലുണ്ടാകുന്നുണ്ട്. ഇതിഹാസത്തിനൊടുവിൽ രവിയെ കൊത്താനെത്തുന്ന പാമ്പിനും നീലമുഖമാണുള്ളത്. അമ്മയും യാത്രയും വഴിയമ്പലവും ആശ്രമവുമെന്നപോലെ മരണവും രവിക്ക് രതിയാകുന്നു.

നീലയിലൂടെ പദചേരുവകളിലുണ്ടാക്കുന്ന വിഭ്രമാത്മകത ചുവപ്പുനിറത്തിന്റെ ആവിഷ്ക്കാരത്തിൽ കാണുന്നില്ല. ഒരനുഷ്ഠാനംപോലെ വരച്ചിട്ട ചിത്രങ്ങളാണെല്ലാം.

ചുവന്ന മണ്ണ് (പു.11).

സന്ധ്യയുടെ സിന്ധൂരക്കുറി (പു.16).

ചുകന്ന വെയിൽ (പു.93)

ചുകന്ന മേൽപ്പുര (പു.117).

ചുകന്ന ചന്ദ്രക്കലപോലെ നഖക്ഷതങ്ങൾ (പു.162).

വിജനമായ ചുവന്ന പാത (പു.183).

പുരികങ്ങളുടെയും കണ്ണുകളുടെയും ചുവന്ന പാത (പു.185).
കത്തുന്ന ചുകപ്പ് (പു.188)
ചുവപ്പു പ്രസരിച്ച ശരീരം (പു.246).

ഈ ഭാഷാ പ്രയോഗങ്ങളിൽ ചുകപ്പ് സാമാന്യാർത്ഥം മറികടന്നു പുതിയ മാനം കൈവരിക്കുന്നില്ല. ശൈലീകരിക്കപ്പെടുന്ന വിപ്ലവത്തിന്റെ സൂചകമായി ഈ നൈരന്തര്യം വെളിപ്പെടുന്നു. കൊഴണശ്ശേരിയിൽനിന്നെത്തുന്ന സഖാക്കളുടെ സംഭാഷണത്തിലും ഇത്തരമൊരു ശീലവത്ക്കരണം കാണുന്നുണ്ടല്ലോ. സഖാവ് ശങ്കരന്റെ സംഭാഷണംതന്നെ ഉദാഹരണം. ഓരോ വാക്യത്തിനു പിറകിലും അയാൾ എന്നുള്ളതാണ് എന്നു ചേർക്കുന്നു. (ഉദാ: അവനെ ശെരിക്കും നേരിടണം എന്നുള്ളതാണ് -പു.253). പ്രഭാഷണത്തിന്റെ ഈ ആവർത്തന വൈകല്യം പ്രയോഗത്തെ ബാധിച്ച വ്യവസ്ഥാവത്ക്കരണം തുറന്നുകാട്ടുന്നു. ഫ്യൂഡലിസ്റ്റ്, നാഷണൽ ബൂർഷ്വാ, ഉദ്യോഗസ്ഥ ദുഷ്പ്രഭു തുടങ്ങിയ പദാവലിയും ആവർത്തന വിരസതയാണ് സൃഷ്ടിക്കുന്നതെന്നു നോവൽപാഠം വ്യക്തമാക്കുന്നു. വികാരത്തിന്റെ കുറ്റമാണ് വിപ്ലവമെന്ന് വിജയൻ(1994:12) തന്നെ വിലയിരുത്തുന്നുണ്ടല്ലോ. വിപ്ലവങ്ങൾക്കൊന്നും ചരിത്രപരമായ സാധൂകരണം ഉണ്ടായിരുന്നില്ലെന്നും ഇപ്പോൾ വിപ്ലവം ആവർത്തിച്ചു കൊണ്ടിരിക്കുന്നത് മനുഷ്യന്റെ വികാരത്തിലാണെന്നും അദ്ദേഹം ചൂണ്ടിക്കാട്ടുന്നു. ചുകപ്പിന്റെ കലാപമൂല്യം ചോർന്നുപോയതിനു കാരണം നോവലിസ്റ്റിന്റെ ഈ പ്രത്യയശാസ്ത്ര പ്രതിസന്ധിയായിരിക്കാം. മണ്ണ്, വെയിൽ, സന്ധ്യ, രാത്രി, നക്ഷത്രം, വഴി, വെളിച്ചപ്പാട്, കോഴി, പുരികം, കണ്ണ്, തളിര്, ചരൽമണ്ണ്, ശരീരം, കൺതടം തുടങ്ങിയവയുടെ കേവല വിശേഷണം മാത്രമായി ചുവപ്പു പരിമിതപ്പെട്ടിരിക്കുന്നു. ഇളവെയിൽ അലിയുന്ന മഞ്ഞച്ച വെള്ളത്തിലൂടെ ചുവന്ന വളപ്പൊട്ടുകൾ താഴ്ന്നു പോകുന്നത് നാലുകെട്ടിൽ എം.ടി വാസുദേവൻ നായർ (1970:192) ചിത്രീകരിച്ചിട്ടുണ്ട്. ചുവപ്പിന്റെ ഈ രത്യനുഭവംപോലും ഇതിഹാസത്തിലില്ല.

മഞ്ഞനിറം ഖസാക്കിലെ ഭാവങ്ങളെ സമർത്ഥമായി ആവിഷ്ക്കരിക്കുന്നു അവ നോക്കുക: ചലനത്തിന്റെ മഞ്ഞപ്പൂക്കൾ (പു.187), മഞ്ഞളിച്ച സമൃദ്ധമായ അടിവയറ് (പു180), മഞ്ഞപ്പുല്ലു പുതച്ച കുന്നുകൾ (പു.9) തുടങ്ങിയ വാക്യങ്ങളിൽ മഞ്ഞ രോഗാതുരമായ ഒരാസക്തിയായി നിറയുന്നു. അകലെക്കിടന്ന മഞ്ഞപ്പുൽത്തട്ടുകളിലേക്കു നോക്കിയ കിടപ്പറയുണ്ട്. അവിടെയാണ് താൻ ചിറ്റമ്മയെ അറിഞ്ഞത് (പു.119). ഈ മഞ്ഞപ്പുൽത്തട്ടാകട്ടെ, ഞൊറിഞ്ഞു കുത്തിയ പച്ചകളുടെ ആകർഷണീയതക്കപ്പുറമാണുള്ളത്. കുഞ്ഞായിരിക്കുമ്പോൾ രവി ഈ മഞ്ഞപ്പുല്ലു പുതച്ച കുന്നുകളും അതിനപ്പുറമുള്ള ആകാശവും നോക്കിയിരിക്കുക പതിവാണ്.കിടപ്പറയിലൂടെ. ചിറ്റമ്മയിലൂടെ രവി ഈ ദൂരം മറികടക്കുന്നു.

കോടച്ചിയുമായുള്ള വേഴ്ച്ചയിൽ രവി ജമന്തിയെ ഓർക്കുന്നു.കോടച്ചിയുടെ വീട്ടിൽനിന്നുള്ള മടക്കയാത്ര ജമന്തിപ്പൂക്കൾ നിറഞ്ഞ വനഭൂമി (പു.182)യിലൂടെയായിരുന്നു. വസൂരി പിടിപെട്ടപ്പോൾ രോഗം സുരതക്രിയപോലെ ആനന്ദമൂർച്ഛയായെന്ന് (പു.187) നോവലിസ്റ്റ് എഴുതുന്നു. ''ചലത്തിന്റെ മഞ്ഞപ്പൂക്കൾകൊണ്ട് പൂക്കുടിലുകൾ പണിഞ്ഞു.പൂവിറുത്തു മുടിയിൽ ചൂടി നല്ലമ്മ നടമാടി ''(പു187).

എതിർപ്പിന്റെയും പ്രതിഷേധത്തിന്റെയും നിറമാണ് കറുപ്പ്. വർണാധികാര വ്യവസ്ഥ അതിനെ വിധേയത്വത്തിന്റെ നിസ്സഹായ വർണമായേ കണ്ടിട്ടുള്ളു. മുപ്പതുകൾക്കു ശേഷമുള്ള നമ്മുടെ സാഹിത്യഭാവുകത്വം മടിച്ചുമടിച്ചാണെങ്കിലും കറുപ്പിന്റെ ഭ്രഷ്ടിനെതിരെ കലഹിച്ചുപോന്നു. നായികാ നായകന്മാർ കറുത്തവരാകാമെന്നു വന്നു. ഈ കലാപമൊന്നും ഖസാക്കിലെ കറുപ്പിലില്ല. നീല ഞരമ്പോടിയ കൈകളിലെ കരിവളകൾ വെളുപ്പിനെത്തന്നെ തിളക്കമുള്ളതാക്കുന്നു. വെളുത്ത തുടകളും വെളുത്ത ശരീരവും നോവലിൽ ആവർത്തിച്ചു കടന്നുവരുന്നു. വെളുപ്പിന്റെ സാമ്പ്രദായിക മാന്യതക്ക് ഖസാക്കിന്റെ ഇതിഹാസത്തിൽ ഇടിവുണ്ടായിട്ടില്ല. മേഘത്തിനു താഴെ ഗ്രഹണംപോലെ മല കറുത്തു(പു.49), അന്തിവെളിച്ചത്തിൽ അവരുടെ ചുവലുകളും തുടകളും കറുത്തു(പു.15) എന്നിങ്ങനെയേ കറുപ്പിന്റെ സാന്നിദ്ധ്യമുള്ളു. കാവിക്കച്ച, ചന്ദനനിറമുള്ള വയറ്, കാട്ടുപോത്തിന്റെ തവിട്ടുപാടുകൾ, ഉടലിന് തേനിന്റെ നിറം, വെള്ളിമേഘങ്ങൾ, പൊന്നും ചന്ദനവും കലരുന്ന നിറം, വാഴയിലയുടെ പച്ചക്കെതിരെ പച്ച മഞ്ഞളുപോലെ വിളറിയ കൈകൾ, വെളുത്ത മഴ എന്നിങ്ങനെ ഇതര നിറങ്ങളും നോവലിന്റെ ജൈവഘടനയുടെ ഭാഗമാകുന്നു.

ഗന്ധം

നിറഭേദംപോലെ ഖസാക്കിന് ഗന്ധവൈവിധ്യവുമുണ്ട്. ഇതിഹാസത്തിൽ അതു പ്രകാശിതമാകുന്നത് എങ്ങനെയെന്നു നോക്കാം.

തൃത്താവിന്റെ(കാട്ടുതുളസി)മണം (പു.8)
മണ്ണിന്റെയും നെല്ലിന്റെയും മണം (പു 13)
ഇഴ പറിഞ്ഞ കുപ്പായത്തിന്റെ മണം (പു 18)
ഞാറ്റിന്റെയും ചെളിയുടെയും മണം (പു.59)
ധൂപക്കൂട്ടിന്റെ മണം (പു.84)
ഗ്യാസിന്റെ മദ ഗന്ധം (പു117)
അവണീശിന്റെ മണം (പു.140)
കബറുകളുടെ മണം (പു.149)
നല്ലെണ്ണയുടെയും ചാന്തുപൊട്ടിന്റെയും മണം (പു.152)
ചക്കരച്ചോറിന്റെയും ഇറച്ചിക്കറിയുടെയും മണം (പു.154)

താഴമ്പൂവിട്ടു കാച്ചിയ എണ്ണയുടെ മണം (പു.166)
ജമന്തിയുടെ മണം (പു.218)
പ്രയാണത്തിന്റെ ഗന്ധം (പു.196)
കാറ്റിന് മഞ്ഞിന്റെ മണം (പു.218)
സാമ്പ്രാണിയുടെ സുഗന്ധം (പു.236)
സിമന്റിന്റെയും എണ്ണച്ചായത്തിന്റെയും മണം (പു.241)

നിറങ്ങളിൽ അടയാളപ്പെടുന്ന ഖസാക്ക് മുഖ്യമായും ഒരു രതിഭൂമിയാണെന്നു തോന്നാമെങ്കിലും ഗന്ധത്തിൽ അടയാളപ്പെടുന്ന ഖസാക്ക് അങ്ങനെയല്ല. ജമന്തിക്കും നല്ലെണ്ണയ്ക്കും ചാന്തുപൊട്ടിനുമൊക്കെയേ രതിഗന്ധം കാണൂ. മറ്റെല്ലാം ഖസാക്കിന്റെ ഗന്ധങ്ങളാണ്. കാട്ടുതുളസി, ,ഞാറ്, ചെളി,കള്ള്, അവണീശ്, കബറുകൾ, ചക്കരച്ചോറ്,ഇറച്ചി, താഴമ്പൂവിട്ടു കാച്ചിയ എണ്ണ, ജമന്തിപ്പൂവുകൾ, സാമ്പ്രാണി എന്നിവ ഖസാക്കിലെ പ്രകൃതിയും ജീവിതവും വെളിപ്പെടുത്തുന്നു. ഫ്യൂഡൽ ജീവിതാവസ്ഥയുടെ ഗന്ധമാണ് ഇവയിൽ പൊതുവായുള്ളത്. ഈ ഗന്ധങ്ങളെ തിരസ്ക്കരിക്കുന്ന നഗരവത്ക്കരണത്തിന്റെ സാന്നിദ്ധ്യം സിമന്റിന്റെയും എണ്ണച്ചായത്തിന്റെയും ഗ്യാസിന്റെയും മണത്തിലുണ്ട്. കിഴക്കു പെണ്ണുങ്ങൾക്ക് നല്ലെണ്ണയുടെയും ചാന്തുപൊട്ടിന്റെയും മണമാണെന്നു(പു.152) പണ്ടാരന്മാർ പറയുന്നു. കിഴക്കൻ ഗ്രാമങ്ങളിൽ നിന്ന് ഖസാക്ക് എങ്ങനെ വ്യത്യാസപ്പെട്ടിരിക്കുന്നുവെന്ന കാലദേശഭേദങ്ങളെ മണംകൊണ്ടളന്നിരിക്കുന്നു. ചാന്തുപൊട്ടു വിൽപ്പനക്കാർ ഖസാക്കിലെത്തിയിട്ടില്ല. ഖസാക്കിൽ താഴമ്പൂവിട്ട് കാച്ചിയ എണ്ണയുടെ മണമാണുള്ളത്. പ്രാദേശികവും തനതുമായ സൗന്ദര്യസങ്കൽപ്പങ്ങൾക്കു മേൽ ആദ്യകാല കച്ചവടബന്ധങ്ങൾ ഇടപെട്ടുതുടങ്ങുന്നേയുള്ളു.

ഖസാക്കിൽ മനുഷ്യവൽക്കരിക്കപ്പെടുന്ന പ്രകൃതി ദൃശ്യങ്ങൾ രവിയുടെ തൃഷ്ണയുമായി കണ്ണിചേർക്കപ്പെട്ടിട്ടുണ്ട്. പുതു മഴയുടെ സുരതാവേഗമൊടുങ്ങി (പു.62) , കിഴക്കൻ കാറ്റു വീശാൻതുടങ്ങി.കാറ്റിന് മഞ്ഞിന്റെ മണവും നനവുമുണ്ടായിരുന്നു. ഭോഗാലസ്യത്തിൽ അകലെ ഖസാക്ക് ചലനമറ്റ് കിടന്നു (പു.218), മലമുടിയിൽനിന്നു കാടേടു തീയിന്റെ പുക താഴോട്ടു പടർന്നു (പു.27), ഇടിമിന്നലിൽ വഴി തെളിഞ്ഞു(പു.37)എന്നിവ ഉദാഹരണമാണ്.

കാലം

ഭൂത - വർത്തമാന കാലങ്ങൾ ഖസാക്കിൽ മുഖാമുഖം നിൽക്കുന്നു. വിപ്ലവകഥ എഴുതാനാരംഭിച്ച നോവലിസ്റ്റിനെ വഴിതെറ്റിച്ച അതേ സംഘർഷം - ഇച്ഛയും പ്രേരണയും തമ്മിലുള്ള പോര് - ഈ മുഖാമുഖത്തിലും നിറയുന്നു. ഖസാക്കിൽ ആധുനിക വിദ്യാഭ്യാസത്തിന്റെയും വ്യവസായ വിപ്ലവത്തിന്റെയും പ്രതിനിധിയായെത്തുന്ന രവി

ഫ്യൂഡൽ ജീർണതകളിൽ അഭിരമിക്കുന്നത് ഈ സംഘർഷം ആഴത്തിൽ അറിഞ്ഞുകൊണ്ടാണ്. മുതലാളിത്ത മൂല്യങ്ങളും ഫ്യൂഡൽ ജീർണതകളും തമ്മിലുള്ള സംഘർഷമാണ് കാലഭേദങ്ങളുടെ പൊരുളാകുന്നത്.

പണ്ട്, പണ്ട് ഓന്തുകൾക്കും മുമ്പ്, ദിനോസറുകൾക്കും മുമ്പ് നിലനിന്നിരുന്ന ജീവിസാഹോദര്യം വർത്തമാനകാല ജീവിതത്തിലില്ല. ആദിയിലെ ജീവബിന്ദു, സസ്യ-ജന്തു ലോകമായി പരിണമിച്ചതിന്റെ മാത്രം ചിത്രമല്ല ഇത്. ജന്തുലോകം തന്നെ പലതായി പിരിഞ്ഞു. അതിൽതന്നെ മനുഷ്യൻ ദേശ,വംശ,വർണ,വർഗ ഭേദമനുസരിച്ചു വിന്യസിക്കപ്പെട്ടു. വിവിധ വിഭാഗങ്ങൾ തമ്മിലുള്ള സംഘർഷം മുറുകി. അനുജത്തീ, നീയെന്നെ മറന്നല്ലോ എന്ന വ്യാകുലത പ്രാചീനമായ ഒരു സാഹോദര്യത്തിന്റെ വീണ്ടുപിറവിയും വിചാരണയുമായി മാറുന്നു.

ഭൂതകാല സമൃദ്ധിയിലേക്കുള്ള തിരിഞ്ഞുനോട്ടം മാത്രമാണ് ഖസാക്കിന് ആശ്വാസമാകുന്നത്. നട്ടുച്ചയുടെ മോഹാലസ്യത്തിലും കിഴക്കൻ കാറ്റിൽ കേൾക്കുന്ന കുളമ്പടി , പണ്ട്, വളരെ പണ്ട് ആയിരത്തൊന്ന് കുതിരകളുടെ പടയുമായി ഖസാക്കിലെത്തിയ സെയ്യദ് മിയാൻ ഷെയിഖിന്റെ പാണ്ടൻ കുതിരയുടെതാണ്. കാലു തളരുന്ന ഷൺമുഖാനന്ദന്മാർക്കും കിഴവന്മാർക്കും വിധവകൾക്കും ആ കുതിര സഹായിയാകുന്നു! ചെതലിയിലെ കാട്ടുതീപോലും ഷെയ്ഖ് തങ്ങളുടെ തിരുമൊഴിയാണ് കുറിച്ചു കാട്ടുന്നത്! സമകാല സങ്കടങ്ങളെ അതിജീവിക്കാൻ ഖസാക്കുകാർ പഴങ്കഥകളെ ജീവിതത്തിലേക്ക് ഇറക്കി നിർത്തുന്നു. രവിയോ, കനിവു നിറഞ്ഞ വാർധക്യത്തെ ഓർക്കുന്നു. ഇത് അച്ഛന്റെ ഓർമ്മയാകാം. അതല്ലെങ്കിൽ അമ്മയുടെ. അതുമല്ലെങ്കിൽ കൂമൻകാവിൽ കാത്തിരുന്ന നരകപടമോ ഗ്രാമഫോണോ ആവാം. ഗ്രാമഫോണും നായ്ക്കുട്ടിയുടെ ചിത്രമുള്ള അതിന്റെ കാളവും രവിയെ കഥനസ്വഭാവമില്ലാത്ത ഓർമകളുടെ വലിയൊരു മൂടൽമഞ്ഞിലേക്കു നയിക്കുന്നുണ്ട്. ഓർമയും പ്രവൃത്തിയും ലംബതല അർത്ഥ സാധ്യതകൾ തുറന്നുകൊണ്ട് രവിയുടെ യാത്ര ആവിഷ്ക്കരിക്കുന്നു.

നഗരങ്ങൾ താണ്ടിയ ബി.എ ഓണേഴ്സുകാരൻ രവി, ഖസാക്കിൽ ജീർണതയുടെ പക്ഷത്തേക്കു യാത്രയാകുന്നു. സെയ്യദ് മിയാൻ ഷെയ്ഖിന്റെ ഖാലിയാരായ നൈസാമലി, പക്ഷെ, നാഗരികതയുടെ ഗുണഫലങ്ങൾക്കൊപ്പമാണ് നിൽക്കുന്നത്. ഈ വൈപരീത്യം ഖസാക്കിന്റെ ഇതിഹാസത്തിലെ മുഖ്യ വൈരുദ്ധ്യമാണ്. മൊല്ലാക്കയെ എതിർത്തും ഇംഗ്ലീഷ് പഠനത്തെ ഖാലിയാർ പിന്തുണയ്ക്കുന്നു. വസൂരിയിൽനിന്ന് രക്ഷപ്പെടാൻ മൈമൂനയ്ക്ക് 'ചെന്ത്രം കെട്ടുക' മാത്രമല്ല, 'കീറിവെക്കാൻ' (കുത്തിവെപ്പു നടത്താൻ) അനുവദിക്കുകയും ചെയ്യുന്നുണ്ട് ഖാലിയാർ. മന്ത്രിക്കാ, നറിയുന്ന ഖാലിയാർതന്നെയാണ് മൊല്ലാക്കയെ പാലക്കാട്ട് ആശുപത്രിയിൽ കൊണ്ടുപോകുന്നതും. ഖാലിയാരാകുന്ന

തിനു മുമ്പ് പാമ്പു പിടുത്തക്കാരനായി, ബീഡിത്തൊഴിലാളിയായി, കമ്പനി മുതലാളിയായി, വീണ്ടും തൊഴിലാളിയായി, യൂണിയൻ നേതാവായി, പ്രക്ഷോഭകാരിയായി, ജയിൽ ശിക്ഷയും പൊലീസ് പീഢനവുമേറ്റവനായി നൈസാമലിയെ ഖസാക്കുകാർക്കറിയാം. നൈസാമലിയുടെ നന്മതിന്മകളും താളക്കേടുകളുമെന്നപോലെ പുരോഗമന സ്വഭാവവും ഖസാക്കുകാർക്കു പരിചിതമാണ്. അദ്ധ്യാപകനായ രവിയാകട്ടെ, ചാരായത്തിലേക്കും രത്യാഭാസങ്ങളിലേക്കും കൂപ്പുകുത്തുകയാണ്. രവി/ഖാലിയാർ വൈരുദ്ധ്യവും അതിനകത്തുതന്നെയുള്ള മത - നാഗരിക വൈരുദ്ധ്യങ്ങളും ഭൂത /വർത്തമാന വൈരുദ്ധ്യമായി ഖസാക്കനുഭവങ്ങളിൽ നിറയുന്നു. നൈസാമലിയുടെ മുന്നോട്ടുള്ള യാത്രയും രവിയുടെ പിൻയാത്രയും ഖസാക്കിൽ സന്ധിക്കുകയാണ്.

ഖസാക്കിലെ മൂല്യവ്യവസ്ഥ

കൊഴണശ്ശേരി അധികാരിയുടെ കീഴിലാണ് ഖസാക്ക്. സർക്കാർ പ്രഖ്യാപനങ്ങളും കല്പനകളും അധികാരി ചുമതലപ്പെടുത്തുന്ന തോൽക്കൊല്ലൻ കൊട്ടി അറിയിക്കും. നാട്ടു കാര്യസ്ഥന്മാർ ഭരണം നടത്തും.വല്ലപ്പോഴും ഖസാക്കിലെത്തുന്ന മറ്റൊരു സർക്കാർ പ്രതിനിധി തപാൽക്കാരൻ കേളുമേനോനാണ്. കത്തുകളും വാർത്തകളുമായാണ് അയാളെത്തുക.

കൃഷിയാണ് ഖസാക്കിലെ മുഖ്യ ഉപജീവന മാർഗം. തേവാരത്തു ശിവരാമൻനായരാണു ജന്മി. കച്ചവടക്കാർ അവിടെ കുറവാണ്. ചായക്കട നടത്തുന്ന അലിയാർ, അമ്പട്ടക്കട നടത്തുന്ന മായൻ പാണൻ, തുന്നൽക്കട നടത്തുന്ന മാധവൻ നായർ, മാറ്റക്കട നടത്തുന്ന മൈമൂന എന്നിവരാണവർ. ഖസാക്കുകാരൻ അത്തര് കൂമൻകാവിൽ ബീഡിക്കമ്പനി നടത്തുന്നു. തങ്ക കൂമൻകാവിലേക്ക് ചക്കര കടത്തുന്നു. ചക്രു റാവുത്തർ പുറം ഗ്രാമങ്ങളിൽ ചുറ്റി കിണറിൽ വീണ കുടങ്ങളും കോരികകളും മുങ്ങിയെടുത്തു കൊടുക്കുന്നു.കോടച്ചിയുടെ ഭർത്താവ് കറുപ്പു വിൽക്കുന്നു. മായാണ്ടിക്കു ഖസാക്കിൽ എസെൻസ് വിൽപ്പനയുണ്ട്. പൊള്ളാച്ചി കന്നുകാലിച്ചന്തയിൽ തരകു പറയുന്ന പണിയാണ് രാമച്ചാർക്ക്. ഗോപാലപ്പണിക്കർക്ക് തമിഴ്നാട്ടിലും കുട്ടാടന് നാട്ടിലും മന്ത്രവാദം. ചാത്തോലനും കോടച്ചിയും വാറ്റുചാരായം വിൽക്കുന്നു. ഒരു നാൽപതുകാരി ശരീരം വിൽക്കുന്നു. ചെറുമികൾ ഞാറു നടുന്നു. കൊയ്യുന്നു. ഖസാക്കുകാർ ജീവിക്കുന്നത് ഇങ്ങനെയൊക്കെയാണ്. ഗ്രാമീണ സമ്പദ്ഘടനയുടെ ഏകദേശ ചിത്രമാണത്. ഇതു പൊളിച്ചെഴുതാൻ പര്യാപ്തമായ ഒരു ചുവടുവെപ്പായാണ് ജില്ലാബോർഡ് ഖസാക്കിലേക്ക് ഏകാധ്യാപക വിദ്യാലയം അനുവദിച്ചത്. ബി.എ ഓണേഴ്സുവരെ പഠിച്ച രവി അധ്യാപകനായി എത്തുന്നു. ഇതോടെ രണ്ടു

സർക്കാർ പ്രതിനിധികൾകൂടി വല്ലപ്പോഴും ഗ്രാമത്തിലെത്തുമെന്നായി. സ്കൂൾ ഇൻസ്പെക്ടറും ശിപായിയുമാണവർ.

ഖസാക്കിലെ ജന്മിയാണ് തേവാരത്ത് ശിവരാമൻ നായർ. പാലക്കാട്ട് വ്യവഹാരത്തിനു പോകാറുള്ള ശിവരാമൻനായർക്ക് നാഗരികതയുടെ ശീലങ്ങളും നിയമങ്ങളും തീരെ അപരിചിതമല്ല. ഒന്നുമില്ലാതിരുന്ന കേലൻ, സ്കൂൾ വെച്ച് നന്നായതെങ്ങനെയെന്ന് അയാൾ മനസ്സിലാക്കി. പണത്തിന്റെ ക്രയവിക്രയമൂല്യം അയാൾ തിരിച്ചറിഞ്ഞു. ഞാറ്റുപുര സ്കൂളിനു വിട്ടുകൊടുക്കാൻ സന്നദ്ധനാവുന്ന ശിവരാമൻനായർ നാഗരിക മൂല്യങ്ങളിലേക്ക് ഖസാക്കിന്റെ വാതിൽ തുറക്കുകയാണ്. ഞാറ്റുപുര വിട്ടുകൊടുത്താൽ ഞാറ് എവിടെയിടും എന്ന നാരായണിയമ്മയുടെ ചോദ്യത്തിന് 'ഞാറ് പോയി തൊലയട്ടെ' (പു.51) എന്നാണ് അയാളുടെ മറുപടി. 'ഷ്ക്കോളങ്ങട്ട് നടക്കട്ടെ, പടിയ്ക്കട്ടെ ആ കേലൻ' എന്നുകൂടി അയാൾ കൂട്ടിച്ചേർക്കുന്നു. കുട്ടികൾ പഠിക്കണം എന്നതിലുമേറെ മറ്റൊരു സ്കൂൾ ഉടമയായ കേലൻ പഠിക്കണമെന്നതാണ് ശിവരാമൻനായരുടെ താൽപ്പര്യം. കേലനുമായുള്ള സമരം മൂലധനാധിഷ്ഠിത വ്യവസ്ഥക്കകത്തുള്ള മത്സരമാണ്. പത്തുകൊല്ലത്തെ സ്കൂൾ കച്ചവടത്തിൽനിന്ന് നൂറുപറ നിലവും ഒരു പത്തായപ്പുരയും സ്വരൂപിച്ചയാളാണ് കേലൻ. ഷയ്ഖ് തങ്ങൾക്കും പുളിങ്കൊമ്പത്തെ ചോതിക്കും വഴിപാടുവെക്കാൻ കേലന്റെ ഭാര്യ ഖസാക്കിലെത്തുന്നത് കടും നീല സാരിയും മഞ്ഞ സാറ്റിൻ ജമ്പറുമിട്ടാണ്. മാറു മറയ്ക്കാൻ അവകാശമില്ലാതിരുന്ന കീഴാള വിഭാഗത്തിന്റെ വളർച്ച പുതിയ മൂല്യസങ്കേതത്തിന്റേതുകൂടിയാണ്. കേലന്റെ ഭാര്യയുടെ വരവ് ശിവരാമൻനായരുടെ മകൾ കല്യാണിക്കുട്ടി കാണുന്നത് തേവാരത്തു വീടിന്റെ കിളിവാതിലിനുള്ളിലൂടെയാണ്. ഫ്യൂഡൽ മതിൽക്കെട്ടിനകത്തേക്ക് പൊടുന്നനെ പതിച്ച നാഗരികതയുടെ പ്രകാശമായിരുന്നു അത്.

ഖസാക്കിനെ സാക്ഷര ഗ്രാമമാക്കാനുദ്ദേശിച്ചാണ് ജില്ലാബോർഡ് ഏകാധ്യാപക വിദ്യാലയം ആരംഭിച്ചത്. വ്യവസായവത്ക്കരണത്തിന്റെ ഗുണഫലങ്ങൾ ഗ്രാമത്തിലെത്തിക്കുക, മുതലാളിത്ത മൂല്യവ്യവസ്ഥയിൽ ജീവിക്കാൻ ജനങ്ങളെ പ്രാപ്തരാക്കുക തുടങ്ങിയ ദൗത്യങ്ങളും കോണെഴുത്തു പഠിപ്പിക്കുന്നതിലൂടെ ലക്ഷ്യമിട്ടിരുന്നു. സ്ക്കൂൾ അനുവദിക്കുന്നതിനു മുമ്പ് ഖസാക്കിലുണ്ടായിരുന്ന രണ്ട് വിദ്യാലയങ്ങൾ മൊല്ലാക്കയുടെ ഓത്തുപള്ളിയും ഹിന്ദുക്കളുടെ എഴുത്തുപള്ളിയുമായിരുന്നു. ഇവ ഫ്യൂഡൽ മൂല്യങ്ങളുടെ ഉത്പാദന - വിതരണ കേന്ദ്രങ്ങളായി തുടരുമ്പോഴാണ് കോണെഴുത്തിലൂടെ പുതിയ മൂല്യ വ്യവസ്ഥ എത്തിനോക്കുന്നത്.

പള്ളിക്കും ജന്മിക്കുമുണ്ടായിരുന്ന അവകാശങ്ങളും അധികാരങ്ങളും ചോർന്നുതുടങ്ങി. കോണെഴുത്തു പഠിക്കാൻ ആരും പുതിയ സ്കൂളിൽ പോകരുതെന്ന് ഖസാക്കിന്റെ പുരോഹിതൻ അള്ളാപ്പിച്ച മൊല്ലാക്ക

ആൽത്തറയിൽവെച്ച് പറഞ്ഞു. അതു പക്ഷെ, പാലിക്കപ്പെട്ടില്ല. സ്കൂളിൽ പോകില്ലെന്നു ഷെയ്ഖ് തമ്പുരാനെ പിടിച്ചും മാരിയമ്മയെ പിടിച്ചും പുളിങ്കൊമ്പിലെ പോതിയെപ്പിടിച്ചും ആണയിട്ട കുഞ്ഞാമിന പോലും സ്കൂളിൽ ചേർന്നു. കൂമൻകാവിലും പാലക്കാട്ടും ജീവിച്ചു പുറംജീവിതം അടുത്തറിഞ്ഞ നൈസാമലി എന്ന ഖാലിയാർ കുട്ടികളെ ഇംഗ്ലീഷ് പഠനത്തിനു പ്രേരിപ്പിച്ചു. ഷെയ്ഖിന്റെയും പുളിങ്കൊമ്പത്തെ പോതിയുടെയും ആത്മീയാധികാരത്തിനാണ് ഉടവുതട്ടിയത്. ആൽത്തറയിലെ പഞ്ചായത്തിന്റെ പ്രാമാണികതയും ക്ഷീണിച്ചു. ചെറുവാല്യക്കാർ മൊല്ലാക്കയുടെ തീരുമാനത്തിനെതിരെ പിറുപിറുക്കാൻ തുടങ്ങി.അലിയാരും മറ്റു ചെറുപ്പക്കാരും നൈസാമലി എന്ന ഖാലിയാരെ മാനിക്കുന്നതും അനുസരിക്കുന്നതും (പു.22) മൊല്ലാക്കയെ വേദനിപ്പിച്ചു.

ഖസാക്കിന് ഈ മാറ്റം നൽകുന്ന പ്രധാന ഘടകം നൈസാമലിയുടെ ജീവിതമാണ്. വാവര് മൊല്ലാക്ക അള്ളാപ്പിച്ചയെ കണ്ടെത്തിയതുപോലെ , അള്ളാപ്പിച്ച മൊല്ലാക്ക ചെതലിയുടെ താഴ്വരയിൽ നൈസാമലിയെ കണ്ടെത്തുകയായിരുന്നു; തനിക്കു ശേഷം മൊല്ലാക്കയാവാൻ. എന്നാൽ മൂന്നു പെരുന്നാൾ കഴിഞ്ഞപ്പോൾ നൈസാമലി മാറിത്തുടങ്ങി. മുടി നീട്ടി വളർത്തിയും മൊല്ലാക്കയുടെ അഭാവത്തിൽ ബാങ്കു വിളിക്കാതെയും നൈസാമലി എന്തിനോടെല്ലാമോ കലഹിച്ചു. നട്ടുച്ചയ്ക്ക് പള്ളിക്കാട്ടിൽ വാവര് മൊല്ലാക്കയുടെ മീസാൻ കല്ലിലിരുന്ന് വെയില് കായുന്ന നൈസാമലിയിലെ നിഷേധിയെ അള്ളാപ്പിച്ച മൊല്ലാക്ക കണ്ടു. നിഷേധങ്ങളുടെ തുടർച്ചയിൽ, നൈസാമലി കൂമൻകാവിൽ അത്തരിന്റെ ബീഡിക്കമ്പനിയിൽ ചേർന്നു. അഞ്ചു വർഷത്തെ തൊഴിലാളി ജീവിതം അവസാനിപ്പിക്കും മുമ്പുതന്നെ സ്വന്തമായി ബീഡിക്കമ്പനിയുണ്ടാക്കി. 'കടവുൾ സകായം എം അത്തരു ഫോട്ടോ ബീഡി'ക്കു എതിരു നിൽക്കാൻ കൂമൻകാവിന് ഒരു വാണിജ്യചിഹ്നം കിട്ടി: 'സെയ്യദ് മിയാൻ ഷെയ്ഖ് തുണൈ നൈജാം ഫോട്ടോ പതിനൊന്നാം നമ്പർ ബീഡി'.കമ്പോളത്തിലെ മത്സരം കൂമൻകാവും ഖസാക്കുമറിഞ്ഞു. പുതിയ വാണിജ്യ കൗശലങ്ങളുമായി പരസ്യങ്ങൾ രംഗപ്രവേശം ചെയ്തു. നൈസാമലിയുടെ ബീഡിയുടെ പരസ്യം കരിയും മഞ്ഞളുംകൊണ്ടെഴുതി ചുമരുകളിൽ പ്രത്യക്ഷപ്പെട്ടു. 'നൈജാം ഫോട്ടോ പതിനൊന്നാം നമ്പർ ആരോക്കിയകരം. വെസപ്പുണ്ടാക്കും. തിന്ന തീൻ പണ്ടങ്ങൾ എരിയും' (പു.35).

നൈസാമലി മുതലാളിയായി. പച്ചപ്പട്ടു ലുങ്കി, കടും മഞ്ഞ അല്പാക്കു കുപ്പായം. ആറു വിരൽ വീതിയുള്ള കലവറ ബെൽറ്റ്. തലയിലും കഴുത്തിലും കീശയിലും ചുകന്ന പട്ടുറുമാലുകൾ, കിറുക്കു ചെരിപ്പ്,ടോർച്ച് (പു.35)എന്നിങ്ങനെയുള്ള വേഷമാറ്റം പരിവർത്തനത്തിന്റെ സൂചകങ്ങളായി. നിറപ്പകിട്ടുകളുടെ ഭ്രമാത്മകത ഖസാക്കിനു പുതുമയായി. ലുങ്കിയും കുപ്പായവും പട്ടുറുമാലും ടോർച്ചും ചെരിപ്പും പുതിയ നാഗ

രികതയെ പ്രത്യാനയിച്ചു. നൈസാമലിക്കൊപ്പം പെരുന്നാളിന് ചെത ലിയുടെ താഴ് വരയിലെത്തിയത് ആധുനിക നാഗരികതയാണ്.

മൈമൂനയെ കൈവിട്ടപ്പോൾ എല്ലാ കമ്പോള വേഷങ്ങളും ഉപേക്ഷിച്ചു നാടുവിട്ട നൈസാമലി പുറംലോകം ചുറ്റി ഒടുവിൽ അത്തരുടെ കമ്പ നിയിൽ തന്നെ തൊഴിലാളിയായി എത്തുന്നു. തുടർന്ന് തൊഴിലാളി - മുതലാളി വൈരുദ്ധ്യത്തിന്റെ പാഠങ്ങൾ ഖസാക്കുകാർ അറിയുകയായി. ബീഡിത്തൊഴിലാളികൾക്ക് യൂണിയനുണ്ടായി. പാലക്കാട്ടുനിന്നു വന്ന സഖാക്കൾ സ്റ്റഡി ക്ലാസുകളെടുത്തു. കൂമൻകാവിലെ ബീഡിത്തൊഴി ലാളി യൂണിയൻ ലെനിൻദിനം ആഘോഷിച്ചു. എല്ലാ രാജ്യങ്ങളിലെ യും തൊഴിലാളികളേ സംഘടിക്കുവിൻഎന്ന മാർക്സിന്റെ പ്രസിദ്ധ മായ മുദ്രാവാക്യം ഏറ്റുവിളിച്ചു(പു.40). നൈസാമലി തൊഴിലാളി നേതാവായി. കാവുപറമ്പിൽ ചേരുന്ന യോഗങ്ങളിൽ മൈക്കുവെച്ചു പ്രസംഗിച്ചു. അത്തരു മുതലാളി നൈസാമലിയെ പിരിച്ചുവിട്ടു. തുടർന്നു പണിമുടക്കാരംഭിച്ചു. വർഗസമരങ്ങളുടെ തീക്ഷ്ണത കൂമൻകാവ് അറി ഞ്ഞു. ആംഗ്ലോ - അമേരിക്കൻ ചൂഷണത്തിനെതിരായും മുദ്രാവാക്യ ങ്ങളുയർന്നു. ഇതോടെ, പൊലീസ് - കോടതി -ജയിൽ എന്നിങ്ങ നെയുള്ള അധികാര ശൃംഖലയുടെ വൈപുല്യവും ആ ഗ്രാമമറിഞ്ഞു. രാഷ്ട്രത്തിനെതിരെ യുദ്ധം പ്രഖ്യാപിച്ചു, ഹിംസാത്മക മാർഗത്തി ലൂടെ ഭരണം അട്ടിമറിക്കാൻ ശ്രമിച്ചു, കൊലപാതകത്തിനു പ്രേരണ നൽകി തുടങ്ങിയ കുറ്റങ്ങളാണ് നൈസാമലിക്കെതിരെ, ആരോപിക്ക പ്പെട്ടത്.

നൈസാമലി ഖാലിയാരായാണ് ജയിൽ വിടുന്നത്. സെയ്യദ് മിയാൻ ഷെയ്ഖിന്റെ പേരിൽ ബീഡിക്കമ്പനി നടത്തിയ, ഘോഷയാത്രയിൽ സ്റ്റാലിന്റെ പടത്തിനൊപ്പം ഖുർ ആൻ പിടിച്ച, തടവറയിൽ സെയ്യദ് മിയാൻ ഷയ്ഖിനെ സ്വപ്നം കാണുന്ന നൈസാമലി ഖാലിയാരായ തിൽ അസ്വാഭാവികതയില്ല. ഖസാക്കിന്റെ ആത്മീയ മേൽക്കോയ്മ തകർക്കാൻ ഒരു ഘട്ടത്തിലും നൈസാമലി മുതിരുന്നില്ല. അയാൾക്ക കത്താകട്ടെ, മതമൂല്യങ്ങളും നാഗരിക മൂല്യങ്ങളും നിരന്തരം ഏറ്റുമു ട്ടിക്കൊണ്ടുമിരുന്നു. ഖാലിയാരായ നൈസാമലി ഇംഗ്ലീഷ് വിദ്യാഭ്യാ സത്തിനു പ്രോത്സാഹനം നൽകി. മൈമൂനയ്ക്കും മൊല്ലാക്കയ്ക്കും ആധുനിക ചികിത്സ ലഭിക്കണമെന്ന കാര്യത്തിൽ അയാൾക്കു നിർബ ന്ധമുണ്ടായിരുന്നു. അപ്പുക്കിളിയുടെ മതംമാറ്റവുമായി ബന്ധപ്പെട്ടു മൊല്ലാക്കയും യാഥാസ്ഥിതിക പക്ഷവും സ്വീകരിച്ച നിലപാടുകളോടു യോജിക്കാൻ നൈസാമലിക്കു സാധിച്ചില്ല.

ശകുനം, മന്ത്രവാദം തുടങ്ങിയവയിലെല്ലാം വിശ്വാസമുണ്ടായിരുന്നു ഖസാക്കുകാർക്ക്. ചാരിത്ര്യവതികളെ കൊത്താത്ത പാമ്പും പെഴച്ചവ രുടെ ഭർത്താക്കന്മാരെ കൊല്ലുന്ന പാമ്പുറുമ്പുകളും ശകുനം നിശ്ച യിക്കുന്ന ഗൗളികളും ഖസാക്കിലുണ്ടായിരുന്നു. മലമ്പുഴയിൽ അണ

കെട്ടി വെള്ളം തിരിച്ചു വിടുന്നത് ദൈവഹിതത്തിന് എതിരായിരിക്കും എന്നുപോലും അവർ ഭയപ്പെട്ടു. കൂമൻകാവു വഴി മലമ്പുഴച്ചാലു വന്നപ്പോൾ ചാലുകീറൽ ജോലിയുടെ പണം സമീപഗ്രാമങ്ങളെ പശിമയുള്ളതാക്കി. മൂല്യസങ്കൽപ്പങ്ങളിൽവന്ന മാറ്റത്തിന് അതും പ്രേരണയായി.

ശിവരാമൻനായരുടെ പരാതിയെത്തുടർന്നു സ്കൂൾ അടച്ചുപൂട്ടണമെന്ന നില വന്നപ്പോൾ ഖസാക്കിലെ നാട്ടുകാർ ഇടപെടുന്നു. സഭകൂടി പണംപിരിച്ചു മറ്റൊന്നു തുടങ്ങാൻ തീരുമാനിക്കുന്നു. ഞാറ്റുപുരയില്ലെങ്കിൽ ചെലയുമ്മയുടെ വീടിനു പിന്നിൽ സ്ഥലമുണ്ട്. ഒഴിഞ്ഞു കിടക്കുന്ന വലിയൊരു കോമ്പുരയുണ്ട്. ഇൻസ്പെക്ടർ സഹകരിക്കുന്നില്ലെങ്കിൽ മേലധികാരത്തിലേക്കു ചെല്ലാം. ഒരേ സ്വരത്തിൽ ആവശ്യമുന്നയിക്കാൻ ഖസാക്കിനെ സഹായിക്കുന്നതിനു കൊഴണശ്ശേരിയിലെ കമ്യൂണിസ്റ്റുകാരുണ്ട്. ശിവരാമൻനായരില്ലെങ്കിലും കാര്യങ്ങൾ നിശ്ചയിക്കാനാവുമെന്ന നാട്ടുകാരുടെ വളർച്ച മാത്രമല്ല ഇത്. കൊഴണശ്ശേരിയിലെ അധികാരിയുടെ നിയമങ്ങൾക്കു കീഴ്പ്പെട്ടുനിന്നവർ എതിരൊഴുക്കുകൾക്കൊപ്പം മാറുകയാണ്. പാലക്കാടൻ ഗ്രാമങ്ങളിലെ കമ്യൂണിസ്റ്റു പ്രസ്ഥാനത്തിന്റെ വളർച്ചയുടെ ഒരു ഘട്ടംകൂടി അവതീർണമാകുന്നു.

മതം നാഗരികത

മത - നാഗരിക മൂല്യങ്ങളുടെ സംഘർഷമാണ് ഖസാക്കിലെ കേന്ദ്രപ്രശ്നം. ഖസാക്കിൽ മതാധികാരം അതിന്റെ തന്നെ ജീർണതകളിൽ മുട്ടിയുഴലുമ്പോഴാണ് ആധുനിക നാഗരികതയുടെ കടന്നുവരവ്. മുതലാളിത്ത മൂല്യബോധത്തിന്റെ പ്രതിനിധിയും പ്രചാരകനുമായി എത്തുന്ന രവിയാണ് യഥാർത്ഥത്തിൽ ഈ മാറ്റത്തിനു നേതൃത്വം വഹിക്കേണ്ടിയിരുന്നത്. ഉന്നത വിദ്യാഭ്യാസം ലഭിച്ച രവി പക്ഷെ, ഖസാക്കിലെ ജീർണതകളുടെ പക്ഷം തെരഞ്ഞെടുക്കുന്നു.

''സഖാവു പറഞ്ഞു. ഉദാഹരണത്തിന്, ഈ ശിവരാമൻനായരുടെ പാടത്തു കൊയ്യാമ്പോണ ചെറുമികള് റൗക്കയിടാമ്പാടില്ലെന്നാ ചട്ടം. എങ്ങനെ! മാറ് മറയ്ക്കാണ്ട് കുമ്പിട്ടുനിന്ന് കൊയ്യണംന്ന്.

'നല്ലതല്ലേ?' രവി പറഞ്ഞു.

പൊടുന്നെ ചെല്ലിച്ച സഖാവും കണ്ണിമുത്താനും നിശ്ശബ്ദരായി'' (പു.253).

ഫ്യൂഡൽ സദാചാരത്തിന്റെ ജീർണതകളുമായി രവി ചെയ്ത സന്ധിയുടെ ആഴവും സ്വഭാവവും ഈ ഭാഗത്തു തെളിയുന്നുണ്ടല്ലോ.

രതിയുടെയും ലഹരിയുടെയും വന്യതയിൽ വിലയിക്കുന്ന രവിക്ക് ഖസാക്കിന്റെ സാമൂഹികജീവിതം ഏറെ പിറകിലാണെന്നു അറി

യേണ്ടതില്ല. ഒരു അദ്ധ്യാപകൻ എന്ന നിലയ്ക്കു അതു മാറ്റാനുള്ള ബാധ്യത അയാൾ ഏറ്റെടുക്കുന്നുമില്ല. പകരം പ്രാകൃതാന്തരീക്ഷത്തിന്റെ ഭാഗമാകുന്നതിൽ അയാൾ ആഹ്ലാദംകൊള്ളുന്നു. വിനോദയാത്രക്കൊരുങ്ങുമ്പോൾ കുട്ടികളിൽ ഭൂരിപക്ഷവും പാലക്കാട്ടു പോകാനാണ് ആഗ്രഹിച്ചത്. അവിടെ ആശുപത്രിയും കോടതിയും കോട്ടയുമുണ്ടെന്ന് അവർ പറഞ്ഞു. പക്ഷെ, രവിയുടെ തീരുമാനം ചെതലി മല കയറാനായിരുന്നു. രവിയുടെ ഈ പിൻയാത്രയുടെ സ്വരഭേദങ്ങളാണ് നോവലിൽ നിറഞ്ഞുനിൽക്കുന്നത്..

പരീക്ഷയുടെ തലേന്ന് ഹോസ്റ്റലിൽനിന്നിറങ്ങിയ രവി ഖസാക്കിലെത്തുമ്പോൾ പിന്നിടുന്നത് സംസ്ക്കാരത്തിന്റെയും പരിഷ്ക്കാരത്തിന്റെയും വികാസഘട്ടങ്ങളെയാണ്. ആർജ്ജിച്ച അറിവും സംസ്ക്കാരവും ഖസാക്കിനെ പുനർനിർമിക്കാൻ പ്രയോജനപ്പെടുത്തിയിരുന്നുവെങ്കിൽ ഇതൊരു പിൻമടക്കമാവില്ലായിരുന്നു. പമയിൽ അഭിരമിക്കാനാണ് രവിക്കു താൽപ്പര്യം.

'നരകപടത്തിൽ വീണ്ടും രവിയുടെ ശ്രദ്ധ പതിയുകയായി. വളരെ പഴക്കം ചെന്ന പടമാണെന്നു തോന്നി. അത്രയും കാലം തന്നെ കാത്ത് അത് ഈ പീടികയിൽ കിടന്നിരിക്കണം.' (പു.7).

നരകപടം തന്നെക്കാത്തു കിടക്കുകയായിരുന്നുവെന്നാണ് രവിക്കു തോന്നിയത്. കൂമൻകാവിൽ ബസ്സിറങ്ങിയപ്പോൾ രവിക്ക് ആ സ്ഥലം അപരിചിതമായി തോന്നാതിരുന്നതും ഈ ഭൂതകാലാഭിമുഖ്യംമൂലമാണ്. ഏറുമാടത്തിൽ കണ്ട പഴയ ഗ്രാമഫോണും നായ്ക്കുട്ടിയുടെ ചിത്രമുള്ള അതിന്റെ കാളവും രവിയെ ഓർമകളിലേക്കു വലിക്കുന്നു. ഒന്നോ രണ്ടോ ഓർമകളല്ല. കഥന സ്വഭാവമില്ലാത്ത ഓർമകളുടെ വലിയൊരു മൂടൽമഞ്ഞ് തന്നെ സ്പർശിച്ചുവെന്ന് രവിക്കു തോന്നുന്നു. സ്വാമിനിയുടെ ആശ്രമത്തിൽവെച്ച് ധൃതിയിൽ മാറിയണിഞ്ഞുപോയ കാവിക്കച്ചനോക്കി, ഞാന്നെനച്ചു കോൺഗ്രസ്സാണെന്ന് എന്നു കൂമൻകാവിലെ പീടികക്കാരൻ പറയുമ്പോൾ രവിയുടെ മറുപടി, 'ഈ കാവി വേദാന്തത്തിന്റെ സൂക്കെടുകൊണ്ടാണെന്നു വെച്ചോളൂ' (പു.8) എന്നാണ്. കോൺഗ്രസ്സോളം വളർന്ന കൂമൻകാവിലെ പീടികക്കാരനും ചുമട്ടുകാരനും മായയുടെ വേദാന്തം നൽകിക്കൊണ്ടാണ് രവി ഖസാക്കിൽ കാലുകുത്തുന്നത്. സ്കൂളിൽ രവി പറയുന്നതും കഥകളാണ്. വസ്തുതകളെയല്ല ഭാവനയെയാണ് അയാൾ സ്വീകരിച്ചത്. ആരും ചാകാത്ത കഥകൾ, ചിലന്തിയുടെ ദുശ്ചരിതങ്ങൾ, ഓന്തുകളുടെയും ദിനോസറുകളുടെയും കഥകൾ തുടങ്ങിയവയാണ് രവിയുടെ ക്ലാസുകളിൽ നിറഞ്ഞുനിന്നത്. ഓന്തുകൾ മനുഷ്യരുടെ ചോരയൂറ്റുന്ന ജീവികളാണെന്നും പൂതങ്ങളാണെന്നുമുള്ള പ്രാകൃത വിശ്വാസം കുട്ടികൾ ആവർത്തിക്കുമ്പോൾ രവി അതു തിരുത്തുന്നില്ല(പു.80).

താംബരവും മദിരാശിയും പ്രിൻസ്റ്റണും രവി ഉപേക്ഷിച്ചു. ഫിസിക്സ്

ഓണേഴ്സും ആസ്ട്രോ ഫിസിക്സ് ഗവേഷണവും വേണ്ടെന്നുവെച്ചു. അമേരിക്കൻ പ്രൊഫസറെ മറന്നു. പത്മയെ മറന്നു. എത്തിയത് വേദാന്തത്തിലും മരവുരിയിലും വാറ്റുചാരായത്തിലും രതിയിലുമാണ്. വന്യപ്രകൃതിയിലേക്കുള്ള വിപരീത യാത്ര. വഴിയമ്പലമാണ് രവിക്കു ഖസാക്ക്. കമ്പക്കാരായ സ്വാമിനിമാരുടെ ആശ്രമംപോലെ മറ്റൊന്ന്.

കുടുംബവും സ്ത്രീ പുരുഷ ബന്ധവും

ഖസാക്കിന്റെ ഇതിഹാസത്തിൽ കൂട്ടുകുടുംബങ്ങളില്ല. അറുപതിലേറെ കഥാപാത്രങ്ങളും പതിനാലോളം കുടുംബങ്ങളും പരാമർശിക്കപ്പെടുന്നുണ്ട്. ഭദ്രമായ കുടുംബ ബന്ധങ്ങളോ തീക്ഷ്ണമായ പ്രണയബന്ധങ്ങളോ ഖസാക്കുകാർക്കില്ല. ഇതിഹാസത്തിലെ മനുഷ്യബന്ധങ്ങളുടെ സവിശേഷതകളാണ് ഇവിടെ പരിശോധനയ്ക്ക് വിധേയമാകുന്നത്.

മാതൃകാ കുടുംബമായി നോവലിൽ ഇടയ്ക്കിടെ കടന്നുവരുന്നത് രവിയും രവിയുടെ അച്ഛനമ്മമാരും ഉൾപ്പെട്ട കുടുംബമാണ്.

''പക്ഷിക്കുഞ്ഞിനെപ്പോലെ അമ്മയുടെ അടിവയറു ചാരി ചുരുണ്ടിരിക്കുമ്പോൾ അമ്മ ചോദിക്കുന്നു: 'നക്ഷത്രക്കുട്ടാ, ഈ കണ്ണ് ഏതാന്നറിയോ?'

അമ്മയുടെ വിരലുകൾ രവിയുടെ കൺപോളകളെ പതുക്കെ തൊടുന്നു.

'ഏതാമ്മേ?'

'നിന്റച്ഛന്റെ'.

'ഈ മൂക്കോ?'

'അത് അമ്മേടെ.'

'പിരികം?'

'അച്ഛന്റെ'.

'ചെവി?'

'അച്ഛന്റീ മമ്മേടീം.'

അമ്മ വാരിയെടുത്തുമ്മ വെയ്ക്കുന്നു.

പുൽത്തകിടികൾക്കപ്പുറത്തെ മൃഗതൃഷ്ണയിലേക്കു യാത്ര തിരിക്കുമ്പോൾ അവർ പറഞ്ഞുകൊടുത്തു.'എന്റെ നക്ഷത്രക്കുട്ടൻ ഇതൊക്കെ സൂക്ഷിക്കണം. ഇതൊക്കെ വളർന്നു ചന്തംവെക്കണം' (പു.183).

അച്ഛനും അമ്മയും മക്കളും അലിഞ്ഞുചേരുന്ന ഇത്തരം കുടുംബചിത്രങ്ങൾ നോവലിൽ അത്യപൂർവ്വമാണ്. അമ്മയുടെ ചന്ദന നിറമുള്ള അടിവയറിൽ തലചായ്ച്ചു കിടന്നു സ്വപ്നംകാണുന്ന രവിയുടെ ചിത്രം നോവലിൽ ആവർത്തിച്ചു കാണുന്നു. അമ്മയും അമ്മയുടെ അടിവയ

റ്റിൽ വളർന്ന കൊച്ചനുജത്തിയും മരിച്ചപ്പോൾ നോവലിലെ ഏക ഭദ്രകുടുംബം , ആവർത്തിക്കുന്ന ഓർമ മാത്രമായി. ഖസാക്കിലെ മറ്റു കുടുംബങ്ങളെല്ലാം ശിഥിലമായ മനുഷ്യബന്ധങ്ങളുടെയും അവിഹിത വേഴ്ച്ചകളുടെയും കഥകൾ പറയുന്നു. അവ ഏതൊക്കെയാണെന്നു നോക്കാം:

1. രവിയുടെ അച്ഛൻ - ചിറ്റമ്മ -രവി
2. അള്ളാപ്പിച്ച മൊല്ലാക്ക - തിത്തിബിയുമ്മ - മൈമൂന
3. ശിവരാമൻ നായർ - നാരായണിയമ്മ - കല്യാണിക്കുട്ടി
4. മാധവൻനായരുടെ അമ്മ -മാധവൻ നായർ
5. മാധവൻനായർ - കല്യാണിക്കുട്ടി
6. അത്തര് മുതലാളി - സൊഹറാബി
7. മുങ്ങാങ്കോഴി ചക്രുരാവുത്തർ - ആദ്യ ഭാര്യ - മൈമൂന
8. മുങ്ങാങ്കോഴി ചക്രുരാവുത്തർ - മൈമൂന - ആബിദ
9. കുപ്പുവച്ചൻ - കല്യാണി - കേശി
10. റാവുത്തർ - ചാന്തുമ്മ - രണ്ടു മക്കൾ
11. ഗോപാലപ്പണിക്കർ - ലക്ഷ്മി - മകൾ
12. കോടച്ചി - ഭർത്താവ് - കുഞ്ഞ്
13. ചൊലയുമ്മ -കുഞ്ഞാമിന

ഇതിഹാസത്തിൽ കൂടെക്കൂടെ പ്രത്യക്ഷപ്പെടുന്ന ഖസാക്കിനു പുറത്തുള്ള കുടുംബമാണ് രവിയുടെത്. രവിയുടെ അച്ഛനും ചിറ്റമ്മയും സുമയും രമയും ഉൾപ്പെട്ടതാണ് ആ കുടുംബം. സുമയും രമയും അമേരിക്കയിലാണ്. അച്ഛൻ അസുഖം ബാധിച്ചു കിടക്കുന്നു. ചിറ്റമ്മയുടെ ഓർമ്മ മാതൃരതിയുടെ പാപസ്മരണയായി നോവൽ പാഠത്തെ ചൂഴ്ന്നു നിൽക്കുന്നു.

'ചിറ്റമ്മ കരയ്യാണോ?' ചോദിക്കുന്നു. തന്റെ ചുമലിൽ ചുണ്ടമർത്തിക്കൊണ്ട് അവർ കരയുന്നു. അവർ പറയുന്നു എനിക്ക് 'എന്തോര് വല്ലായ.'

'പാപം അല്ലേ'?

'ഈശ്വരാ!'

നേരിയ പട്ടുരോമങ്ങൾ കുരുത്ത അവരുടെ മേൽചുണ്ടിൽ ചുണ്ടമർത്തുന്നു.

'എനിയ്ക്കൊന്നും തോന്നണില്ല' ഖേദത്തോടെ അവരോടു പറയുന്നു.

'രവീ !'

ചെകിടോർക്കുന്നു. രാത്രിയിൽ അച്ഛൻ ശ്വാസം വലിക്കുന്നതു കേൾക്കാം. ശ്വസിക്കാൻ എന്തുമാത്രം ശ്രമപ്പെടുന്നു !

'അച്ഛനു വയ്യ'പറയുന്നു.

ജനാലയിലൂടെ പുറത്തേക്കു നോക്കുന്നു. ജനാലയിലൂടെ, നിലാവു

നിറഞ്ഞ താഴ് വരയാണ്.നിലാവു പൂത്തുനിന്ന കാപ്പിച്ചെടികളാണ്. ആ കാപ്പിച്ചെടികൾക്കിടയിലൂടെ നടന്നതോർക്കുന്നു. എന്നിട്ടും ആ ഓർമ്മകളിലൊന്നുംതന്നെ വേദന കലരുന്നില്ല.

'ചിറ്റമ്മേ ഞാനെന്റെ മുറീൽ പോയി കെടക്കാം'

'പോവരുത്'.

നേരിട കുരുന്നു രോമങ്ങളുള്ള കൈകൾകൊണ്ട് അവർ തന്നെ വരിയുന്നു.

'മതി'. ദൃഢതയോടെ പറയുന്നു. 'ചിറ്റമ്മ എണീറ്റ് പുടവ ചുറ്റി'(പു.184).

പത്തു വർഷത്തിനു ശേഷവും അതൊരു ഭൂതകാലാനുഭവമല്ല രവിക്ക്. ചോദിക്കുന്നു, പറയുന്നു, ചുണ്ടമർത്തുന്നു, ചെകിടോർക്കുന്നു,ശ്രമപ്പെടുന്നു, നോക്കുന്നു, ഓർക്കുന്നു എന്നിങ്ങനെ ക്രിയാശബ്ദങ്ങൾ കാലത്തെ കടന്നു നിൽക്കുന്ന അനുഭവ തീവ്രത പകരുന്നു. വല്ലായ എന്നു പറയുമ്പോഴും ഈശ്വരാ, രവീ എന്നിങ്ങനെ വിളിക്കുമ്പോഴും പദ അർത്ഥങ്ങളുടെ രണ്ടാംവിതാനത്തിൽ നിറയുന്നത് ചിറ്റമ്മയുടെ പാപബോധമാണ്. രവിയാകട്ടെ, വളരെ നിസ്സംഗനാണ്. എനിക്കൊന്നും തോന്നണില്ലെന്നു രവി പറയുന്നു. തുടർന്നുള്ള ജീവിതത്തിലും സമാന സാഹചര്യങ്ങളിൽ പാപബോധം അയാളെ അലട്ടുന്നില്ല.രവിയിലെ കലാപം മിക്കപ്പോഴും ഫ്യൂഡൽ മൂല്യവ്യവസ്ഥയെ അരാജകമായി നേരിടുന്നതിലാണ് കാണുന്നത്. ഖസാക്കിൽ ചാന്തുമ്മ, മൈമൂന, കോടച്ചി, കുഞ്ഞാമിന, കേശി എന്നിവരുമായെല്ലാം രവി ബന്ധംപുലർത്തുന്നു. അടുത്ത സുഹൃത്തായ മാധവൻ നായരുടെ ഭാര്യയെപ്പോലും രവി ആവശ്യപ്പെടുന്നുണ്ട്.

'എവടയ്ക്കാ മാഷേ?'

'എവടയ്ക്കെങ്കിലും പൂവ്വാ.തേവാരത്തു പൂവ്വാ'.

'തേവാരത്തോ ?'

'നിങ്ങടെ കല്യാണിക്കുട്ട്യേ തര്വോ?'

'ഓഹോ'. അയാൾ പറഞ്ഞു. 'എനിയ്ക്കൊരു വിരോധൂല്യ'.

'ശെരി'. രവി പറഞ്ഞു. 'പിന്നൊരിക്കലാവാം' (പു.214).

തെന്നി ത്തെന്നിപ്പോകുന്ന സ്ത്രീപഥങ്ങളിൽ രവി സ്വയം പ്രതിഷ്ഠിക്കുകയാണ്. ചിറ്റമ്മ - പത്മ - മൈമൂന - കോടച്ചി - കുഞ്ഞാമിന - കേശി - സ്വാമിനി - കല്യാണിക്കുട്ടി - ചാത്തേലന്റെ പെണ്ണ് എന്നിങ്ങനെ നിരവധി സ്തീകേന്ദ്രിത വൃത്തങ്ങളിലേക്ക് രവി കടന്നു നിൽക്കുന്നു. വിവിധ കുടുംബങ്ങളുടെ ഘടനകൾ ഭേദിച്ചുകൊണ്ടാണ് ഭിന്ന സംസ്കൃതികളിലൂടെയുള്ള ഈ രതിസഞ്ചാരം.സ്വന്തം കുടുംബത്തിന്റെ സാമ്പ്രദായിക മൂല്യഘടനയാണ് ചിറ്റമ്മയുമായുള്ള വേഴ്ച്ചയിലൂടെ രവി തകർത്തത്. പിന്നീട് അദ്ധ്യാപക വേഷം ധരിച്ചപ്പോഴും രവി സദാചാരബദ്ധമായ ഒരു പൊതുഘടനയിൽനിന്നും തെന്നിമാറുന്നു. ഈ നിഷേധത്തിന്റെ സന്തുലനം ചിലപ്പോഴെങ്കിലും സാധിക്കുന്നത്

അമ്മയെ ഓർക്കുന്നതിലൂടെയാണ്. ചന്ദന നിറമുള്ള അടിവയർ ചാരിയിരുന്ന ഓർമ്മകൾ, നക്ഷത്രക്കുട്ടാ,അമർത്തിച്ചാരാണ്ടിരിക്കൂ(പു.10) എന്ന ഓർമ്മപ്പെടുത്തലായി, നക്ഷത്രക്കുട്ടാ, കൽപ്പവൃക്ഷത്തിന്റെ തൊണ്ടു കാണണോ എന്ന അന്വേഷണമായി, കണ്ണും മൂക്കും ചെവിയും പിരികവും തൊട്ട് എന്റെ നക്ഷത്രക്കുട്ടൻ ഇതൊക്കെ സൂക്ഷിക്കണം, ഇതൊക്കെ വളർന്നു ചന്തം വെക്കണം എന്നുള്ള അനുഗ്രഹമായി അമ്മ പ്രത്യക്ഷപ്പെടുന്നു. പക്ഷെ, ഈ മാതൃ സ്മൃതികൾപോലും ചിലപ്പോൾ രത്യനുഭവങ്ങളുമായി ഇടകലർന്നുപോകുന്നു.

'മഞ്ഞളിച്ചു സമൃദ്ധമായ ഒരടിവയറു കാണാം. പതുക്കെ, പാടുപെട്ടുകൊണ്ട് മുഴുവനും കാണാൻ ശ്രമിച്ചു. ഒരു പെണ്ണ്.മുകൾനിരപ്പിലെ ഇരുട്ടിലേക്ക് അവൾ പൊങ്ങിനിന്നു.

'ആരാണ്?'

ആ അടിവയറ്റിൽ ചാരിക്കിടക്കുകയാണ്. ചാരിക്കിടന്നുകൊണ്ട് കല്പവൃക്ഷത്തിന്റെ കരിക്കിൻതൊണ്ടുകളെണ്ണുകയാണ്.

ഒന്ന്, രണ്ട്, മൂന്ന്, നാല്..............പന്ത്രണ്ട്.

പിന്നെ വീണ്ടും ഉറക്കം.

ഉണരുമ്പോൾ വീണ്ടും മഞ്ഞളിച്ച അടിവയറ്.

'അമ്മേ !'

അടിവയറു ചാരിയിരിക്കാനായി എണീക്കുകയാണ്.

അനങ്ങണ്ട. അവൾ പറയുന്നു (പു.180)

മൈമൂനയുടെ മഞ്ഞളിച്ചു സമൃദ്ധമായ അടിവയറു കാണുമ്പോൾ രവിയുടെ മുന്നിൽ തെളിയുന്നത് അമ്മയുടെ ചിത്രമാണ്.

മഞ്ഞയും ചന്ദനനിറവും മാറിപ്പോവുന്നു. രതിയുടെ ഭ്രമാത്മകതയും ബാല്യത്തിന്റെ - കല്പ വൃക്ഷത്തൊണ്ടുകൾ എണ്ണിക്കിടക്കുമ്പോൾ അനുഭവിച്ച - ഭ്രമാത്മകതയും കൂടിക്കലരുന്നു.രണ്ടിലും അതിരുകൾക്കപ്പുറത്തേക്കു കടക്കാനുള്ള കുതിപ്പുകളുണ്ട്. അതിരിനപ്പുറം ബന്ധങ്ങളും വിലാസങ്ങളുമില്ലാത്ത ലോകമാകുന്നു. മറ്റൊരിടത്തും അനുഭവങ്ങളുടെ ഇതേ സങ്കലനം കാണാം. അമ്മയും അച്ഛനും നിറഞ്ഞ ബാല്യസ്മൃതിയിൽനിന്നു രവി തെന്നി വീഴുന്നത് ചിറ്റമ്മയുമായുള്ള ഭോഗത്തിന്റെ ഓർമ്മകളിലേക്കാണ്.

ഇന്റർമീഡിയറ്റ് കഴിഞ്ഞ പൂട്ടലിൽ ചിറ്റമ്മയെ അറിഞ്ഞ രവി നാടും വീടും ഉപേക്ഷിച്ചു യാത്രയാവുന്നത് ബി.എ.ഓണേഴ്സ് പരീക്ഷയുടെ തലേന്നാളാണ്. അതിനിടയിൽ പത്മയുമായുള്ള പ്രണയത്തിന്റെ സാന്ത്വനവും രവിക്കുണ്ടായിരുന്നു. സ്നേഹശാലിയായ അച്ഛന്റെ, ഗർഭവതിയായ അമ്മയുടെ, കുറുനിരകൾ നെറ്റിയിലേക്കുതിർന്നു വീണ് കവിളിൽ കൺമഷി വിയർത്തു പരത്തുന്ന ചിറ്റമ്മയുടെ, ഓർമ്മകളുടെ ഭാരം പരീക്ഷാത്തലേന്നു യാത്ര പുറപ്പെടാൻ ഒരു നിമിത്തമായിട്ടുണ്ടാവാം. എന്തിനെന്നറിയാത്ത യാത്രയായിരുന്നു. പക്ഷെ, അതു വിരതിയിലേ

ക്കായിരുന്നില്ല. കമ്പം പിടിച്ച വെളുത്തു കൊഴുത്ത അന്തേവാസികളുടെ ആശ്രമങ്ങൾ, സംഘർഷവും ആശയും നിലച്ച കുഷ്ഠരോഗാലയങ്ങൾ, ഉമിത്തീ പോലെ സിഫിലിസ്സു നീറിപ്പിടിച്ചു നനഞ്ഞ തെരുവുകൾ. യാത്ര ആ വഴിക്കായിരുന്നു.രതിയിലേക്കുള്ള യാത്രയിൽ രവി അണിഞ്ഞിരുന്നത് വിരക്തന്റെ വേഷമായിരുന്നു. ഖസാക്കിലെത്തുമ്പോൾ ധരിച്ചിരുന്ന കാവിമുണ്ടുപോലെ മറ്റൊരദൃശ്യ വസ്ത്രം രവിയെ മൂടിക്കിടന്നു.

'നിന്നെയോർത്ത്, ദുർബ്ബലമായി പിന്നെയും പിന്നെയുമോർത്ത്, ഞാനിവിടെ കിടക്കുന്നു. അച്ഛൻ പറയുന്നതുപോലെ രവിക്കു തോന്നി. അച്ഛൻ എന്നെ പ്രതീക്ഷിക്കരുത്. രവി മറുപടി പറഞ്ഞു. ആ ഓർമ്മകളിൽനിന്ന് എന്നെയും അച്ഛനെയും വിടുർത്താനാണ് ഞാൻ ആ വീട്ടിൽ വരാതിരിക്കുന്നത്. ആ ഓർമ്മയിൽനിന്നും എന്നിൽനിന്നുമകലാൻ ഒരവധൂതനെപ്പോലെ ഞാൻ നടന്നു നടന്നു പോകുന്നു '(പു.224).

വിരക്തന്റെ ഈ വസ്ത്രമാണ് രവി, അവസാനത്തെ കടപ്പുറത്തു തിരവരാൻ കാത്തുനിൽക്കുമ്പോൾ (പു.224) അണിഞ്ഞിരുന്നത്. അവധൂതനെപ്പോലെ നടന്നുപോകുന്നുവെന്നാണ് രവി തന്റെ യാത്രയെക്കുറിച്ചു പറയുന്നത്. രതി വിരതികളുടെ ഈ മായക്കാഴ്ച്ചയിൽ മറഞ്ഞിരിക്കുകയാണ് രവി. അവസാനത്തെ കടപ്പുറത്തെ തിരയും രതിയുടേതായിരുന്നുവല്ലോ. നീലമുഖമുള്ള പാമ്പും മഴവെള്ളത്തിന്റെ സ്പർശവും ഇതിഹാസത്തിനൊടുവിൽ പങ്കുവെക്കുന്നത് മറ്റെന്തനുഭവമാണ്?

രവിയെപ്പോലെ, ഖസാക്കിലെ കുടുംബങ്ങൾ കടന്നുപോയ വഴിവളവുകളും ഇതിഹാസത്തിൽ അടയാളപ്പെട്ടിട്ടുണ്ട്. രവി സ്വയം വരിച്ച അടഞ്ഞ വ്യവസ്ഥയാണ് ഖസാക്ക്. അവിടെയുള്ള കുടുംബങ്ങളെല്ലാം അടഞ്ഞ സമുദായത്തിന്റെ വൈകൃതങ്ങൾ പേറുന്നു.ഖസാക്കിലെ പുരോഹിതനായ അള്ളാപ്പിച്ച മൊല്ലാക്കയുടെ കുടുംബം ഭാര്യ തിത്തിബിയുമ്മയും മകൾ മൈമൂനയും ഉൾപ്പെട്ടതാണ്. ആ ഘടനക്കകത്തേക്ക് നൈസാമലി എന്ന പതിനാറുകാരൻ കടന്നുവരുന്നു. ഈ പ്രവേശത്തിന്റെ വിവിധ ചിത്രങ്ങൾ നോവലിൽ ഇങ്ങനെ കാണുന്നു:

1. മൈമൂനയുടെ പ്രായം. നീണ്ടു സ്ത്രൈണമായ ചുണ്ടുകൾ. പുക ചുറ്റിയ കണ്ണുകൾ. പെണ്ണിന്റേതെന്നപോലെ ഒടിഞ്ഞ ചുമലുകൾ. (പു.27).

2. അവൻ ചിരിച്ചു. സ്ത്രൈണമായ കവിളുകളിൽ നുണക്കുഴികൾ തെളിഞ്ഞു. ഇഴ പറിഞ്ഞ തോർത്തിൻ തുണ്ടിനു ചോട്ടിൽ അവന്റെ വെളുത്ത തുടകളിൽ തെളിഞ്ഞ ചെമ്പൻ രോമങ്ങൾ മൊല്ലാക്ക കണ്ടു (പു.27).

3. മൊല്ലാക്ക നൈസാമലിയുടെ നേർക്ക് കൈനീട്ടി. ചൊറുകാൻ കാട്ടിത്തരുന്ന കാളക്കുട്ടിയെപ്പോലെ അവൻ അവന്റെ കവിള് ആ കയ്യി

നോടടുപ്പിച്ചു (പു.28).

4. അന്നുതൊട്ടു നടന്ന കഥ മൊല്ലാക്ക ആരോടും പറഞ്ഞിട്ടില്ല. എങ്കിലും തിത്തിബിയുമ്മ എല്ലാമറിഞ്ഞിരുന്നു. നൈസാമലിയെ മറക്കാൻ അവർ ഭർത്താവിനെ ഉപദേശിച്ചു. പക്ഷെ, മറക്കാൻ പറ്റുന്നില്ല (പു.21).

നൈസാമലി മൊല്ലാക്കയുടെ വീട്ടിലെ അധികാംഗമായി. ആ അംഗത്തിന്റെ സ്ഥാനം കുടുംബ പഥത്തിൽ പലപ്പോഴും തിത്തിബിയുമ്മയുടെ സ്ഥാനമായി ഇടഞ്ഞു. ഇവരുടെ താൽപ്പര്യങ്ങൾ പ്രത്യക്ഷത്തിൽ ഇടയുന്ന ചിത്രം നോവലിലില്ല.എന്നാൽ മുകളിൽ ഉദ്ധരിച്ച ഖണ്ഡങ്ങളിൽ മൊല്ലാക്കയിലേക്കു പ്രവേശിക്കുന്ന നൈസാമലിയുടെ ചിത്രമാണുള്ളത്. ഒന്നാം ഖണ്ഡത്തിൽ, മൈമൂനക്ക് എതിർ നിർത്തി മൊല്ലാക്ക നൈസാമലിയെ കാണുന്നു. കാഴ്ചയിൽ തെളിഞ്ഞുവരുന്നത് നീണ്ടു സ്ത്രൈണമായ ചുണ്ടുകളും കണ്ണുകളും ചുമലുകളുമാണ്. രണ്ടാം ഖണ്ഡത്തിൽ, സ്ത്രൈണമായ കവിളുകളിലെ നുണക്കുഴികളും അവന്റെ വെളുത്ത തുടകളിലെ ചെമ്പൻ രോമങ്ങളും മൊല്ലാക്ക കാണുന്നു. അടുത്ത ഭാഗത്തു കാളക്കുട്ടിയെപ്പോലെ അവൻ കവിള് മൊല്ലാക്കയുടെ കയ്യിനോടടുപ്പിക്കുന്നു. മൈമൂനയും നൈസാമലിയും മുഖാമുഖം നിൽക്കുന്ന ആദ്യ ചിത്രത്തിൽ തെളിയുന്നത് വാത്സല്യത്തിന്റെയും ശൃംഗാരത്തിന്റെയും സമ്മിശ്രമാണ്. ചുണ്ടും കണ്ണും ചുമലും നുണക്കുഴിയും കവിളും തുടകളും ചെമ്പൻ രോമവും കാളക്കുട്ടിയും രതിസൂചകങ്ങളാണ്. നാലാം ഖണ്ഡത്തിൽ, അന്നു തൊട്ടു നടന്ന കഥയെപ്പറ്റി പറയുന്നു.തിത്തിബിയുമ്മ അറിഞ്ഞ കഥയും അറിയാത്ത കഥയുമുണ്ട്. മൊല്ലാക്ക പറഞ്ഞ കഥയും പറയാത്ത കഥയുമുണ്ട്. അതെല്ലാം അർത്ഥത്തിന്റെ അകക്രമങ്ങളിലേക്കാണ് നീളുന്നത്.

ഖസാക്കിലെ ഇതരബന്ധങ്ങൾ ഇത്രയേറെ പ്രച്ഛന്നമായല്ല ആവിഷ്കൃതമായിരിക്കുന്നത്. തേവാരത്ത് ശിവരാമൻനായരുടെ ഭാര്യ നാരായണിയമ്മക്ക് പനകേറ്റക്കാരൻ കുപ്പുവുമായാണ് അവിഹിത ബന്ധം (പു.50). മാധവൻ നായരുടെ അമ്മ നടുപ്പുറമ്പിൽ കിടന്നു വ്യഭിചരിച്ചു(പു.218). മകനുമായുള്ള അവരുടെ ബന്ധത്തിലും അതിന്റെ കയ്പ്പുണ്ട്. മരിച്ചുപോയ അച്ഛന്റെ തത്സ്വരൂപമാണ് താനെന്ന് അമ്മ വീണ്ടും വീണ്ടും പറയുമായിരുന്നു. ഈ സാദൃശ്യത്തിന് അയാൾ അച്ഛനെ കഠിനമായി വെറുത്തു. ആ പുരയ്ക്കകത്ത് അയാൾ ഉറങ്ങിയില്ല.അമ്മയുമുറങ്ങിയില്ല. രാത്രിയുടെ അന്ത്യയാമങ്ങളിൽ പനങ്കാട്ടിൽ മഞ്ഞുതിരുമ്പോൾ, കിഴക്കൻ കാറ്റു വീശുമ്പോൾ, അതിൽഅവരസ്വസ്ഥരായി (പു.219) എന്നു നോവലിസ്റ്റ് ഈ വഴിമാറ്റവും രേഖപ്പെടുത്തുന്നു.

കൂമൻകാവിൽ ബീഡിക്കമ്പനി നടത്തുന്ന അത്തരു മുതലാളിയുടെ ഭാര്യ സൊഹറാബിക്ക് നൈസാമലിയുമായി രഹസ്യ ബന്ധമുണ്ടെന്നു കൂമൻകാവിലെ തിരപ്പുകാർ കരുതി. അന്ത ചെക്കൻ തിരുമ്പി വന്ത

താ ? എന്നന്വേഷിക്കുന്ന സൊഹറാബിയോട് 'ഥൂ ഉനക്കെന്നടീ അതീ' (പു.40) എന്നു രോഷംകൊള്ളുന്ന അത്തരിൽ ഒരു സംശയമെങ്കിലും പതിഞ്ഞുകിടക്കുന്നുണ്ട്. മുങ്ങാങ്കോഴി എന്ന ചക്രുറാവുത്തറിന്റെ ആദ്യ ഭാര്യ കിണറ്റിൽ വീണു മരിക്കുകയായിരുന്നു. ചക്രു കൊന്നതാണെന്നും അതല്ല, ഒരു ജാരനാണ് കൃത്യം നടത്തിയതെന്നും അഭിപ്രായ ഭേദങ്ങളുണ്ട്(പു.59).മുങ്ങാങ്കോഴിയുടെ രണ്ടാം ഭാര്യയായ മൈമൂന നൈസാമലിയുമായും രവിയുമായും രഹസ്യ ബന്ധത്തിലേർപ്പെടുന്നുണ്ട്.

'കുപ്പുവച്ചനും ഭാര്യ കല്യാണിയും മകന്റെ ഭാര്യ കേശിയുമടങ്ങിയതാണ് കുപ്പുവച്ചന്റെ കുടുംബം. മകൻ കിഴക്കൻ തോട്ടത്തിലാണ്. ശിവരാമൻനായരുടെ ഭാര്യ നാരായണിയമ്മയുമായി അവിഹിത ബന്ധമുള്ള കുപ്പുവച്ചൻ, കേശിയുമായുള്ള രവിയുടെ ബന്ധത്തിന് ഇടനിലക്കാരനാകുന്നുണ്ട്(പു.146). കുപ്പുവച്ചൻ കേശി ബന്ധത്തിലും സന്ദേഹങ്ങളുടെ നിഴലുണ്ട്.

കേശി ഉറക്കമായിരുന്നു. അവൾ പായയിൽനിന്ന് നിലത്തേയ്ക്കുരുണ്ടു കിടക്കുകയായിരുന്നു. ഉടുത്ത കച്ചമുറിയും അഴിഞ്ഞ ബോഡീസും തണുത്ത കാവി മണ്ണിലുരഞ്ഞ് സ്ഥാനം പിഴച്ചിരുന്നു.

'കേശിയേ', കുപ്പുവച്ചൻ പതുക്കെ വിളിച്ചു.

'എണീയ്ക്ക്'

'ഹായ്, ഈയപ്പൻ...'(പുറം.216).

ഹായ്,ഈയപ്പൻ എന്ന പ്രതികരണം ഒരു മുന്നനുഭവത്തിന്റെ പൂരകമായിരിക്കുമല്ലോ.

ചാന്തുമ്മയുടെ ഭർത്താവ് റാവുത്തർ മരിച്ചത് പോതിയുടെ പുളിയിൽനിന്നും വീണാണ്. ഭാര്യമാർ പതിവ്രതകളാണെങ്കിൽ പുരുഷന്മാർക്ക് പുളിയിൽ ഭയംകൂടാതെ കയറാം എന്നാണു വിശ്വാസം. റാവുത്തർ പാമ്പുറുമ്പുകളുടെ കടിയേറ്റ് പുളിയിൽനിന്നു വീണു മരിച്ചപ്പോൾ ആ വിശ്വാസമല്ല ചാന്തുമ്മയുടെ ജീവിതമാണ് സന്ദേഹാസ്പദമായത്. ഗോപാലപ്പണിക്കരുടെ ഭാര്യ ലക്ഷ്മിക്ക് ഒരു കാമുകനുണ്ടായിരുന്നു. കുട്ടാടൻ പൂശാരി. വിവാഹത്തിനു മുമ്പുള്ള ബന്ധമാണത്. പിന്നീട് ലക്ഷ്മിക്കു പ്രിയം അമ്മാവന്റെ മകൻ രഘുനന്ദനെയായി. തന്റെ മകൻ അയാളെപ്പോലെയാവണമെന്നു ലക്ഷ്മി ആഗ്രഹിക്കുന്നു. കോടച്ചി, മലകേറി അപ്പുറത്തെ തറകളിൽ കറുപ്പു വിറ്റു ഒന്നും രണ്ടും മാസം കഴിഞ്ഞുമാത്രം തിരിച്ചെത്തുന്ന ഭർത്താവിനെ മറന്നു രതിലീലകളാടുന്നു (പു.178).നീലിയുടെ പ്രസവവും മരണവും ദുരൂഹത നിറഞ്ഞതാണ്. നാച്ചി, കോച്ചി, പാച്ചി, കാളി നീലി എന്നിവർ സഹോദരിമാരാണ്. വിവാഹിതരായ ആദ്യത്തെ നാലുപേരും പ്രസവിച്ചില്ല. അവിവാഹിതയായ നീലി പ്രസവിച്ചു. വീണ്ടും ഗർഭിണിയായപ്പോൾ മരുന്നു കൊടുത്തത് ഖാലിയാരാണ്. നീലി മരിച്ചു. നീലി - ഖാലിയാർ ബന്ധവും നീലി - കുട്ടാപ്പു ബന്ധവും മാത്രമല്ല, സഹോദരിമാരുടെ

ബന്ധങ്ങളും നോവലിൽ പരാമർശിച്ചിട്ടുണ്ട്. കാളി പാച്ചിയുടെ ഭർത്താവിന്റെ കൂടെ പോയി. പാച്ചിയും നാച്ചിയും മലമ്പുഴയിൽ ചായക്കട നടത്തുന്ന ഒരു ചേട്ടന്റെകൂടെ ഒളിച്ചോടി. ഇതിഹാസകഥയിൽ വിഹിതാവിഹിതങ്ങളുടെ അതിർത്തികൾ അടയാളപ്പെടുത്തുക പ്രയാസം.

ശരീരം കാഴ്ചയും അനുഭവവുമാകുന്നതിന്റെ ആണെഴുത്തായി നോവൽ മാറുന്നു. ഖസാക്കിലെത്തിയ ആദ്യ ദിവസംതന്നെ രവി കാണുന്നു:

1. *സ്കൂളിനു ചുറ്റും പത്തു പതിനഞ്ചു കുട്ടികൾ വട്ടംകൂടി നിന്നു. കുട്ടികളെ തിരിച്ചു വിളിക്കാനെന്ന ഭാവത്തിൽ കുറെ പെണ്ണുങ്ങളും അവിടെ വന്നു നിൽപ്പായി. കാണാൻ കൊള്ളാവുന്ന രണ്ടു മൂന്നെണ്ണമുണ്ട്. വലിയ ചുണ്ടുകളും പതിഞ്ഞ മൂക്കുമുള്ള ഒരെണ്ണമൈലി. വാലുവെച്ച കണ്ണെഴുതിയ ഒരു മധ്യ വയസ്ക്ക. തുടകൾ പറ്റെക്കാണുവോളം ചേല മടക്കിക്കുത്തി കുഞ്ഞിനു മുല കൊടുത്തുകൊണ്ടുനിന്ന ഒരു ചെട്ടിച്ചി* (പു.14).
2. *താണത്തെ കടവിൽ രണ്ട് ഉമ്മമാർ കുളിച്ചു നിൽപ്പാണ്. മുലയും അരയും മറയാൻമാത്രം ഞാത്തിക്കെട്ടിയ കച്ചിക്കീറുകൾ കാറ്റത്തു സ്ഥാനം പിഴച്ചുകൊണ്ടിരുന്നു. അന്തിവെളിച്ചത്തിൽ അവരുടെ ചുമലുകളും തുടകളും കറുത്തു* (പു.15).

രവിയുടെ വീക്ഷണകോണിൽ മാത്രമല്ല ഈ അവയവക്കാഴ്ച്ചകൾ നോവലിൽ നിറയുന്നത്. ദൃശ്യങ്ങൾ മിക്കതും ഇവ്വിധമാണ്.മൈമൂനയുടെ ഉടലിന്റെ ധാരാളിത്തത്തിനു പൊന്നു വേണ്ട (പു.34), മുലയ്ക്കുമീതെ അമർത്തിക്കെട്ടിയ കച്ചയിലൂടെ കയ്യിറക്കി സോപ്പു തേച്ചു പിടിപ്പിച്ചുകൊണ്ട് മൈമൂന കടവിൽ നിന്നു (പു.36), ഈറൻ തുവർത്തു മാത്രം ചുറ്റിനിന്ന് (നാരായണിയമ്മ) മേത്ത് ചന്ദനം പൂശുകയാണ്(പു.149), മഞ്ഞളിന്റെ നിറം, മുലക്കുഞ്ഞിനു തളർത്താൻ കഴിയാത്ത കല്ലൻമുലകൾ (പു.49), തലയിൽ തട്ടനില്ലാതെ, നീലഞരമ്പോടിയ കൈകളിൽ കരിവളയിട്ട് അവൾ പിന്നെയും നടുപറമ്പിലൂടെ നടന്നു (പു.85), കമ്പം പിടിച്ചു കൊഴുത്ത അന്തേവാസികൾ (പു.122), തുവർത്തു മാത്രം ചുറ്റി യാക്കരത്തോട്ടിൽ കുളിച്ചുനിൽക്കുന്ന കല്യാണി (പു.142), കച്ചമുറി ചുറ്റി ബോഡീസു മാത്രമിട്ട ചെറുപ്പക്കാരി (പു.145), അവൾ റൗക്കയിട്ടിരുന്നില്ല, അവിടെ പൊന്നും ചന്ദനവും കലരുന്നത് കുട്ടാടൻ കണ്ടു (പു.162), നല്ലമ്മയുടെ തുടകൾ വാരിപ്പിടിച്ചുകൊണ്ട് പൂശാരി ഇരിക്കുകയാണ് (പു.176), മഞ്ഞളിച്ചു സമൃദ്ധമായ അടിവയറ് (പു.180), പട്ടുരോമങ്ങൾ കുരുത്ത മേൽച്ചുണ്ടിൽ ചുണ്ടമർത്തുന്നു(പു.184), നീലഞരമ്പോടിയ അരക്കെട്ട് (പു.189), സമൃദ്ധമായ പിൻപുറം (പു.190), നിലത്തെ പൊടിയിൽനിന്നും നിഴലിൽനിന്നും ഉടുപുടവയില്ലാതെ അവളുടർന്നു (പു227), മടിയിൽ അവളുടെ ഘനസ്പർശം (പു.223), വെളുത്തു തടിച്ച സുന്ദരി (പു.242), രവി പത്മയുടെ കവിളിലും ചുണ്ടിലും

തൊട്ടു. പട്ടുകുപ്പായത്തിനകത്തു തൊട്ടുനോക്കി. കൈത്തണ്ടകളും അടിവയറും തുടകളുമുഴിഞ്ഞു (പു244), ചുവപ്പു പ്രസരിച്ച ശരീരം. മാറിടവും അരക്കെട്ടും മാത്രം തളിരുപോലെ(പു.246) എന്നിങ്ങനെ നോവലിലെ ഊടുവഴികൾ മിക്കതും സ്ത്രീശരീരത്തിലേക്കാണ്. പദചേരുവകളിൽ വിസ്മയം വിടർത്തുന്ന ആഖ്യാന ശൈലി വിജയന്റെ സവിശേഷതയാണ്. പക്ഷെ, മുകളിൽ ഉദ്ധരിച്ച വാക്യങ്ങളിൽ ആ അപൂർവ്വത ദൃശ്യമല്ല. സ്ത്രീയെ ശരീരമാക്കി ചുരുക്കുന്ന ആധുനിക കമ്പോള മൂല്യസങ്കല്പം രചനയെ നിയന്ത്രിക്കുന്നുണ്ട്.സ്ത്രീസത്തയെ ലൈംഗികമായി അടയാളപ്പെടുത്തിക്കൊണ്ടാണ് പുരുഷമേധാവിത്തത്തിന്റെ രാഷ്ട്രീയക്രമം അടിത്തറ ഭദ്രമാക്കുന്നതെന്ന അഭിപ്രായം (Armstrong 1987:97) ഇവിടെ കൂട്ടിവായിക്കാവുന്നതാണ്.

ഖസാക്കിന്റെ പ്രാചീനത അവിടെ പ്രചാരത്തിലിരുന്ന കഥകളിലും വിശ്വാസങ്ങളിലും പതിഞ്ഞിരിപ്പുണ്ട്. എന്നാൽ ഗോത്രപരമായ ഒരു സാഹോദര്യത്തിന്റെ വേരും വല്ലിയും അവിടെയില്ല. ഞാറ്റുപുരയും ഞാറുനടുന്ന ചെറുമികളുംമറ്റുമുണ്ടെങ്കിലും പ്രധാന വരുമാന മാർഗം കൃഷിയാണെന്നു പറയാനാവില്ല. ഫ്യൂഡൽ മൂല്യനിഷ്ഠയുടെ നാട്ടുവഴക്കങ്ങളും ഖസാക്കിൽ വ്യത്യസ്തമാണ്.

ഖസാക്കിലെ ബാല്യം

ബാല്യത്തിന്റെ ഏകാന്തതയും തിരസ്ക്കാരത്തിന്റെ ഖേദവും മറികടന്ന് നിഷേധിക്കപ്പെട്ട ലോകത്തിന്റെ ശ്രദ്ധാകേന്ദ്രമാകുന്ന വിസ്മയ കഥയാണ് സിൻഡ്രല്ലായുടേത്. ഏകാന്തതയും ദുഖവും മാതൃകാമനയും കുട്ടിയായ സിൻഡ്രല്ലായുടെ അനുഭവമാണ്. തിരസ്ക്കാരത്തിന്റെ ഭീഷണതകൾക്കപ്പുറത്തു മോഹിപ്പിക്കുന്ന ഒരു കുലീന ലോകമുണ്ട്. അതു മുതിർന്നവരുടെ ലോകമാവാം. അവിടേക്കെത്താനുള്ള പിടച്ചിലുകളാണ് പലവിധം സിൻഡ്രല്ലാ മിത്തുകളായി ആവിഷ്കൃതമായിരിക്കുന്നതെന്നു എ.പി.ഫോക്സ് (Foulkes 1983:49) ചൂണ്ടിക്കാണിച്ചിട്ടുണ്ട്.

"കുട്ടിക്കാലം. സിൻഡ്രല്ലയുടെ കഥ. നക്ഷത്രങ്ങൾ വിതറിവരുന്ന യക്ഷിയമ്മമാർ. അച്ഛൻ വായിച്ചുതന്ന കഥകൾ ഓർമ്മയിലാവർത്തിച്ചാവർത്തിച്ചു കളിപ്പാട്ടങ്ങൾ മുന്നിൽ നിരത്തിവെച്ച് അയാൾ തിണ്ണയിൽ തനിച്ചിരിക്കും. അച്ഛനും ചിറ്റമ്മയും അകത്ത് ഉച്ച മയങ്ങുകയാവും. തിണ്ണയിൽ ദൂരേയ്ക്കു നോക്കിയാൽ അറ്റമില്ലാതെ ഞൊറിഞ്ഞു കിടക്കുന്ന കാപ്പിത്തോട്ടങ്ങളാണ്. കാപ്പിത്തോട്ടങ്ങൾ കഴിഞ്ഞാൽ പിന്നെ മഞ്ഞപ്പുല്ലു പുതച്ച കുന്നുകൾ. ആകാശം, അതത്രയും ഉൾക്കൊണ്ട് ഒരു ഗർഭവതിയെപ്പോലെ കിടന്ന വെയില്" (പു.9)

രവിയുടെ കുട്ടിക്കാലമാണിത്. സിൻഡ്രല്ലയുടെ നിഴലിലാണ് രവി.

കളിപ്പാട്ടങ്ങൾ മുന്നിൽ നിരത്തിവെച്ച് അതിൽ മുഗ്ധനാവാതെ തിണ്ണയിൽ തനിച്ചിരിക്കുന്ന കുട്ടി. ഈ ഏകാന്തത പലമടങ്ങു വർദ്ധിപ്പിക്കുന്നതാണ് അറ്റമില്ലാതെ ഞൊറിഞ്ഞു കിടക്കുന്ന കാപ്പിത്തോട്ടങ്ങളും അതിനുമപ്പുറമുള്ള മഞ്ഞപ്പുല്ലു പുതച്ച കുന്നുകളും ആകാശവും. എങ്കിലും ഇതയാളുടെ ലോകത്തിന്റെ ഭാഗമാണ്. അച്ഛനും ചിറ്റമ്മയും ഈ ലോകത്തിലില്ല. അവർ അന്യലോകത്തിൽ ഉച്ചമയക്കത്തിലാണ്. കളിപ്പാട്ടങ്ങളിൽ വിരക്തനായിരിക്കെ, ഈ കടുത്ത ഏകാന്തതയിലും അവൻ മാതൃസാന്നിദ്ധ്യം അനുഭവിക്കുന്നു. തിണ്ണയിൽ നിന്നു അങ്ങു ദൂരെ ആകാശത്തോളമുള്ള ലോകമത്രയും ഉൾക്കൊണ്ടു ഗർഭവതിയെപ്പോലെ കിടന്ന വെയിൽ രവിയ്ക്കു അമ്മയുടെ സാമിപ്യമനുഭവപ്പെടുത്തുന്നു. ഇതിഹാസത്തിലെമ്പാടും രവിയുടെ ഏകാന്തതകളിൽ വിസ്മയകരമായ മാതൃസാന്നിദ്ധ്യമുണ്ട്. സിൻഡ്രെല്ലാ കഥയിലെ ഏകാന്തതക്കും നക്ഷത്രങ്ങൾ വിതറിയെത്തുന്ന യക്ഷിയമ്മമാർക്കും രവിയുടെ കഥയിൽ ഇടമുണ്ട്. ഇങ്ങനെ സിൻഡ്രെല്ലയുമായുള്ള സാത്മ്യം രവിയെ അപരലോകത്തെക്കുറിച്ചുള്ള ഭ്രമചിന്തകൾക്കു വിധേയനാക്കുന്നു.

"ഉച്ചവെയിൽ. ആകാശത്തിന്റെ തെളിമയിൽ മരണമില്ലാത്ത ദേവന്മാർ ദാഹം മാറ്റി. കല്പക വൃക്ഷത്തിന്റെ കരിക്കിൻ തൊണ്ടുകൾ താഴോട്ടുതിർന്നു വന്നു. കളിപ്പാട്ടങ്ങളുടെ മുമ്പിൽ തനിച്ചിരുന്ന കുട്ടി ആ കരിക്കിൻതൊണ്ടുകളെണ്ണാൻ മുതിർന്നു" (പു.119).

തനിച്ചിരിക്കെ, ഉച്ചവെയിലിൽ കല്പകവൃക്ഷത്തിലെ കരിക്കു കുടിച്ചു ദാഹം മാറ്റുന്ന ദേവന്മാർ രവിയുടെ ലോകത്തിന്റെ അതിരിൽ പ്രത്യക്ഷപ്പെടുന്നു. കുന്നിൻ ചെരിവിൽ കരിക്കിൻ തൊണ്ടുകൾ വീഴുന്നത് അവൻ കാണുന്നു. തിണ്ണയിലിരുന്ന് തനിക്കു പിറകിൽ ഉറങ്ങുന്ന അച്ഛന്റെയും ചിറ്റമ്മയുടെയും ലോകത്തേക്കു കടക്കാനല്ല, അമ്മ പോയ, കരിക്കിൻതൊണ്ടുകൾ അടർന്നുവീഴുന്ന ആകാശത്തിന്റെ അതിരുകളിലേക്ക് എത്താനാണ് രവി കൊതിക്കുന്നത്.

"അവിടെ ആകാശത്തിന്റെ അതിരുകളിൽ പുൽക്കൊടികളെപ്പോലെ പൈൻമരങ്ങൾ വളർന്നുനിന്നു. അവ ഉച്ചച്ചൂടിൽ അലിഞ്ഞൊഴുകാൻ തുടങ്ങുമ്പോൾ കിരീടം ചൂടിയ ജലസർപ്പങ്ങൾ ചിറകടിച്ചു പൊങ്ങി വന്നു തന്നെ മാടിവിളിച്ചു "(പു.10).

ഈ ജലസർപ്പങ്ങളിലേക്കുള്ള പ്രയാണമാണ് ഖസാക്കിന്റെ ഇതിഹാസത്തിൽ രവി നിർവ്വഹിക്കുന്നത്. ആകാശത്തിന്റെ അതിരോളം ഗർഭവതിയെപ്പോലെ കിടന്ന വെയിലിൽനിന്നകന്നു രവിക്കു യാത്ര ചെയ്യാവില്ല. ഗർഭവതിയായ സാന്ത്വനം ഇതിഹാസത്തിൽ അമ്മയാണ്. കൊച്ചനുജത്തി വളരുന്ന, ചന്ദനനിറമുള്ള അമ്മയുടെ അടിവയറ്റിൽ ചാരിക്കിടന്നാണ് രവി അത്ഭുതങ്ങൾ അറിഞ്ഞു തുടങ്ങിയത്. ഇവിടെ മാതൃകാമനയിലൂടെയാണ് മാടിവിളിക്കുന്ന ജലസർപ്പങ്ങളിലേക്കുള്ള

പ്രയാണം നിർവ്വഹിക്കേണ്ടത്.

രതിയുടെ ബാല്യാനുഭവമാണ് ഇവിടെ മാതൃകാമനയും ജലസർപ്പങ്ങളെക്കുറിച്ചുള്ള സ്വപ്നവും. ചിറ്റമ്മയെ അറിയുന്നതിനുംമുമ്പ് രവിയെ തീണ്ടിയ രത്യനുഭവമാണിത്. പാപരഹിതമായ ഒരു പവിത്രാനുഭവമായി ഈ ഭ്രമകല്പന രവിയുടെ ഏകാന്തതക്ക് അർത്ഥമേകുന്നു. അവൻ ഒറ്റയ്ക്കിരുന്നു കരിക്കിൻ തൊണ്ടുകളെണ്ണുന്നു. നിഴലും തിളക്കവുമുള്ള മേഘത്തിന്റെ വിടവിലൂടെ അതാ ഒന്നു താഴോട്ടുതിരുന്നു. മഞ്ഞപ്പുൽത്തകിടികളിലൂടെ, കുന്നിൻ ചരിവിലൂടെ മറ്റൊന്നു കാപ്പിത്തോട്ടത്തിൽ നഷ്ടമാകുന്നു (പു.9). ഈ പദചേരുവകൾ പകരുന്ന രത്യനുഭവം, മഞ്ഞച്ച വെള്ളത്തിലൂടെ ചുവന്ന വളപ്പൊട്ടുകൾ താണുപോകുമ്പോൾ (വാസുദേവൻ നായർ 1970:192) അപ്പുണ്ണിക്കുണ്ടായ ആനന്ദത്തിൽനിന്നു ഭിന്നമല്ല. നിഴൽ, തിളക്കം, മേഘത്തിന്റെ വിടവ്, താഴോട്ടുതിരൽ, മഞ്ഞപ്പുൽത്തകിടി, കുന്നിൻ ചെരിവ്, കാപ്പിത്തോട്ടം എന്നിങ്ങനെ വിജയൻ പ്രയോഗിക്കുന്ന പദങ്ങളെല്ലാം രതിസൂചനകൾ സമ്മാനിക്കാൻ പ്രാപ്തങ്ങളാണ്. കുട്ടിക്കാലത്തെ രത്യനുഭവം പുതിയൊരു ലോകത്തിന്റെ സാന്നിദ്ധ്യമാണ് കുട്ടികൾക്കുണ്ടാക്കുന്നതെന്നു മാധവിക്കുട്ടിയുടെ കഥകൾ മുൻനിർത്തി എം.എസ് നൗഫൽ (1988:38) വിശദമാക്കുന്നുണ്ട്. എം.ടിയുടെ നാലുകെട്ടിൽ അപ്പുണ്ണിക്കുതന്നെ മറ്റൊരനുഭവമുണ്ട്.

''ഇപ്പോൾ കൊടുംകാട്ടിലാണ്. ഉയരത്തിൽ മാനം മുട്ടി നിൽക്കുന്ന ഒരു വൃക്ഷത്തിന്റെ കവുളിയിൽ രാജകുമാരൻ ഇരിക്കുന്നു. തലയിൽ കസവിന്റെ തലപ്പാവ്. തിളങ്ങുന്ന പട്ടുകുപ്പായം. അതിലവിടവിടെ തുന്നിപ്പിടിപ്പിച്ച രത്നക്കല്ലുകൾ പ്രകാശിക്കുന്നു. താഴെ കുതിര മേയുകയാണ്.തന്റെ രാജ്യം കാണാൻ വേണ്ടി സമ്മതം വാങ്ങി ഇറങ്ങിയതാണ് രാജകുമാരൻ. അതിർത്തിയിലെ കാട്ടിലെത്തിയപ്പോൾ വഴി തെറ്റിപ്പോയി. കൂടെ വന്ന മന്ത്രികുമാരനില്ല.....

ഇന്നു രാത്രി അവസാനിക്കണം....

അപ്പോഴാണ് അവൻ കാണുന്നത്. കാടുമുഴുവൻ വിറപ്പിച്ചുകൊണ്ട് ചീറ്റി സർപ്പം ഇഴഞ്ഞുവരുന്നു. സർപപ്പത്തിൻരെ ഫണത്തിനു പിറകിൽ സവാരി ചെയ്തുകൊണ്ട് ഒരു പെൺകിടാവുണ്ട്. അവളുടെ കഴുത്തിൽ വൈരക്കല്ലുകൾ പതിച്ച പതക്കം തിളങ്ങുന്നു. ..നേർത്ത കസവുകൊണ്ടു ഞൊറിഞ്ഞുടുത്തിരിക്കുന്നു. പിന്നിൽ കുത്തിയൊഴുകുന്ന കാട്ടുചോലപോലെ മുടിക്കെട്ടു ചിതറിക്കിടക്കുന്നു.....പാതിയടഞ്ഞ കണ്ണുകൾ.....''(വാസുദേവൻ നായർ 1970:71).

ഭ്രമാത്മകമായ അനുഭവത്തിലൂടെ അപ്പുണ്ണി അന്യലോകത്തെ അറിയുകയാണ്. കടുത്ത തിരസ്ക്കാരവും ഏകാന്തതയും അനുഭവിക്കുന്ന അപ്പുണ്ണി അപരലോകത്തിൽ രാജകുമാരനാകുന്നു. കുതിരയും വൃക്ഷവും കാടും സർപ്പവും പെൺകിടാവും കാട്ടുചോലയും അപരലോ

കത്തെ, സുരതാനുഭവത്തിന്റെ രൂപകമാക്കി മാറ്റുന്നു. മറ്റൊരിടത്ത് കാട്ടുമുല്ലപ്പടർപ്പിലൂടെ, പൂത്ത മരക്കുടിലിലൂടെ രാജകുമാരിയെയും കൊണ്ട് രാജകുമാരൻ കുതിരപ്പുറത്തു നീങ്ങുന്ന ചിത്രവും നാലുകെട്ടിലുണ്ട്. ചക്രവാളത്തിനപ്പുറത്തേക്കു കാണാൻ മാവിന്റെ ഉച്ചിയിൽ കയറുന്ന ബാല്യകാലസഖിയിലെ മജീദും മേഘപാളികളിലൂടെ പടവിറങ്ങി ഭൂമിയുടെ അറ്റത്തേക്കു വരുന്ന ദേവതമാരെ സ്വപ്നം കാണുന്ന ഉറൂബിന്റെ സുന്ദരികളും സുന്ദരന്മാരും എന്ന നോവലിലെ വിശ്വനാഥനും മാലാഖമാരുടെ ചിറകടി ശബ്ദത്തിനു കാതോർക്കുന്ന ഉറൂബിന്റെ ഉമ്മാച്ചുവും നിഷേധിക്കപ്പെട്ട ഒരപരലോകത്തെ കണ്ടെടുക്കുകയാണ്.

രവിക്ക് ഈ പ്രയാണത്തിൽ ചിറ്റമ്മയെ സന്ധിക്കണമെന്നതും ഒരു അനിവാര്യതയാകുന്നു. ചിറ്റമ്മയെ ജയിക്കുക എന്ന സിൻഡ്രല്ലാ ജയം. വീട്ടിനകത്തു ദാരുശിൽപ്പങ്ങളുണ്ട്. വർഷങ്ങളായി വിരലു പതിഞ്ഞിട്ടില്ലാത്ത പിയാനോവുണ്ട് (പു.119) എന്നിങ്ങനെയുള്ള രവിയുടെ അനുഭവങ്ങളിലാണ് ചിറ്റമ്മയെ അറിയലും സംഭവിക്കുന്നത്. കിടപ്പറയുടെ ജനലിനപ്പുറം അനന്തമായ മഞ്ഞപ്പുൽത്തട്ടും വസന്തത്തിൽ തെളിയുന്ന പൂമേടുമുണ്ട്. ദാരുശിൽപ്പത്തിലൂടെ, പിയാനോവിലൂടെ താങ്ങില്ലാതെ ഒറ്റപ്പെടുന്ന ചിറ്റമ്മയുടെ മോഹഭ്രമങ്ങളുമുണ്ട്.

രവിക്കു ഖസാക്കിൽ പ്രിയപ്പെട്ട ബാല്യം കുഞ്ഞാമിനയുടെതാണ്. രവി പഠിപ്പിക്കുന്ന കുട്ടികളിൽ ഇതിഹാസത്തിൽ നിറഞ്ഞുനിൽക്കുന്ന പേരും കുഞ്ഞാമിനയുടെതാണ്. സ്കൂളിൽനിന്നു വിനോദയാത്രപോകാൻ തീരുമാനിച്ചപ്പോൾ കുട്ടികൾ പാലക്കാട്ടെ കോട്ടയും കോടതിയും ആശുപത്രിയും കാണാനാഗ്രഹിച്ചു. കുഞ്ഞാമിന പറഞ്ഞത് ചെതലിമല കയറണമെന്നാണ്. ഷെയ്ഖ് തമ്പുരാന്റെ കലവറ കാണണമെന്നാണ് അവളുടെ ആഗ്രഹം. ഷെയ്ഖ് തമ്പുരാന്റെ കല്പിത കഥയുടെ മായികതയിൽ കുഞ്ഞാമിനയുടെ അപരലോകമുണ്ട്. വസ്തുനിഷ്ഠലോകത്തിന്റെ രീതികളിൽനിന്നും നിയമങ്ങളിൽനിന്നും വേർതിരിഞ്ഞു നിൽക്കുന്ന ഒരു ലോകം കുഞ്ഞാമിനയ്ക്കുണ്ട്. സ്കൂളിലെ ആദ്യ ദിവസങ്ങളിലൊന്നിൽ കഥ പറയാനൊരുങ്ങുന്ന രവിയോട് ആരും ചാകാത്ത കഥ പറയണമെന്നാണ് അവൾ നിർദ്ദേശിച്ചത്. എട്ടുകാലിയെ കൊല്ലുന്നതിന്റെ പാപം തനിക്ക് എട്ടുകാലിയുടെ ജന്മം നൽകുമെന്ന് ഭയപ്പെടുന്ന കുഞ്ഞാമിന, തന്റെ ചിലന്തിജന്മത്തെ മാസ്റ്റർ അടിച്ചുകൊന്നേക്കുമെന്നും വേദനിക്കുന്നു. തുടർന്നു മാസ്റ്ററോടു ചോദിക്കുന്നത്, 'നമ്മള് ചാക്ണതോ എട്ടുകാലി ചാക്ണതോ ജാസ്തി വേദന ?' എന്നാണ്. ആരും ചാകാത്ത കഥ കൊതിക്കുന്ന കുഞ്ഞാമിനക്ക് മരണം ഒരു പ്രഹേളികയാണ്. ആരുടെ മരണമാണ് കൂടുതൽ വേദനാകരമെന്നത് മനുഷ്യാവസ്ഥക്കും മുകളിൽനിന്നുള്ള ചോദ്യമാണ്. കുഞ്ഞാമിനയുടെ അന്വേഷണങ്ങൾക്ക് അവിടെ ദാർശനികച്ഛായ കൈവരുന്നുണ്ട്. ഉത്തരമറിയാത്ത ചോദ്യങ്ങളിലേക്കും അതിരുകൾക്കപ്പുറത്തെ ലോകങ്ങ

ളിലേക്കും കടന്നു നിൽക്കുന്ന ആമിന രവിയുടെതന്നെ ബാല്യത്തിന്റെ മറ്റൊരു തുടർച്ചയായി മാറുന്നു. ചക്രുറാവുത്തറുടെ മകൾ ആബിദയിലും ഈ ബാല്യത്തിന്റെ നിഴൽ കാണാം. മരിച്ചുപോയ ഉമ്മയെ സ്പർശിക്കാൻ ആബിദയെ തുണച്ചത് ഷെയ്ഖ് തമ്പുരാന്റെ പാണ്ടൻ കുതിരയാണ്. കിഴക്കൻ കാറ്റിലൂടെ കുതിര പാഞ്ഞു. കാടും കടലും കടന്ന് ഉമ്മയുടെ അരികിലെത്തുന്നു. ഈ കാഴ്ച്ചയുടെ ഭ്രമാത്മകതയും കുന്നുകൾക്കപ്പുറത്തേക്കു കടന്നുപോയ അമ്മയിലേക്കുള്ള രവി എന്ന കുട്ടിയുടെ അന്വേഷണാനുഭവവും ഒന്നുതന്നെയാണ്.

പത്താം വയസ്സിൽ വളർച്ച മുരടിച്ച അപ്പുക്കിളിക്ക് ദീർഘമായ ബാല്യം ലഭിച്ചു. ബാല്യത്തിന്റെ അപരലോകങ്ങളിലൂടെ കടന്നുപോകുന്നതുകൊണ്ടാവണം ജന്മാന്തരങ്ങളറിഞ്ഞവൻ എന്നാണ് നോവലിസ്റ്റ് അപ്പുക്കിളിയെ വിശേഷിപ്പിക്കുന്നത്. തുമ്പികൾ മരിച്ചവരുടെ ഓർമ്മകളായതിനാൽ ഖസാക്കിലെ കുട്ടികൾ തുമ്പികളെ പിടിക്കാറില്ല.തുമ്പികളെ പിടിക്കുന്ന ഓന്തുകളെ കൊട്ടപ്പാലു കുടിപ്പിച്ചു പകപോക്കുകയും ചെയ്യും. പക്ഷെ, ഈ നിയമം അപ്പുക്കിളിക്കു ബാധകമല്ല. ജന്മാന്തര ജ്ഞാനമുള്ള അപ്പുക്കിളി ഓന്തുകളെയും തുമ്പികളെയും ഒരുപോലെ സ്നേഹിക്കുന്നു. ഈ സ്നേഹം ജീവിതത്തോടും മരണത്തോടുമുള്ളതാണ്.

'കുട്ടാടൻ അങ്ങനെ പറഞ്ഞപ്പോൾ ലക്ഷ്മി അവന്റെ കവിളിലും തുടയിലും നുള്ളി. കുട്ടാടനു കരയണമെന്നു തോന്നി. എങ്കിലും അവൾ ഇനിയും നുള്ളണമെന്നും തോന്നുകയാണ്.

'നൊന്തോ ?' അവൾ ചോദിച്ചു.

'ഉം'

'എവിടെ ? കാണട്ടെ...!'

അവനുടെ പരുക്കൻ തുവർത്ത് അവൾ പതുക്കെ പൊക്കിനോക്കി. ചുവന്ന ചന്ദ്രക്കലകൾപോലെ നഖക്ഷതങ്ങൾ വീണിരുന്നു.

'നുള്ളേല്യത് ആരോടെങ്കിലും പറയ്യോ?'

'ഇല്ല.'

'സത്യം?'

'സത്തിയം'.

'ഷെയ്ഖ് തങ്ങളാണെ സത്യം?'

'ഷെയ്ഖ് തങ്ങളാണെ സത്തിയം.''(പു.162)

ബാല്യകാലസഖിയിലെ സുഹ്റയുടെ മാന്തലിനെ ഓർമ്മിപ്പിക്കുന്ന രംഗമാണിത്. തീച്ചെരവകൊണ്ട് മാന്തുന്നതുപോലെയാണ് മജീദിനത് അനുഭവപ്പെട്ടത്. സുഹ്റക്കു മുൻകൈയുള്ള ആ രത്യനുഭവത്തിനു സമാനമായ ഒന്നാണ് ലക്ഷ്മി കുട്ടാടൻ ബന്ധത്തിൽ കാണുന്നതും. ആരോടും പറയരുതെന്ന ലക്ഷ്മിയുടെ അപേക്ഷയും വേദനിക്കുമ്പോഴും അവൾ ഇനിയും നുള്ളണമെന്ന കുട്ടാടന്റെ മോഹവും തുടകളിലെ

ചുവന്ന ചന്ദ്രക്കലകൾ പോലെയുള്ള നഖക്ഷതങ്ങളും നിഗൂഢരതിയുടെ സൂചകങ്ങളാകുന്നു.

പാഠവും ഭാഷയും

രചനയിൽ ഒരു ജൈവമണ്ഡലത്തെ പുനരാവിഷ്ക്കരിക്കുകയാണ് നോവലിലെ ഭാഷ. ഭൗതികയാഥാർത്ഥ്യങ്ങൾ മാത്രമല്ല മാനസികാനുഭവങ്ങളും അടരുകളായി തെളിയുന്നു. പ്രയോഗവൈചിത്ര്യമാണ് ഇതിനു ഭാഷയെ പ്രാപ്തമാക്കിയിരിക്കുന്നത്. പദങ്ങളുടെ തെരഞ്ഞെടുപ്പും സംയോജനവും വിപുലമാക്കിയ പാഠസാധ്യതകൾ ഖസാക്കിന്റെ ഇതിഹാസത്തെ അപൂർവ്വാനുഭവമാക്കുന്നു.

'കൂമൻകാവിൽ ബസ്സു ചെന്നുനിന്നപ്പോൾ ആ സ്ഥലം രവിയ്ക്ക് അപരിചിതമായി തോന്നിയില്ല. അങ്ങനെ പടർന്നു പന്തലിച്ച മാവുകൾക്കടിയിൽ നാലഞ്ചു ഏറുമാടങ്ങൾക്കു നടുവിൽ താൻ വന്നെത്തുമെന്നു പണ്ടേ കരുതിക്കാണണം. വരുംവരായ്കകളുടെ ഓർമ്മകളിലെവിടെയോ ആ മാവുകളുടെ ജരയും ദീനതയും കണ്ടുകണ്ട് ഹൃദിസ്ഥമായിത്തീർന്നതാണ്. കനിവു നിറഞ്ഞ വാർധക്യം, കുഷ്ഠം പറ്റിയ വേരുകൾ, എല്ലാമതുതന്നെ'. (പു.5)

സംഘർഷനിർഭരമായ ഒരു അർത്ഥക്ഷേത്രത്തിലേക്ക് പാഠം കയറിനിൽക്കുന്നു. വിജയൻ പങ്കുവെക്കുന്ന സ്ഥൂലവും സൂക്ഷ്മവുമായ വൈരുദ്ധ്യങ്ങളുടെ തീക്ഷ്ണത രചനയെ ഒരു പ്രശ്ന പാഠമായി മാറ്റുന്നു. വിപ്ലവകഥ എഴുതാനാരംഭിച്ച നോവലിസ്റ്റിനെ (വിജയൻ 1989:42) പിറകിൽ തള്ളിയാണ് ഖസാക്കിന്റെ ഇതിഹാസം പൂർത്തിയാക്കിയത്. വിപ്ലവകഥയുടെ അംഗീകൃത ഘടന നിവേദക(Imparative)പാഠത്തിന്റേതാണല്ലോ. അതിൽനിന്നുള്ള മാറ്റമാണ് ഇതിഹാസ രചനയെ പ്രശ്നനിഷ്ഠമാക്കിയിരിക്കുന്നത്.

കൂമൻകാവിൽ ബസ്സുചെന്നു നിന്നപ്പോൾ ആ സ്ഥലം രവിക്ക് പരിചിതമായി തോന്നിഎന്ന ഋജുവാക്യംകൊണ്ടല്ല തുടക്കം. അപരിചിതമായി തോന്നിയില്ല എന്ന നിഷേധ ധ്വനിയിലൂടെയുള്ള വിധിപ്രയോഗമാണു കാണുന്നത്. അ, ഇല്ല എന്നീ നിഷേധപ്രത്യയങ്ങൾ ഇവിടെ നിഷേധത്തിന്റെ നിഷേധമാണ് സാധിക്കുന്നത്.

~~അ~~ / പരിചിതമായി തോന്നി / ~~യില്ല~~

പരിചിതം /അപരിചിതം എന്നീ പൂരക സാധ്യതകൾ പാഠാനുഭവത്തിൽ തെളിച്ചുവെച്ച് സന്ദേഹാർത്ഥം ഉത്പാദിപ്പിക്കുകയാണ് നോവലിസ്റ്റ്. പരിചിതമായി തോന്നി എന്ന വിധിരൂപത്തിന് ഭാഷയുടെ സാധാരണ ദൗത്യമേ നിർവ്വഹിക്കാൻ കഴിയൂ. എന്നാൽ, ഈ വാക്യഖണ്ഡത്തെ പരസ്പരം വിഴുങ്ങുന്ന രണ്ടു നിഷേധരൂപങ്ങൾക്കിടയിൽ സ്ഥാപിച്ച

പ്പോൾ പരിചിതമായി തോന്നി എന്ന ഘടകത്തിലേക്കും ആ നിഷേധ ധ്വനി പടർന്നു. അ, ഇല്ല എന്നീ രണ്ടു നിഷേധരൂപങ്ങൾ ആഖ്യാനത്തിന്റെ സന്ദിഗ്ധതയെ മറികടക്കുകയാണ്.രണ്ടു നിഷേധരൂപങ്ങളുണ്ടായിട്ടും പൂർണനിഷേധമല്ല സന്ദേഹമാണ് കൈവന്നിരിക്കുന്നത്. ഈ നിഷേധ വും സന്ദേഹവും ഖസാക്കിന്റെ ഇതിഹാസത്തിലെ ആത്മഭാവമാകു ന്നു. കരുതിക്കാണണം, വരും വരായ്കകൾ, ഓർമ്മകളിലെവിടെയോ തുടങ്ങിയ സന്ദേഹധ്വനികൾ ശ്രദ്ധേയമാണ്.

മുകളിൽ ഉദ്ധരിച്ച നോവൽഭാഗം മറ്റൊരു രീതിയിൽ വിന്യസിക്കാം:

പടർന്നു /പന്തലിച്ച മാവുകൾക്കടിയിൽ
നാലഞ്ച്/ ഏറുമാടങ്ങളുടെ നടുവിൽ
താൻ വന്നെത്തുമെന്ന്
പണ്ടേ കരുതിക്കാണണം
വരും വരായ്കകളുടെ/ ഓർമകളി-
ലെവിടെയോ ആ മാവുകളുടെ/ ജരയും ദീനതയും
കണ്ടു കണ്ട്
ഹൃദിസ്ഥമായ്
തീർന്നതാണ്.
കനിവു/ നിറഞ്ഞ /വാർദ്ധക്യം
കുഷ്ഠം /പറ്റിയ /വേരുകൾ
എല്ലാ
മതു
തന്നെ

മാവുകൾ/മാടങ്ങൾ, അടിയിൽ/നടുവിൽ, വരായ്കകളുടെ/മാവു കളുടെ, നിറഞ്ഞ / പറ്റിയ എന്നിവിടങ്ങളിലെ പ്രാസവും കനിവു നിറഞ്ഞ വാർദ്ധക്യം, കുഷ്ഠം പറ്റിയ വേരുകൾ എന്നിവിടങ്ങളിലെ വിശേഷണ ങ്ങളുടെ സമരൂപതയും കണ്ടു കണ്ടു ഹദിസ്ഥമായ് തീർന്നതാണ് എന്നിടത്തെ ഊന്നലുകളും ഗദ്യഭാഷയുടെ വാസ്തവികതയെ ഭാഗി കമായി നിഷേധിക്കുന്നുണ്ട്. ഈ നിഷേധവും സന്ദർഭത്തെ സന്ദേഹം നിറഞ്ഞതാക്കുന്നു.

1. അകലെ ചെതലിയുടെ
   കരിന്തഴകളിലൂടെ
   കാറ്റു വീശുന്നു.
   മലമുടിയിൽനിന്നു
   കാട്ടുതീയിന്റെ പുക
   താഴോട്ടു പടർന്നു
2. മാനത്തു കാലവർഷം കാത്തുനിന്നു
   ഇടിമിന്നലിൽ വഴി തെളിഞ്ഞു.
   വിണ്ടു കീറിയ കട്ടകളും

നെരിഞ്ഞൽ മുള്ളുകളും
പാമ്പിൻ പുറ്റുകളും
അശാന്തരായ
ഇഫിരീത്തുകളുടെ
സഞ്ചാരപഥം.

3. ദുരൂഹമായ സ്ഥലരാശി
കാലത്തിന്റെ ഗംഗാതടം

4. രവി ഉറങ്ങാൻ കിടന്നു
ജനാലയിലൂടെ ആകാശം
മിന്നുന്നു
തുടിക്കുന്നു
ഈശ്വരാ
ഒന്നുമറിയരുത്
ഉറങ്ങിയാൽ മതി
ജന്മത്തിൽനിന്ന്
ജന്മത്തിലേക്ക്
തല ചായ്ക്കുക
കാടായി
നിഴലായി
മണ്ണായി
ആകാശമായി
വിശ്രമംകൊള്ളുക

എന്നിങ്ങനെ നോവലിൽ മിക്ക വാക്യങ്ങളും കാവ്യശകലങ്ങളുടെ തുടർച്ചയാണ്. സമരൂപങ്ങളും സമാനശബ്ദങ്ങളും നിരന്തരം ആവർത്തിക്കുന്നു. ഉടെ, ഉം, ഉന്നു, ആയി തുടങ്ങിയ പ്രത്യയങ്ങളുടെ ആവർത്തനവും ഈ ഖണ്ഡത്തിൽ കാണാം.

നിഷേധരൂപങ്ങൾകൊണ്ട് സന്ദേഹമുണർത്തുന്ന ആഖ്യാന രീതി ഇതര എഴുത്തുകാരും പരീക്ഷിച്ചിട്ടുണ്ട്.

'ഒരു പകൽകൂടി അവസാനിച്ച സംതൃപ്തിയോടെ അയാൾ വെട്ടുവഴിയിലൂടെ നടന്നു. വഴിക്കു ചക്കമ്മയുടെ പടിക്കലെത്തിയപ്പോൾ അകത്തേക്ക് ഒന്നു നോക്കാതിരിക്കാൻ കഴിഞ്ഞില്ല..... കോലായിൽ വലിയ ചിമ്മിനി വിളക്കിന്റെ വെളിച്ചത്തിൽ മൂന്നു നാലു പേരിരിക്കുന്നതു കണ്ടു. കുടിയും സംസാരവും മുറയ്ക്കു നടക്കുന്നു. ചുമന്ന മൺചുമർ ചാരി നരച്ച മുടി പരത്തിയിട്ട് ചക്കമ്മ കോലായിൽ നിറഞ്ഞിരിക്കുന്നുണ്ട്. ആരാണു കുറ്റിക്കാരെന്നു ഗോവിന്ദൻകുട്ടി നോക്കിയില്ല.'(വാസുദേവൻ നായർ 1981:9).

അകത്തേക്ക് ഒന്നു നോക്കി എന്നല്ല, അകത്തേക്ക് ഒന്നു നോക്കാതിരിക്കാൻ കഴിഞ്ഞില്ല എന്നാണ് എഴുതിയിട്ടുള്ളത്. നോക്കാം/നോക്കരുത്

എന്നിങ്ങനെയുള്ള വിധി നിഷേധങ്ങൾക്കിടയിൽ സന്ദേഹം വ്യാപിക്കുന്നുണ്ട്. ഇതാകട്ടെ, കാണാനിരിക്കുന്ന കാഴ്ച്ചയുടെ സ്വഭാവത്തിലേക്കുള്ള സൂചകവുമാണ്.കുടിയും സംസാരവും, കോലായിൽ നിറഞ്ഞിരിക്കുക, കുറ്റിക്കാരൻ തുടങ്ങിയ സൂചനകളിലൂടെ കാഴ്ച്ചയുടെ അവ്യവസ്ഥിതത്വം വ്യക്തമാക്കുന്നുണ്ട്. ഈ കാഴ്ച്ചയിൽ നേരത്തേയുണ്ടായ സന്ദേഹം അലിഞ്ഞുതീരുന്നു. എഴുത്തുകാരന്റെ നിലപാടിലെ തീർച്ചകളാണ് ഉയർന്നു നിൽക്കുന്നത്. വിജയനിൽ ഈ തീർച്ചയില്ല.

ആകുന്നു (ആണ്) എന്ന ക്രിയാസംബന്ധിയായ തീർപ്പ് യഥാതഥാഖ്യാനത്തിൽ സ്വാഭാവികമാണ്. സ്ഥൂല സാമൂഹികാനുഭവങ്ങളുടെ ആഖ്യാനത്തിൽ അതത്ര ക്ലേശകരമല്ല. എന്നാൽ സാമൂഹികാനുഭവങ്ങൾ അവയുടെ സൂക്ഷ്മത്തിൽ മിക്കപ്പോഴും കേവലയുക്തിക്കു വഴങ്ങുകയില്ല. അത്തരം സാഹചര്യങ്ങളിൽ രചനകളിൽ ധാരാളമായി സന്ദേഹചിഹ്നങ്ങൾ കടന്നുവരാം. ഖസാക്കിന്റെ ഇതിഹാസത്തിൽ തീർച്ചകളിൽനിന്നു വഴുതി മാറി ഒരു തരം അനിശ്ചിതത്വത്തിലേക്കു വാക്യങ്ങൾ വിപുലീകൃതമായത് അതുകൊണ്ടാവാം. എന്നോണം, എന്നപോലെ, എന്ന ഭാവത്തിൽ, എന്നോ മറ്റോ, എന്നു തോന്നി, എവിടെയോ, എവിടെനിന്നെല്ലാമോ, എന്തുകൊണ്ടോ, എങ്ങുനിന്നോ, ആർക്കൊക്കെയോ, അറിഞ്ഞുകൂടാ, എന്തോ ആവോ, അത്രെ തുടങ്ങിയ പ്രയോഗങ്ങളിലൂടെയാണ് ഇവിടെ പാഠം സന്ദേഹാസ്പദമാകുന്നത്. ചില ഉദാഹരണങ്ങൾ താഴെ കൊടുക്കുന്നു:

കറങ്ങിയെരിയുന്ന മനസ്സിനെ നിലയ്ക്കു നിർത്താനെന്നോണം രവി ആ അഴുക്കുപാടുകളിൽ ശ്രദ്ധ ചെലുത്താൻ ശ്രമിച്ചു (പു.6)

എവിടെയോ കാക്ക കരയുന്നു. ഖസാക്കിലെ പനങ്കാടുകളിലാണെന്നു തോന്നി.(പു.42).

പുളിഞ്ചില്ലകളിൽ മേഘങ്ങൾ വിശ്രമിക്കയാണെന്നു തോന്നി.(പു.132).

ഒരുച്ചത്തണലിലെവിടെയോ രവിയുടെ ഓർമകൾ തുടങ്ങുന്നു (പു.9).

കുട്ടികളെ തിരിച്ചുവിളിക്കാനെന്ന ഭാവത്തിൽ കുറെ പെണ്ണുങ്ങളും അവിടെ വന്നു നിൽപ്പായി(പു.14).

ആ ശരീരം ഒരു നിഴലുപോലെ തന്റെ മുകളിൽ പന്തലിച്ചു നിൽക്കുന്നതായി മൊല്ലാക്കക്ക് അനുഭവപ്പെട്ടു

ആ നോക്കിന്റെ സാന്ദ്രത കുതിർന്നിറങ്ങിയിട്ടെന്നപോലെ കുഞ്ഞിനൂറു തിരിഞ്ഞ് ഉമ്മയെ നോക്കും.

എന്തോ, ആവോ. അതൊരു ശാഠ്യമാണെന്നു മാത്രം (പു.53).

ഒന്നല്ല, ഒരുപാടു ശാഠ്യങ്ങൾ. എന്തിനോടെന്നറിഞ്ഞുകൂടാ(പു.53).

ആ ഉദ്വേഗത്തിന്റെ അക്ഷരങ്ങളെ കൂട്ടി വായിക്കാനറിഞ്ഞുകൂടായി രുന്നു (പു.163).

അത്ത എന്തുകൊണ്ടോ ഏകനാണ് (പു.60).

ഞാറ്റുപുര തുറന്ന് അകത്തു കടന്നപ്പോൾ ഒരു ജന്മം കഴിഞ്ഞപോലെ രവിക്കു തോന്നി (പു.196).

യാഥാർത്ഥ്യത്തിന്റെയും മിഥ്യയുടെയും അപാരതകളിൽനിന്ന് ഓടി യകലുന്ന രവിയെ ചിത്രീകരിക്കാൻ ഈ സന്ദേഹം ആവശ്യമാകുന്നു. നോവലിൽ മറ്റുള്ളവരെ ചിത്രീകരിക്കുന്നിടത്തും സന്ദേഹധ്വനികളുടെ ആധിക്യം ദൃശ്യമാണ്. ഖസാക്കിനെത്തന്നെയും നോവലിസ്റ്റ് യാഥാർത്ഥ്യ ത്തിന്റെയും മിഥ്യയുടെയും ഇടയിലാണ് പ്രതിഷ്ഠിച്ചിരിക്കുന്നത്. ശിവ രാമൻ നായരുടെ എന്തിനെന്നറിഞ്ഞുകൂടാത്ത ശാഠ്യം, എന്തുകൊണ്ടോ ഏകനായ മുങ്ങാങ്കോഴി, അമ്മയുടെ നോക്കിന്റെ സാന്ദ്രത കുതിർന്നി റങ്ങിയിട്ടെന്നപോലെ അമ്മയെ നോക്കുന്ന കുഞ്ഞിനൂറു, കണ്ണുകൾ നിറഞ്ഞ് കുഞ്ഞാമിനയ്ക്കരികിൽ ധ്യാനത്തിലെന്നപോലെ നിന്ന മൊല്ലാക്ക എന്നിങ്ങനെ ഓരോരുത്തരെ പരിചയപ്പെടുത്തുമ്പോഴും ഭാവസൂക്ഷ്മതയുടെ സന്ദിഗ്ധതയാണ് നിറയുന്നത്.

പരന്നു വിളറിയ കവിളുകളിൽ ചുണങ്ങുപാടുകളുണ്ടായിരുന്നു. കണ്ണിനടിയിലും പാടുകളുണ്ടായിരുന്നു (പു.126)എന്നിങ്ങനെ വാക്യ ഖണ്ഡങ്ങളുടെ ആവർത്തനവും ദൂരെദൂരെ ഈരച്ചൂട്ടുകൾ മിന്നി മിന്നി കടന്നുപോയി (പു.123) എന്നിങ്ങനെ ഒരേ വാക്യത്തിൽ ഒരേ പദങ്ങ ളുടെ ആവർത്തനവും കാണുന്നു. ദൂരെ ദൂരെ ഈരച്ചൂട്ടുകൾ മിന്നി മിന്നി കടന്നുപോകുന്നത് ചെതലിയുടെ താഴ്വരയിൽ രവി കാണുന്നു. അതു ബോധത്തിന്റെ അതിർത്തികളിൽ മായുന്ന വെളിച്ചവുമാവാം. ദൂരെ മിന്നി മറയുന്നതിനെക്കാൾ തീവ്രമായ അനുഭവമാകുന്നു ദൂരെ ദൂരെ അതു മിന്നി മിന്നി മറയുമ്പോൾ. വിയർത്തടങ്ങുന്ന പനിപോലെ ഓർമകൾ രവിയെ തെല്ലു ശാന്തനാക്കിയിരുന്നു എന്ന സമീപവാ ക്യത്തിൽനിന്നും മിന്നി മിന്നി മറഞ്ഞത് രവിയുടെ ഓർമകളായിരുന്നു വെന്നു വ്യക്തമാകുന്നു.

ഖസാക്കിന്റെ ഇതിഹാസത്തിൽ സംഭാഷണങ്ങൾ നോവലിനെ അറു പതുകളുടെ പൊതുധാരയിൽ നിന്നു മാറ്റി നിർത്തുന്നു. തീർച്ചകളുടെ പ്രഖ്യാപനങ്ങളോ സംവാദങ്ങളോ അല്ല നോവലിലെ സംഭാഷണ രംഗ ങ്ങൾ. സന്ദേഹങ്ങളുടെ കാരുണ്യത്തിൽ വിപരീതങ്ങളുടെ മിതഭാഷ ണമായി അവ മാറുന്നുണ്ട്. കർശനമായ പക്ഷപാതങ്ങൾ അവിടെയില്ല. നമ്മള് ചാക്ണതോ എട്ടുകാലി ചാക്ണതോ ജാസ്തി വേദന? എന്ന കുഞ്ഞാമിനയുടെ സന്ദേഹം കേവലയുക്തികൊണ്ട് പരിഹരിക്കപ്പെടു ന്നില്ല.അവനൊടെ സത്തിയം എന്നാ എന്ന ചോദ്യവും തൃപ്തികരമായ

ഉത്തരത്തിലെത്തുന്നില്ല. ഷെയ്ഖ് തമ്പുരാനും മൊല്ലാക്കയും സത്യ മാണെന്നു പറയാൻ ഖസാക്കുകാർ സത്തിയം പലത് എന്ന തത്വം കണ്ടെത്തുന്നു. മറ്റൊരു രംഗം കാണാം:

''മാധവന്നായരേ ! രവി ചോദിച്ചു. എന്താ ഈ ഖാലിയാരുടെ പെരട്ട്?

എന്തോ. മാധവൻ നായർ പറഞ്ഞു. ആർക്കാ നിച്ചയം മാഷേ, നേരേതാ നുണയേതാന്ന് ? അതറിയര്ത്ന്നല്ലേ മനിഷജന്മത്തിന്റെ വിതി?'' (പു.28).

നേരേത്, നുണയേത് എന്നറിയാത്ത അവസ്ഥ മനുഷ്യജന്മത്തിന്റെ വിധിയാണ് എന്നത് ഇതിഹാസത്തിലെ ജീവിത വീക്ഷണമാകുന്നു. നിയതമായ ശരി തെറ്റുകളില്ലാത്ത പല സത്തിയങ്ങളായി ഖസാക്കു കാർ അതനുഭവിക്കുന്നു. ഇതിഹാസത്തിലെ സംഭാഷണങ്ങളിൽ ഈ സന്ദിഗ്ദ്ധത ആവർത്തിച്ചു പ്രത്യക്ഷപ്പെടുന്നു. മനുഷ്യന്റെ മരണത്തിനോ എട്ടുകാലിയുടെ മരണത്തിനോ കൂടുതൽ വേദന എന്ന പ്രശ്നത്തെ പ്പോലെ ഏതനുഭവമാണ് നേര്, ഏതനുഭവമാണ് നുണ എന്നതും ദാർശനിക സമസ്യയാകുന്നു. ഇങ്ങനെയൊരു ദാർശനിക തലം തുറ ന്നിടാൻ പാകത്തിലാണ് നോവലിൽ സംഭാഷണങ്ങൾ നിബന്ധിച്ചിരി ക്കുന്നത്.

'നീ ഏൻ മൂർഖൻ പാമ്പെ പിടിയ്ക്കലൈ?' മൊല്ലാക്ക ചോദിച്ചു.

'ഇന്ത പാമ്പ്, മൂർക്കനാഹലാം'. ചെറുക്കൻ പറഞ്ഞു.

'എന്ത കാലത്തിലേ?'

'അതിനൊടെ കാലം വരപ്പോ'

'സെരി,' മൊല്ലാക്ക പറഞ്ഞു, 'നീ അയ് പച്ചെലക്കൊത്തി വെലാ ലിനെ വിട്'(പു.28).

ഈ സംഭാഷണം പ്രവചനാത്മകം കൂടിയാകുന്നു. ഈ പാമ്പും മൂർഖനാകുമെന്ന നൈസാമലിയുടെ വാക്കുകൾ അയാളെ സംബന്ധി ച്ചുകൂടി വാസ്തവമായിത്തീരുന്നു.

ഖസാക്കിന്റെ ഇതിഹാസത്തിലെ ഘടനകൾ ഇഴ പിരിച്ചു പരിശോ ധിക്കുമ്പോൾ നോവലിന്റെ പ്രശ്ന നിഷ്ഠ നിലയാണ് തെളിഞ്ഞുവന്ന ത്.ഘടക-പൂരക സാധ്യതകളുടെ പ്രശ്നാധിഷ്ഠിതവും സന്ദേഹോ ന്മുഖവുമായ അകക്രമങ്ങൾ ഖസാക്കിന്റെ ഇതിഹാസത്തെ മലയാള നോവലിന്റെ മുഖ്യധാരയിൽനിന്നു വേർപെടുത്തുന്നു.സൂക്ഷ്മ സന്ദർഭ ങ്ങളിലേക്ക്, അവയുടെ വൈരുദ്ധ്യങ്ങളുടെ മുദ്രകളോടെ വളർന്ന അമ്പ തുകൾക്കു ശേഷമുള്ള മലയാള നോവലിന്റെ മുഖ്യ പ്രവണതകളുടെ വേറിട്ടതും വിസ്മയകരവുമായ ആഖ്യാനകമായി ഖസാക്കിന്റെ ഇതി ഹാസം അടയാളപ്പെടുന്നു.

നോവൽ: പാഠവും ഘടനയും

സമൂഹഘടന

അധികാരഘടനയിലെ മാറ്റം കേരളീയ ജീവിതത്തെ പ്രത്യക്ഷത്തിൽ സ്വാധീനിച്ച കാലയളവാണ് നാല്പതുകൾക്കും എഴുപതുകൾക്കും ഇടയിലുള്ളത്. ആ മാറ്റത്തിന്റെ അടിസ്ഥാനരേഖകൾക്കൊപ്പം നൂറ്റാണ്ടിലെ പ്രധാന രാഷ്ട്രീയസംഭവങ്ങളായ മലബാർ കലാപം, ലോകയുദ്ധം, സാമ്പത്തികമാന്ദ്യം, സ്വാതന്ത്ര്യസമരം, സ്വാതന്ത്ര്യലബ്ധി, വർഗീയലഹളകൾ, തൊഴിലാളി കർഷകപ്രസ്ഥാനങ്ങളുടെ ആവിർഭാവം, സാമുദായിക പരിഷ്കരണ മുന്നേറ്റങ്ങൾ, സോഷ്യലിസ്റ്റ് -കമ്യൂണിസ്റ്റ് ആശയങ്ങളുടെ പ്രവേശം, ശാസ്ത്രവികാസം, സാങ്കേതികവിദ്യാവിപ്ലവം, വിദ്യാഭ്യാസരംഗത്തെ പുത്തനുണർവ്വ് തുടങ്ങിയവയെല്ലാം അമ്പതുകളിലും അറുപതുകളിലും നോവലുകളെ സ്വാധീനിച്ചിട്ടുണ്ട്. മുഖ്യധാരാനോവലുകളെല്ലാം അധികാരത്തിന്റെ രാഷ്ട്രീയരൂപങ്ങൾക്കും ബോധരൂപങ്ങൾക്കും എതിരായ പ്രതിബോധ സ്വരൂപമായി മാറിയിട്ടുണ്ട്.

അധികാരത്തിന്റെ സ്ഥൂലഘടനക്കെതിരായ ബോധനിർമ്മിതികളാണ് തകഴിയുടെയും കേശവദേവിന്റെയും നോവലുകൾ. അവ ജന്മിത്തത്തിനും ചൂഷണത്തിന്റെ സമസ്ത വ്യവസ്ഥകൾക്കും എതിരായ നിലയാണ് പുലർത്തിയത്. തകഴിയുടെ തലയോട്, ഔസേപ്പിന്റെ മക്കൾ, അനുഭവങ്ങൾ പാളിച്ചകൾ, പാപ്പിയമ്മയും മക്കളും, പെണ്ണ്, ഏണിപ്പടികൾ തുടങ്ങിയ രചനകളും കേശവദേവിന്റെ ഉലക്ക, റൗഡി, കണ്ണാടി, ചേരിതിരിവ്, അയൽക്കാർ തുടങ്ങിയ നോവലുകളും വ്യവസ്ഥയുടെ ഉപരിസ്വരൂപം സർഗാത്മകമായി പുനഃസൃഷ്ടിക്കുന്നു. വ്യവസ്ഥാവിരു

ദ്ധമായ ഒരു നിലപാടാണ് അവ നിവേദിപ്പിക്കുന്നത്. അറുപതുകൾക്കൊടുവിൽ അധികാരം എന്ന നോവലിൽ, അധികാരം പുരോഗമന പ്രസ്ഥാനങ്ങളെപ്പോലും ജീർണ്ണിപ്പിക്കുന്നുവെന്നും ദേവ് തുറന്നുപറയുന്നു. അമ്പതുകളിൽ ചെറുകാടിന്റെ മണ്ണിന്റെ മാറിൽ, മുത്തശ്ശി, മരുമകൾ, ശനിദശ തുടങ്ങിയ നോവലുകളും അധികാരബന്ധങ്ങളുടെ നിശിതവിചാരമായി. നാടുവാഴിത്തവ്യവസ്ഥയുടെ ജീർണതകൾക്കും കാലഹരണപ്പെട്ട മൂല്യബോധത്തിനും എതിരായാണ് എം.ടി. വാസുദേവൻനായർ നാലുകെട്ടും, കാലവും അസുരവിത്തും എഴുതിയത്. ദേശീയസംസ്കാരവും യുദ്ധവും തമ്മിലുള്ള പൊരുത്തക്കേടുകളുടെ ആഴങ്ങളാണ് കോവിലൻ തുറന്നത്.ബുദ്ധൻ/യുദ്ധം എന്ന ദ്വന്ദ്വത്തിലൂടെ ഭാരതീയമായ സാംസ്കാരികത്തനിമ അധികാരത്തിന്റെ ഇരുൾസ്ഥലികളിൽ വേട്ടയാടപ്പെടുന്നത് കോവിലന്റെ നോവൽപാഠമാകുന്നു. മനുഷ്യത്വത്തെ മുരടിപ്പിക്കുന്ന എല്ലാ രാഷ്ട്രീയ സാമൂഹ്യ പ്രത്യയശാസ്ത്രങ്ങളോടും പൊരുതുന്നതിന് ഉറൂബിന് ഒരു പക്ഷപാതവും തടസ്സമാകുന്നില്ല. മനുഷ്യനിലെ ധർമ്മസങ്കടങ്ങൾ അവന്റെ സാമൂഹിക ഇടപെടലുകളുടെ സൂക്ഷ്മത്തിലുള്ള വൈരുദ്ധ്യങ്ങളാണ്. അവ ഉമ്മാച്ചുവിൽ ജ്വലിച്ചുനിൽക്കുന്നു. 'സുന്ദരികളും സുന്ദരൻമാരും, അണിയറ' തുടങ്ങിയ നോവലുകളിലും ഈ കാഴ്ചയുടെ അഗാധത ഒരു ദാർശനികഛായയും ചമയ്ക്കുന്നുണ്ട്. സാമൂഹികയുക്തികളുടെ നിഷേധത്തിലൂടെ, തന്നെത്തന്നെ പ്രദർശിപ്പിക്കുന്ന അല്ലെങ്കിൽ അന്വേഷിക്കുന്ന വ്യക്തിയെ മുകുന്ദൻ അവതരിപ്പിക്കുന്നു. ജീവിതത്തെ ജ്വലിപ്പിച്ചുനിർത്തിയിരുന്ന അന്തര്യാമിയായ ഒരഗ്നിസാന്നിദ്ധ്യം എവിടെയോ നഷ്ടമായതായി മുകുന്ദന്റെ 'ദൽഹിയും പരിഭവിക്കുന്നുണ്ട്. രാഷ്ട്രീയമായ മൂല്യത്തകർച്ചയുടെ സൂക്ഷ്മരേഖകൾ' ഖസാക്കിന്റെ ഇതിഹാസത്തിലുമുണ്ട്. കൂട്ടായ്മയുടെ മുദ്രാവാക്യങ്ങൾ നഷ്ടമാകുമ്പോൾ സാമൂഹികമായ ഉൾക്കാഴ്ചകളും ശോഷിക്കുന്നു. നാല്പതുകളിലെ സ്വാതന്ത്ര്യസമരത്തിന്റെ തീക്ഷ്ണത സ്വാതന്ത്ര്യലബ്ധിയോടെ പൊടുന്നനെ നൈരാശ്യത്തിലേക്ക് വഴുതിവീഴാതിരുന്നത് കാർഷിക വിപ്ലവത്തിനുള്ള സമരം സമൂഹത്തിൽ ആളിനിന്നതുകൊണ്ടാണ്. സമൂഹത്തിലെ മുഖ്യവൈരുധ്യം അന്ന് അതായിരുന്നു. അറുപതുകളിലാവട്ടെ, ജൻമിത്തം അവസാനിപ്പിച്ചതിന്റെ ഗുണഫലങ്ങളും കോൺഗ്രസ്സ്, കമ്യൂണിസ്റ്റ് പാർട്ടികളിലുണ്ടായ പിളർപ്പുകളും പൊടുന്നനെ ഒരു മുദ്രാവാക്യനഷ്ടം അനുഭവിപ്പിച്ചു. ഈ സന്ധിയിലാണ് നിരാലംബനും തിരസ്കൃതനുമായ വ്യക്തിയുടെ ഏകാന്തവ്യഥകളും അസ്തിത്വദുഃഖങ്ങളും മലയാളനോവലിൽ കൂട്ടംതെറ്റി മേഞ്ഞത്. ഖസാക്കിന്റെ അടഞ്ഞ സമുദായഘടനയിലേക്ക് ഒ.വി. വിജയൻ കൂടന്വേഷിച്ചെത്തിയത് ഈ അന്തരീക്ഷത്തിലാണ്. കൊഴണശ്ശേരിയിലെ കമ്യൂണിസ്റ്റുകാരുടെ സിദ്ധാന്തവാശിയും നൈസാമലിയുടെ പിൻമടക്കവും രാഷ്ട്രീ

യപ്രതിസന്ധി വ്യക്തമാക്കുന്നുണ്ട്. അധികാരഘടനയിൽ തനിക്കുള്ള സ്ഥാനത്തോടു തന്നെ കലാപം നടത്തുന്ന കഥാപാത്രമാണ് ഖസാക്കിലെ രവി. എഴുപതുകളിലെത്തുമ്പോഴേക്കും വിപുലമായി വിടർന്നു കഴിഞ്ഞ മുതലാളിത്തബന്ധങ്ങളും അവയുടെ മൂല്യവ്യവസ്ഥകളും അനുഭവങ്ങളുടെ അനവധി കേന്ദ്രങ്ങളായി വ്യക്തിയെ ചുഴ്ന്നുതുടങ്ങി. ഇവയെ ചുറ്റിപ്പറ്റിയുള്ള ജീവിതത്തിലെ നിഷേധങ്ങളുടെ സൂക്ഷ്മലോകങ്ങളായി നോവൽ മാറി. കാക്കനാടന്റെ 'ഏഴാം മുദ്ര'യും മുകുന്ദന്റെ കൂട്ടംതെറ്റിമേയുന്നവരും വിജയന്റെ ഖസാക്കിന്റെ ഇതിഹാസവലും ഇത്തരമൊരു തുടക്കംകൂടി നിർവഹിക്കുന്നുണ്ട്.

തകഴിയിലും കേശവദേവിലും ചെറുകാടിലുമെല്ലാം സ്ഥൂലസാമൂഹികാവസ്ഥകൾ പ്രത്യയശാസ്ത്രബദ്ധമായി അവതരിപ്പിക്കുമ്പോൾ ആവിഷ്കൃതമാകുന്ന റിയലിസം നിവേദക പാഠത്തിന്റേതാണ്. അമ്പതുകളിലും അറുപതുകളിലും നോവലിലെ മുഖ്യധാരയായി വളർന്നു വന്നത് പ്രശ്നോൻമുഖമായ ജീവിതത്തിന്റെ പുനഃസൃഷ്ടികളാണ്. വൈരുദ്ധ്യാധിഷ്ഠിതമായ ഇതിവൃത്തവും ആഖ്യാനവും ഈ നോവലുകളെ പ്രശ്നപാഠമായി നിലനിർത്തുന്നു. സ്ഥൂലസാമൂഹികസന്ദർഭത്തിലെ മുഖ്യവൈരുധ്യങ്ങൾ അനന്തവൈചിത്ര്യങ്ങളോടെ സൂക്ഷ്മസന്ദർഭത്തിൽ തെളിയുന്നതിന്റെ ചിത്രങ്ങൾ നോവൽപാഠങ്ങൾ നൽകുന്നുണ്ട്.

സ്ത്രീയും പുരുഷനും

അമ്മമാർ, ഭഗ്നപ്രണയത്തിലെ കാമുകിമാർ, പതിവ്രതകൾ, വെപ്പാട്ടികൾ, അസംതൃപ്ത ദാമ്പത്യത്തിലെ പങ്കാളികൾ എന്നിങ്ങനെയുള്ള വിഭാഗങ്ങളിലാണ് മലയാളനോവലിലെ സ്ത്രീകഥാപാത്രങ്ങളിൽ ഭൂരിപക്ഷവും ഉൾപ്പെടുന്നത്. ഇത് സ്ത്രീ-പുരുഷബന്ധത്തിന്റെ വ്യവസ്ഥാപിത ഘടനയുടെ പുനർനിർമ്മാണമാണ് നിർവ്വഹിക്കുന്നത്. സ്ത്രീ അകത്തുള്ളാളും പുരുഷൻ കർഷകനോ യാത്രികനോ മറ്റും ആയ പ്രാചീനകുലീനകുടുംബത്തിന്റെ മാതൃക ചുരുങ്ങിയ മാറ്റങ്ങളോടെ ഇപ്പോഴും നിലനിൽക്കുന്നു.

പുരുഷനെ ചിരിപ്പിക്കാനും രസിപ്പിക്കാനും വേണ്ടി ഒരു പൂപോലെ വിരിയുന്നതും ആ മോഹം സാധിക്കാതെ വരുമ്പോൾ കരഞ്ഞു പിഴിഞ്ഞു കരിഞ്ഞലിഞ്ഞു മണ്ണാവുന്നതും മാത്രമാണ് സ്ത്രീയുടെ ജീവിത വ്യാപാരം എന്ന മട്ടിൽ കഥകളും നോവലുകളും എഴുതുന്നവർ അടുത്ത കാലത്ത് കൂടിക്കൂടി വരുന്നു. (ലീലാവതി 1990:1). എന്ന നിരീക്ഷണം ശ്രദ്ധാർഹമാണ്. സ്ത്രീ ഒരു പ്രഹേളികയായി തുടരുന്നതിനു കാരണം, സ്ത്രീ - പുരുഷ ലോകങ്ങൾക്കിടയിൽ സാമ്പ്രദായികമായി വന്നുപോയ അകൽച്ചയാണ്. തീക്ഷ്ണാനുഭവങ്ങളെ ഒന്നിച്ചു നേരിടേണ്ടി

വരികയും ഒരു സാർത്ഥകമായ കൂട്ടായ്മ രൂപം കൊള്ളുകയും ചെയ്യുന്നതിന് ചറുകാടിന്റെ നോവലുുകൾ ഉദാഹരണങ്ങളാണ്. അധ്യാപകർ സ്കൂൾ മാനേജർമാരുടെ ചൂഷണത്തിനു വിധേയമായിരുന്ന കാലത്ത് എതിർപ്പിന്റെ സ്ത്രീരൂപമായി മാറിയ നാണി മിസ്ട്രസ്, ആചാരങ്ങളുടെയും അന്ധവിശ്വാസങ്ങളുടെയും ലോകത്തുനിന്നും വിപ്ലവകാരികൾക്കൊപ്പമുയരുന്ന മുത്തശ്ശി തുടങ്ങി മുത്തശ്ശിയിലെ സ്ത്രീകഥാപാത്രങ്ങളും ശനിദശയിലെ തങ്കമ്മയുമെല്ലാം ഈ നിലയ്ക്ക് മലയാള നോവലിലെ അപൂർവ്വാനുഭവങ്ങളാണ്. തികച്ചും നാടുവാഴിത്തത്തിന്റേതായ സദാചാരസങ്കല്പങ്ങൾ മേൽക്കൈ നേടുന്നുണ്ടെങ്കിലും പുരുഷനൊപ്പം വിട്ടുവീഴ്ച കൂടാതെ ജീവിക്കാനുള്ള അധ്വാനത്തിൽ ഏർപ്പെടാൻ സ്ത്രീക്കും കഴിയുമെന്ന് ചെറുകാടിന്റെ കഥാപാത്രങ്ങൾ തെളിയിക്കുന്നു.

''പിന്നേയ്, ഇൻസ്പെക്ടറേ, നിങ്ങളും മര്യാദയ്ക്ക് പെരുമാറിക്കൊള്ളൂ. ഇല്ലെങ്കിൽ നിങ്ങളെ ഞാൻ മര്യാദ പഠിപ്പിക്കും. എനിക്ക് എന്റെ സർട്ടിഫിക്കറ്റ് നിങ്ങൾ പൂർത്തിയാക്കിത്തരേണ്ട. ഞാൻ എന്റെ സർട്ടിഫിക്കറ്റ് നിങ്ങളുടെ കൈയിൽ തരികയുമില്ല''(ചെറുകാട് 1989:228). എന്ന് സ്കൂൾ ഇൻസ്പെക്ടറോട് നാണിമിസ്ട്രസ് പൊട്ടിത്തെറിക്കുന്നു. ജീവിതത്തിന്റെ ക്ലേശഭൂമിയിൽ നിൽക്കുന്ന സാധാരണക്കാരന്റെ പ്രതിനിധിയായി അവർ മാറുന്നു. കോൺഗ്രസിന്റെ പ്രസംഗങ്ങൾ കേട്ടുനിൽക്കുകയും പ്രണയനാടകമാടുന്ന തമ്പുരാനെ ആട്ടുകയും ചെയ്യുന്ന ചിന്നമ്മു (ഉറൂബ് 1982:171,236) ഇതേ സ്ത്രീവീര്യം പ്രകടമാക്കുന്നുണ്ട്.

ഇതരനോവലുകളിൽ കാല്പനികഘടനയും വ്യവസ്ഥയും നിലനിർത്താനുള്ള ദൗത്യമാണ് സ്ത്രീയുടേത്. പുറംലോകവും യാത്രയും ഭക്ഷണശേഖരണവും കൂട്ടായ്മകളും വിനോദങ്ങളും പ്രസംഗങ്ങളും ക്രയവിക്രയങ്ങളും പുരുഷനുമായി ബന്ധപ്പെട്ടവയാണ്. പാചകം. അടുക്കള, ഏകാന്തത, ആത്മഗതം എന്നിവയാണ് സ്ത്രീയുടെ ലോകം. പുരുഷൻ നൽകാനും സ്ത്രീ വാങ്ങാനുമാണ്. പുരുഷൻ തീരുമാനിക്കുന്നു, സ്ത്രീ അനുസരിക്കുന്നു. ഇങ്ങനെ കുടുംബബന്ധത്തിനകത്ത് - വീട്ടമ്മയായി- സ്ത്രീയുടെ നില പരിമിതപ്പെട്ടിരിക്കുന്നു. കാർഷിക ജീവിതവൃത്തിയിൽനിന്നുണ്ടായ സാമൂഹിക മാറ്റം ഈ രീതിയിലും പ്രതിഫലിച്ചിട്ടുണ്ടെങ്കിലും മുഖ്യമായും കേരളീയസ്ത്രീജീവിതം ഇതേ ഘടനയിലാണുള്ളത്. കൗമാരത്തിൽ പിതാവിന്റെയും യൗവ്വനത്തിൽ ഭർത്താവിന്റെയും വാർധക്യത്തിൽ മകന്റെയും പരിചരണവും നിയമവുമാണ് സ്ത്രീക്ക് മനുസ്മൃതി അനുവദിച്ചിട്ടുള്ള സ്വാതന്ത്ര്യം. അതിൽ നിന്നും വലിയ മാറ്റമൊന്നും സമകാല പുരുഷമേധാവിത്ത സമൂഹത്തിന്റെ ഘടനയിൽ വന്നിട്ടില്ല.

പ്രണയത്തിന്റെയും ഭഗ്നപ്രണയത്തിന്റെയും ഘടനയിൽ സ്ത്രീ അനുഭവിക്കുന്ന സുരക്ഷിതത്വവും നിരാശ്രയത്വവും നവോത്ഥാന എഴു

ത്തുകാർക്ക് പ്രിയപ്പെട്ട വിഷയമായി. ഈ രണ്ടു വ്യവസ്ഥകളിൽ ഏതെങ്കിലുമൊന്നിൽ ഉൾപ്പെടാത്ത യുവതികളായ സ്ത്രീകഥാപാത്രങ്ങളില്ലെന്നു വന്നു. കോവിലന്റെ എമൈനസ് ബിയിൽ ഇങ്ങനെ കാണുന്നു. ''തോമസ്സാകട്ടെ രാജമ്മയുടെ വ്യക്തമായ ഭാവവിശേഷങ്ങളെക്കുറിച്ചോർക്കുകയായിരുന്നു. അല്പം വിടർന്ന അനഭിജ്ഞങ്ങളായ കണ്ണുകളും കവിളിലോളം വരുന്ന വാർമുടിക്കെട്ടും കുറുനിരകളും..... അവൾ മുഴുവൻ സൗന്ദര്യമാണ്''(കോവിലൻ 1976:116).

സ്ത്രീ യുവതിയാണെങ്കിൽ മുഴുവൻ സൗന്ദര്യമാണ്. സ്നേഹിക്കപ്പെടുക എന്നതിന്റെ ലഹരിയാണ് കഥാപാത്രങ്ങൾ തേടിപ്പിടിക്കുന്നത്. നാലുകെട്ടിൽ അമ്മിണിയേടത്തി സർപ്പകന്യക(വാസുദേവൻനായർ 1970:73)യാണ്. പാമ്പിൻതുള്ളലും രാത്രിയിലെ രത്യനുഭവവും അപ്പുണ്ണിക്ക് അമ്മിണിയേടത്തിയിലെ സർപ്പകന്യകയെ പരിചയപ്പെടുത്തി. സ്ത്രീസൗന്ദര്യവർണ്ണനയിൽ ധാരാളിത്തം കാണിക്കാറില്ല എം.ടി. സർപ്പകന്യക എന്ന പ്രയോഗത്തിലൂടെ അമ്മിണിയേടത്തിയുടെ സൗന്ദര്യവും രത്യാഭിമുഖ്യവും വെളിപ്പെടുത്തുന്നു. സ്ത്രീസ്പർശവും കൗമാരരീതിയും പ്രണയവുമെല്ലാം തന്നെയാണ് കാലത്തിലും കാല്പനികചാരുത പകരുന്നത്. മഞ്ഞിൽ ഒരു പ്രണയ നഷ്ടത്തിന്റെ ഓർമ്മയും കാത്തിരിപ്പിന്റെ നിറങ്ങളുമാണുള്ളത്. ഗൃഹാതുരതപോലെ കാത്തിരിപ്പും കാല്പനികഭാവത്തിന് നിറപ്പകിട്ടേറ്റുന്നു. ഇതു രണ്ടും പക്ഷേ, അപ്പുണ്ണിയും അസുരവിത്തിലെ ഗോവിന്ദൻകുട്ടിയും കലഹിച്ച കാർഷികജീവിതാവസ്ഥയുടെ അകത്തളത്തിൽ രൂപപ്പെടുന്നവയാണ്. സ്ത്രീകളുടെ അവയവങ്ങൾ വളരുന്നതും തിടം വെയ്ക്കുന്നതുമെല്ലാം കാണുന്ന ആസക്തി നിറഞ്ഞ കണ്ണുകൾ നോവലുകളിൽ കാണുന്നു. പുഴയിൽ മലവെള്ളം വരുന്നതുപോലെയാണ് പെൺകുട്ടികളിൽ യുവത്വം വന്നുചേരുന്നതെന്ന്''(പാതിരാവും പകൽവെളിച്ചവും - പു.15) കണ്ടെത്തുന്നു. കരിഞ്ചന്തക്കാരനു പണം വർദ്ധിക്കുന്നത്ര വേഗത്തിലാണ് പെണ്ണു വളരുന്നതെന്ന് ഉറൂബ് (1958:38) പറയുന്നു. ഈ രണ്ട് സാദൃശ്യകല്പനകളിലുമുള്ള വ്യത്യാസം ശ്രദ്ധിക്കേണ്ടതുണ്ട്. നദികളിൽ പൊടുന്നനെ കയറുന്ന മലവെള്ളം ഒരു ഗ്രാമീണാനുഭവമായി എം.ടിയിലുണ്ട്. ഉറൂബ്, പണത്തിന്റെ മൂല്യൂബോധം സമൂഹത്തെ കീഴ്പെടുത്തുന്നതിന്റെ വേഗവുമറിയുന്നു. മലയാറ്റൂർ രാമകൃഷ്ണന്റെ യക്ഷിയിൽ സ്ത്രീശക്തിക്കു മുമ്പിൽ ഭയചകിതനാകുന്ന പുരുഷന്റെ ചിത്രമാണുള്ളത്.

വയസ്സൻ നമ്പൂതിരിയുമായുള്ള സംബന്ധത്തിൽ നിന്നും ഓടി രക്ഷപ്പെടുന്ന അമ്മിണി എന്ന പെൺകുട്ടി അറുപതുകളുടെ തുടക്കത്തിൽ വ്യവസ്ഥാപിതഘടനയോടു പ്രതിഷേധിച്ചിട്ടുണ്ട്. (രാജലക്ഷ്മി 1994:13) സൗന്ദര്യവും ധനവും പ്രതാപവും തട്ടിനീക്കി ദരിദ്രയായ യുവതിയെ വിവാഹം കഴിക്കുന്ന കൃഷ്ണൻകുട്ടി എന്ന ചെറുപ്പക്കാരനും അതേ

നോവലിലുണ്ട്. കാലിനുമുടന്തുള്ള അമ്മിണിക്കുട്ടി (കോവൂർ 1972:126) തന്ന സ്നേഹിക്കാൻ പുരുഷന് കഴിയില്ല എന്നു കരുതുന്നത് പുരുഷാധിഷ്ഠിത സൗന്ദര്യവീക്ഷണം അറിയുന്നതുകൊണ്ടാണ്. സുന്ദരികളും സുന്ദരൻമാരും എന്ന നോവലിൽ വിശ്വനാഥനും രാധയും വിവാഹിതരാകുന്നത് പ്രണയത്തിന്റെ സാഫല്യമായല്ല, സ്ത്രീയും പുരുഷനും ജീവിതത്തിന്റെ സങ്കീർണതകളെ നേരിടാൻ ഒരു കൂട്ടായ്മയിൽ കൈകൾ കോർക്കുകയാണ്. ഇത് സ്ത്രീ -പുരുഷ ബന്ധത്തിന്റെ ഒരു പുതിയ ചുവടുവെപ്പാണ്. അറുപതുകളിൽ തന്നെ കാക്കനാടൻ എഴുതുന്നു.

‘‘അവളുടെ മുണ്ടും ചട്ടയും അവിടവിടെ പിന്നിത്തുന്നിക്കൂട്ടിയിരിക്കുന്നതവൻ കണ്ടു. അവളുടെ കൈകാലുകൾ മെലിഞ്ഞിരിക്കുന്നത് കണ്ടു. എന്നിട്ടും അവളുടെ കണ്ണും കവിളും പ്രകാശിക്കുന്നതു കണ്ടു.’’ (കാക്കനാടൻ 1986:45)

സ്ത്രീകളുടെ ദൈന്യതയുടെ മുഖവും നോവലിൽ ആവിഷ്കൃതമായി അതിനിടയിലും ഒരു പ്രകാശം കൊണ്ട് സ്ത്രീയെ ശ്രദ്ധേയയാക്കാനും നോവലിസ്റ്റുകൾ ശ്രദ്ധിച്ചു. അവളിൽനിന്നു വിദ്യുല്ലതികയുടെ പ്രകാശമനുഭവിക്കുന്ന ഉഷ്ണമേഖലയിലെ നായകൻ, അവളുടെ നഗ്നമായ തുടകൾ പെരുമ്പാമ്പിന്റെ അടിവയറിനെ ഓർമ്മിപ്പിക്കുന്നതുമറിഞ്ഞു. കണ്ണും കവിളും തുടകളും പ്രകാശിക്കുകയ.ും പെരുമ്പാമ്പിന്റെ അടിവയർ ഓർമ്മയിലെത്തുകയും ചെയ്യുമ്പോൾ സ്ത്രീ ഉപഭോഗവസ്തുമാത്രമായിത്തീരുകയാണ്. കൂട്ടംതെറ്റിമേയുന്നവരിലെ (മുകുന്ദൻ 1984:156) പ്രകാശൻ, രതി എന്ന പെൺകുട്ടിയെ പ്രേമിക്കുന്നില്ല. അവൾ വെറും ഇണമാത്രമാണയാൾക്ക്. രതി പേരു സൂചിപ്പിക്കുന്നതുപോലെ രത്യുപകരണം മാതമാകുന്നു. സുന്ദരിയായ സ്ത്രീ -ഭാര്യ- യിലൂടെ പ്രമോഷൻ അനുഗ്രഹിക്കുമെന്ന അറിവ് നന്തനാരുടെ (നന്തനാർ 1956:20) കഥാപാത്രങ്ങളിലുണ്ടാക്കിയത് മൂലധനാധിഷ്ഠിത മൂല്യവ്യവസ്ഥയാണ്. സുന്ദരികളും സുന്ദരൻമാരും എന്ന നോവലിൽ കാർത്തികേയൻ എന്ന വ്യവസായി രാധക്ക് സൗഭാഗ്യങ്ങൾ വാഗ്ദാനം ചെയ്യുന്നു. പലവിധം ചരക്കുകളെപ്പോലെ സ്ത്രീയെയും പുതിയ മൂല്യവ്യവസ്ഥ ചരക്കാക്കി മാറ്റിയിരിക്കുന്നു. പത്തുരൂപ വിലയുള്ള ചരക്കായി തന്നെ കണ്ട് സ്കൂൾ മാനേജരുടെ മകനെ മുത്തശ്ശിയിലെ നാണിമിസ്ട്രസ് ആട്ടിയോടിക്കുന്നു.

ജൻമിത്തം അതിന്റെ സകല അധികാരങ്ങളോടെയും നിലനിന്ന ഘട്ടത്തിൽ സ്ത്രീകൾ ദ്രോഹിക്കപ്പെടുകയും മറ്റു രീതിയിൽ ചൂഷണം ചെയ്യപ്പെടുകയുമുണ്ടായി,. രണ്ടിടങ്ങഴിയിലെ ചിരുത അത്തരം അതിക്രമങ്ങൾ സഹിച്ചിട്ടുണ്ട്. മുകൾ ബിന്ദുവിലേക്ക് കേന്ദ്രീകരിച്ച അധികാരഘടന ജൻമിത്തത്തെ ഒരു അടഞ്ഞ വ്യവസ്ഥയാക്കി മാറ്റിയിരുന്നല്ലോ. അടഞ്ഞ വ്യവസ്ഥയിൽ അധികാരത്തിന്റെ നീതി മാത്രമേയുള്ളൂ.

ജനങ്ങളുടെ നീതിയില്ല. എന്തുനടന്നാലും പ്രതിഷേധമോ പരാതിയോ ഉയർന്നു വരില്ല. ജനാധിപത്യവ്യവസ്ഥയിലേക്കു സമൂഹം മാറുമ്പോൾ സ്ത്രീക്ക് കൂടുതൽ അധികാരങ്ങൾ ലഭിക്കുന്നു. ചെറുത്തുനിൽക്കാനുള്ള ശക്തി വർധിക്കുന്നു.

അറുപതുകെൾക്കൊടുവിൽ പ്രസിദ്ധീകരിക്കപ്പെട്ട ഖസാക്കിന്റെ ഇതിഹാസത്തിൽ ഖസാക്കിലെ അടഞ്ഞ സമൂഹമാണുള്ളത്. പുറംലോകത്തെ വെളിച്ചവും നവോത്ഥാനമൂല്യ സങ്കല്പങ്ങളും അവിടെ എത്തിയിട്ടില്ല. വാർത്താവിനിമയ ഉപാധികളുമില്ല. വിശേഷങ്ങളെത്തിക്കുന്നത് നാലുകെട്ടിലെ ചീരുവിനെപ്പോലെ ചക്കരക്കാരി തങ്കയും ഇതര യാത്രികരുമാണ്. അടഞ്ഞസമുദായത്തിലെ വൈകൃതവും ജീർണതകളും അതിനിരയാകുന്ന സ്ത്രീകളുമാണ് ഇതിഹാസത്തിലുള്ളത്. തൊഴിലെടുക്കുന്ന സ്ത്രീകൾ ഖസാക്കിലുണ്ടെങ്കിലും അധ്വാനരംഗത്തല്ല രതിശയ്യയിലാണ് അവരുടെ തിളക്കം വായനക്കാരനറിയുന്നത്.

ബാല്യം

ഒരു ഭ്രമകല്പനയായി നോവൽ പാഠത്തിന്റെ രണ്ടാം വിതാനത്തിലേക്ക് ഉയർന്നു നിൽക്കുന്ന ഭൂമിയുടെ അറ്റം എന്ന സങ്കല്പം മലയാള നോവലിൽ ബാല്യം ആവിഷ്കരിക്കുന്ന മിക്ക സന്ദർഭങ്ങളിലും ആഖ്യാനത്തിൽ പ്രവേശിക്കുന്നുണ്ട്.. അത് പല പ്രകാരമാണ്. ജീവിക്കുന്ന ലോകത്തിന്റെ - അനുഭവങ്ങളുടെ -അപ്പുറത്തുള്ള മോഹവലയമായി ഭൂമിയുടെ അറ്റം ബാല്യത്തെ വേട്ടയാടുന്നു. മേഘമാലകളിലൂടെ പടവിറങ്ങി ഭൂമിയുടെ അറ്റത്തേക്കു വരുന്ന ദേവതമാരായി (സുന്ദരികളും സുന്ദരൻമാരും) മക്കയും മദീനയുമായി.. ചക്രവാളത്തിനപ്പുറമുള്ള ലോകങ്ങളായി (ബാല്യകാലസഖി). മാലാഖമാരുടെ ചിറകടിയായി (ഉമ്മാച്ചു) അതിർത്തിയിലെ കാട്ടിൽ വഴിതെറ്റിയ രാജകുമാരനായി (നാലുകെട്ട്) മാടി വിളിക്കുന്ന ജലസർപ്പങ്ങളായി, കരിക്കിൻതൊണ്ടുകളുതിർക്കുന്ന ദേവൻമാരായി (ഖസാക്കിന്റെ ഇതിഹാസം) ഈ അപരലോകത്തിന്റെ സാന്നിധ്യം നോവലുകളിലെ ബല്യത്തിൽ പ്രത്യക്ഷപ്പെടുന്നുണ്ട്. കൗമാരരതികളുടെ ഭീതിദമെങ്കിലും കൗതുകകരമായ ഒരനുഭവമാണ്. മിക്കസന്ദർഭങ്ങളിലുമുള്ളത്.

ആഖ്യാനം

സ്ഥൂലസാമൂഹിക സന്ദർഭങ്ങളുടെ കഥപറയുന്നതിലും പ്രയാസകരമാണ് സൂക്ഷ്മസന്ദർഭങ്ങളുടെ കഥാവിഷ്കാരം. സൂക്ഷ്മാനുഭവങ്ങളുടെ ഉപരിബന്ധങ്ങൾ വേർതിരിച്ചെടുക്കുക വിഷമകരമാണ് സാമൂഹികാവസ്ഥകളുടെ കഥപറയുമ്പോൾ പ്രതിപാദിക്കേണ്ട മുഖ്യസംഭവങ്ങളും പ്രവണതകളും എഴുത്തുകാരന് ക്ലിപ്തപ്പെടുത്താം.

സൂക്ഷ്മത്തിലാകട്ടെ അനുഭവങ്ങൾ കെട്ടുപിണഞ്ഞു കിടക്കുകയാണ്.

പൊള്ളിക്കുന്ന അനുഭവങ്ങളുടെ രൂപകമാണ് തീ. തീച്ചെരവകൊണ്ട് മാന്തേൽക്കുന്നത് മജീദിന് (ബാല്യകാലസഖി) ഭീതിദമാണ്. ഇരുപത്തിയഞ്ചുവർഷത്തിനുശേഷം ആരോഹണത്തിൽ (വി.കെ.എൻ 1968:310) പയ്യന് സുനന്ദയെ തീയായ് അനുഭവപ്പെടുന്നു. ഇവിടെ തീ രത്യാസക്തിയുടേതാണ്. ബാല്യകാലസഖിയിലും അങ്ങനെ വായിക്കാവുന്നതാണ്. സുഹ്റയിൽനിന്നുള്ള രത്യനുഭവമാകാം മജീദിന് തീച്ചെരവകൊണ്ടുള്ള മാന്തൽ. തന്റെ രാജകുമാരിയാക്കാമെന്ന് വാഗ്ദാനം നൽകി മജീദ് തന്ത്രപൂർവ്വം സുഹ്റയുടെ നഖങ്ങൾ മുറിച്ചുമാറ്റുന്നു. രാജകുമാരനും രാജകുമാരിയുമാകുംവരെ പേടിപ്പെടുത്തുന്ന രത്യാനുഭവങ്ങളിൽ നിന്നു മുക്തനാവുകയാണ് മജീദ്. പാരപോലെ നീണ്ടുകൂർത്ത നഖങ്ങൾ നഷ്ടപ്പെട്ട സുഹ്റ പുല്ലിംഗം നഷ്ടപ്പെട്ട പെൺകുട്ടിയാണ്, ആയുധം/അധികാരം നഷ്ടപ്പെട്ട പെണ്ണാണ് (ഷിബുമുഹമ്മദ് 1994:193) എന്ന നിരീക്ഷണം ശ്രദ്ധാർഹമാകുന്നു.

പറയാനുള്ളത് വിശദവും നിശിതവുമായി പറയുന്ന എഴുത്തുകാരനാണ് തകഴി. കേശവദേവും ഏറെക്കുറെ അതേ രീതിയാണ് പിന്തുടരുന്നത്. എങ്കിലും ചിലപ്പോഴെല്ലാംസൂക്ഷ്മഗ്രാഹിയായ ഒരെഴുത്തുകാരന്റെ മിന്നലാട്ടങ്ങൾ ദേവിൽ കാണാം. ഭ്രാന്താലയത്തിൽ വർഗീയസംഘർഷങ്ങളുടെ ആവിഷ്കാരത്തിനിടയിൽ ഉണങ്ങിക്കരിഞ്ഞ രക്തംകൊണ്ട് നാണം മറച്ച പെൺകുട്ടിയെ ദേവ് കാണിച്ചുതരുന്നു. ദീർഘങ്ങളായ വിവരണങ്ങളേക്കാൾ കരുത്തും ചൈതന്യവും ഈ വാക്യത്തിനുണ്ട്. വാച്യാർത്ഥത്തെ വിസ്മയപ്പെടുത്തുന്ന അർത്ഥസാധ്യതകളിലേക്ക് തുറന്നുവെച്ച വാക്യമാണത്. ഇതുപോലെ കുറഞ്ഞ വാക്കുകളിൽ ഒരനുഭവലോകം വിടർത്തുന്ന രംഗം ഓടയിൽനിന്നിലുമുണ്ട്.

''വീടിനടുത്ത്, വഴിയരുകിൽ, പപ്പുവിന്റെ റിക്ഷാ സൂക്ഷിക്കുവാനായി ഒരു ചെറിയ പുരയുണ്ടാക്കിയിട്ടുണ്ട്. അയാൾ റിക്ഷയും കൊണ്ട് അതിനകത്തേക്ക് കയറി. റിക്ഷാ അവിടെ ഇട്ടിട്ട് അയാൾ പടിക്കലേക്ക് വന്നു.

'ആരാ നിൽക്കുന്നത്?' അയാൾ ചോദിച്ചു.

'ഞാൻ.'

'ഇവിടെ നിൽക്കുന്നതെന്താ?'

'കാണാഞ്ഞിട്ട'

അയാൾ അടുത്തുചെന്നു. 'ഉറങ്ങാത്തതെന്താ?'

'ഉറക്കം വരാഞ്ഞിട്ട്.'

'ഉണ്ടോ?'

'ഇല്ല'

'എന്താ ഉണ്ണാഞ്ഞത്?'

'വരാഞ്ഞിട്ട്'

നിശ്ശബ്ദത!

പപ്പു കുറച്ചുകൂടി അടുത്തുനിന്നു. അയാളുടെ വലതുകൈ അവളുടെ തോളിൽ വീണു. അവളുടെ മുഖം അയാളുടെ മാർവ്വിടത്തിലേക്കു ചാഞ്ഞു. അയാളുടെ കൈകൾ അവളുടെ ശരീരത്തെ വളഞ്ഞു"(കേശവദേവ് 1961:61).

കല്യാണി, കാണാഞ്ഞിട്ട്, വരാഞ്ഞിട്ട് എന്നിങ്ങനെ തന്നിൽ പൂരിപ്പിക്കപ്പെടാതെ കിടക്കുന്ന ഘടകസാധ്യത പപ്പുവിന്റെ ശ്രദ്ധയിൽപ്പെടുത്തുന്നു. അവരുടെ ആലിംഗനത്തിലാണ് അവിടെ ഭാഷയും പൂർണമാകുന്നത്.

തകഴിയുടെ നോവലുകളിൽ ചെമ്മീനിലാണ് ഇത്തരമൊരു ഭിന്നാനുഭവത്തിന്റെ തലമുള്ളത്. പളനിയുടെ സമുദ്രാനുഭവവും കറുത്തമ്മയുടെ പ്രണയവും വാച്യാർത്ഥങ്ങളിൽനിന്നു കുതറി നിൽക്കുന്നു. അതിന്റെ പ്രകടമായ ഉദാഹരണമാണ് കറുത്തമ്മ പരീക്കുട്ടി ബന്ധത്തിനിടയിലെ പാട്ടുകൾ. മറ്റു നോവലുകളിലെല്ലാം തകഴി സ്ഥൂല സാമൂഹ്യാവിഷ്കാരമാണ് നിർവ്വഹിക്കുന്നത്. അമ്പതുകളിലും അറുപതുകളിലും കേശവദേവിന്റെയും ചെറുകാടിന്റെയും നോവലുകൾ ഈ സാമ്പ്രദായിക റിയലിസ്റ്റ് രീതി പിന്തുടർന്നിട്ടുണ്ട്.

പട്ടാളജീവിതത്തിന്റെ അടഞ്ഞ വ്യവസ്ഥയ്ക്കകത്തുനിന്നുള്ള പൊട്ടിത്തെറികളായിരുന്നു 'താഴ്‌വര'കളും 'എ മൈനസ് ബി'യും 'ഏഴാമെടങ്ങളും' 'ഹിമാലയ'വുമൊക്കെ. കോവിലൻ ഭാഷയുടെ ശിഥില ഖണ്ഡങ്ങളിലൂടെ വൈരുധ്യതീക്ഷ്ണവും അഗാധവുമായ അനുഭവങ്ങൾ പകരുന്നു. (കോവിലന്റെ നോവലിൽ നിന്നുള്ള ഉദ്ധരണികൾ രണ്ടാം അധ്യായത്തിലുണ്ട്.) ഉറൂബാകട്ടെ, ഓരോ വാക്യത്തിലും ഘടകബന്ധങ്ങളിൽ അനുഭവ സൂക്ഷ്മത്തിന്റെ വൈരുധ്യം പകർന്നിട്ടുണ്ട്. വായനയെ പ്രശ്നോൻമുഖമാക്കുന്ന ഒരു ഘടന ഉറൂബിന്റെ നോവലുകൾ കൈവരിച്ചിട്ടുണ്ട്. മുകുന്ദന്റെ 'കൂട്ടംതെറ്റി മേയുന്നവരി'ൽ അസ്തിത്വം സംബന്ധിച്ച അഗാധമായ സന്ദേഹം വാക്യഘടകങ്ങളുടെ പൂരകസാധ്യതയായി നിറയുന്നു. 'യോനിയില്ലാത്ത സ്ത്രീയാണോ ഞാൻ' (മുകുന്ദൻ 1984:108) എന്ന തന്നെക്കുറിച്ചുള്ള സന്ദേഹവും സ്വപ്നത്തിൽ പ്രത്യക്ഷപ്പെട്ട ശാരദയുടെ 'വെജിന' യ്ക്കു പകരം പെനിസ് കാണുന്ന ആന്റി -ക്ലൈമാക്സും (പു.148) ഈ വിഭ്രമത്തിന്റേതാണ്. എതിർലിംഗങ്ങളിലൂടെ പൂരിപ്പിക്കപ്പെടുന്ന സ്വത്വത്തെക്കുറിച്ചുള്ള അപൂർവ്വമായ ഉൾക്കാഴ്ചയും ഭാഷാവ്യവഹാരത്തിന്റെ സവിശേഷതകൊണ്ട് മുകുന്ദൻ നിർമിക്കുന്നുണ്ട്. ഒ.വി. വിജയനിലെത്തുമ്പോൾ അറുപതുകളുടെ ദർശനതീക്ഷ്ണത പരിഹാരമില്ലാത്ത സന്ദേഹമായി നോവൽ പാഠത്തെ കീഴ്പെടുത്തുന്നു. ഇത് നാലാം അധ്യായത്തിൽ വിശദമാക്കിയിട്ടുണ്ട്.

അധികാരഘടനയിൽ വന്ന മാറ്റത്തിന് സമാന്തരമായിട്ടാണ് നോവ

ലിലെ ഭാഷയും പരിണമിച്ചിരിക്കുന്നത്. കേന്ദ്രീകൃതമായ അധികാരത്തിൽനിന്ന് വികേന്ദ്രിതാധികാരത്തിലേക്കുള്ള മാറ്റം ഭാഷയിലുമുണ്ട്. നിയതാർത്ഥങ്ങളിൽ നിന്ന് നോവൽഭാഷ അനന്തസാധ്യതകളിലേക്ക് വിന്യസിക്കുന്ന ചിത്രമാണ് നാൽപ്പതുകൾക്കും എഴുപതുകൾക്കും ഇടയിൽ കാണുന്നത്. കൂട്ടായ്മയുടെ ജീവിതത്തിൽനിന്നും ഭാഷയിൽനിന്നും വ്യക്തിയുടെ ജീവിതത്തിലേക്കും ഭാഷയിലേക്കും നോവൽ ആദ്യം മാറി. പിന്നീടത് വ്യക്തിസൂക്ഷ്മത്തിന്റെ ലോകാനുഭവം തേടി. ഈ ആഴത്തിലേക്ക് സൂക്ഷ്മമാകുന്ന രചനാനുഭവമാണ് നോവൽ നൽകുന്നത്.

മനുഷ്യജീവിതം പ്രകൃതിയുടെ മനുഷ്യവൽക്കരണം കൂടിയാണല്ലോ. അധ്വാനമണ്ഡലത്തിൽ പ്രകൃതിയുമായി നടത്തുന്ന പ്രത്യക്ഷ ഇടപെടൽ മാത്രമാണ് ആദ്യകാലനോവലുകളുടെ ഭാഗമായത്. മണ്ണും കടലും കായലും പുഴയും കുന്നും നോവലിന്റെ വിഷയമായിട്ടുണ്ട്. മണ്ണിനോടുള്ള പോരാട്ടം രണ്ടിടങ്ങഴിയിലും കടലുമായുള്ളത് ചെമ്മീനിലും കാടുമായുള്ളത് വിഷകന്യകയിലും കാണുന്നുണ്ടല്ലോ. ബാല്യകാലസഖിയിലെ ചെമ്പരത്തിപ്പൂപോലെ കഥാന്തരീക്ഷത്തെ നിർണ്ണയിക്കുന്ന പ്രകൃതിസാന്നിധ്യം നോവലുകളിൽ ശക്തമാകുന്നത് അമ്പതുകൾക്കൊടുവിലാണ്. നിറമായി, ഗന്ധമായി, പ്രകൃതി രൂപങ്ങളായി, പ്രതിഭാസങ്ങളായി നോവൽപാഠത്തെ പ്രകൃതി സ്വാധീനിച്ചുതുടങ്ങിയത് നോവൽ വൈയക്തികാനുഭവത്തിലേക്ക് കേന്ദ്രീകരിച്ചതോടെയാണ്. സാമൂഹികതലത്തിൽ നിന്നു വ്യക്തിയിലേക്കു വന്നപ്പോൾ നോവലിന്റെ വിതാനം ചുരുങ്ങുകയായിരുന്നില്ല. അതു വലിയ കാൻവാസായി. 'പുതുയൗവ്വനവും തുലാവർഷവും ഒരുപോലെയാണല്ലോ' (ഉമ്മാച്ചു) പുഴയിൽ മലവെള്ളം വരുന്നതുപോലെയാണ് പെൺകുട്ടികളിൽ യുവത്വം വന്നുചേരുന്നത് അയാൾക്കു തോന്നി' (എം.ടി) തുടങ്ങിയ പ്രയോഗണ്ടങ്ങളിൽ മനുഷ്യനിലെ മാറ്റം പ്രകൃതിയുമായി സാമ്യപ്പെടുത്തിയിരിക്കുന്ന സാമ്പ്രദായിക അലങ്കാര പ്രയോഗമാണുള്ളത്.

പാത്തുമ്മയുടെ ആടിന്റെ പുറത്ത് ഒരു കാക്ക വന്നിരുന്നു. കാക്കയേയും വഹിച്ചുകൊണ്ട് ആട് എന്റെ അടുത്തു മുമ്പിൽ വന്നു. 'കണ്ട ഓർമ്മ തോന്നുന്നില്ലല്ലോ' എന്ന മട്ടിൽ കാക്ക എന്നെ ഒന്നുചെരിഞ്ഞു നോക്കി.

എന്റെ അടുത്തു സിമന്റുതിണ്ണയിൽ നിന്നു കുറെ കോഴികൾ എന്തെല്ലാമോ കൊത്തിപ്പെറുക്കുന്നുണ്ട്. ആ കൂട്ടത്തിന്റെ അറ്റത്തു കാക്ക പറന്നുവന്നിരുന്നു. 'ഇതിനെന്തിവിടെ അവകാശം? എന്ന മട്ടിൽ കോഴികൾ നോക്കി. കാക്ക യാതൊരു കൂസലും കാണിച്ചില്ല. 'ഞാനാണ് ഇവിടത്തെ അവകാശി' എന്ന മട്ടിൽ കാക്ക കൊത്തിപ്പെറുക്കിത്തുടങ്ങി.' (ബഷീർ 1984:35)

ജന്തുലോകത്തെ ആശയവിനിമയം പരിഭാഷപ്പെടുത്തുമ്പോൾ

ബഷീർ മനുഷ്യബന്ധങ്ങൾക്കിടയിലെ സജീവമായ വിഷയങ്ങളുള്ള സമാന്തരലോകമാണ് പരിചയപ്പെടുന്നത്.

'പിന്നീടെല്ലാം മധുരമായ ഇരുട്ടാണ്. ഇരുട്ടിന് നേർമയും നനുനനുപ്പും ഉണ്ട്. ഓരത്തിലെ ഈന്തപ്പനക്കാട്ടിൽ ഉണക്കാനിട്ട ഇളംനീല പട്ടുപുടവ പോലെയാണ് ഇരുട്ടെന്നു തോന്നും. നിങ്ങൾക്കാവശ്യമുണ്ടോ പതുക്കെപ്പതുക്കെ പൊക്കിയെടുക്കാം.'

ഇരുട്ടിനെ ഉണക്കാനിട്ട ഇളം നീലപട്ടുപുടവപോലെ എന്ന് ഉപമിക്കുന്നതിലല്ല, 'നിങ്ങൾക്കാവശ്യമുണ്ടോ പതുക്കെപ്പതുക്കെ പൊക്കിയെടുക്കാം' എന്ന അനുഭവിപ്പിക്കുന്നരീതിയാണ് മനുഷ്യവൽക്കരണത്തിന്റെ തിളക്കമുള്ളത്. പട്ടുപുടവയുടെ താഴെയുള്ള നിഗൂഢതകൾ ആകാംഷ വിടർത്തുന്നു.

'സസ്യങ്ങൾ ഭാഗ്യവാൻമാരാ' 'ചന്ദ്രശേഖരാ'

'സസ്യങ്ങളോ?'

'അവർക്കു ജീവിക്കുക എന്നതുമാത്രമാണ് പ്രശ്നം'

നമുക്ക് ജീവിച്ചാലും പോരാ അതിനൊരു ന്യായീകരണം വേണം.' (മുകുന്ദൻ 1984:235)

ജീവിതത്തിലുണ്ടായ യുക്തിഭംഗത്തെ മറികടക്കാൻ പ്രകൃതിയുടെ അയുക്തികത താരതമ്യപ്പെടുത്തുകയാണ്. ഉറൂബിന്റെ നോവലുകളിൽ ചില പ്രത്യേക ഭാവങ്ങളെ ദ്യോതിപ്പിക്കാൻ കാട്ടുപോത്ത് (മായന്റെ ഉള്ളിലേക്ക് കാട്ടുപോത്ത് കളമ്പടിച്ചു വരികയാണ് - ഉമ്മാച്ചു), പാമ്പ്, തുടങ്ങിയ ജീവികൾ പരാമർശിക്കപ്പെടുന്നു. ഒ.വി. വിജയനിലെത്തുമ്പോഴാകട്ടെ ഒരു ജൈവമണ്ഡലത്തിന്റെ പുനഃസൃഷ്ടിതന്നെ നടക്കുന്നു. ജീവികളും സസ്യങ്ങളും നിറങ്ങളും ഗന്ധങ്ങളും നിറഞ്ഞ പ്രകൃതി പുനരുജ്ജീവിക്കപ്പെടുന്നു. ജീവികളുടെ ആദിമ സാഹോദര്യത്തിന് തുടർച്ചയൊരുക്കുകയാണ് ഇതിഹാസത്തിൽ വിജയൻ. ഓന്തുകൾക്കും മുമ്പ് ദിനോസറുകൾക്കും മുമ്പു നടക്കാനിറങ്ങിയ ജീവ ബിന്ദുക്കളുടെ തുടർച്ചയായി സസ്യ- ജന്തുലോകങ്ങളെ വിജയൻ കാണുന്നു.

'അവളിൽ നിന്നു വിദ്യുല്പതികകളുടെ പ്രവാഹമുണ്ടായി' (കാക്കനാടൻ 1986:76)

എന്നിടത്തെ ഇടിമിന്നൽതന്നെയാണ് ചാന്തുമ്മയുടെ ജീവിതത്തിലേക്ക് കടന്നെത്തിയ ഇടിമിന്നലിലുമുള്ളത്. 'ഇടിമിന്നലിന്റെ നീലവെളിച്ചം' എന്നാണ് വിജയൻ എഴുതുന്നത്. ഇവിടെ ഇടിമിന്നലിന്റെ രത്യനുഭവത്തിന് വർണ തീവ്രതകൂടി ലഭിക്കുന്നു.

മലയാളനോവലിലെ നിറങ്ങളുടെ വിന്യാസവും ശ്രദ്ധാർഹമാണ്. യഥാതഥ നോവലിന്റെ ഭാഗമായി മാറിയിരുന്ന നിറമാണ് ചുവപ്പ്. ചുവന്ന കൊടി, ചുവന്ന പാത, ചുവന്ന ചോര എന്നിങ്ങനെ വിപ്ലവത്തിന്റെ നിറമായാണത് രംഗപ്രവേശം ചെയ്തത്. പതുക്കെപ്പതുക്കെ ചുവപ്പ് നിർവീര്യമാക്കുന്ന അനുഭവം പിൽക്കാലനോവലുകളിലുണ്ട്. 'ഇളവെ

യിൽ അലിയുന്ന മഞ്ഞച്ച വെള്ളത്തിലൂടെ ചുവന്ന വളപ്പൊട്ടുകൾ താണുപോകുന്നത് (വാസുദേവൻനായർ 1970:192)കാണുമ്പോൾ ചുവപ്പിന് കലാപമൂല്യത്തേക്കാൾ രത്യർത്ഥമാണുള്ളത്. ഖസാക്കിന്റെ ഇതിഹാസത്തിലെ നിറചേരുവകകളിലാവട്ടെ ചുവപ്പ് തീരെ അപ്രധാനമായി മാറുന്നു. നീലയുടെയും മഞ്ഞയുടെയും അപൂർവ്വ ചേരുവകകളാണ് ഇതിഹാസത്തിലുള്ളത്. ഖസാക്കിലെ അടഞ്ഞ സമൂഹത്തിൽ നടക്കുന്ന ലൈംഗികവൈകൃതങ്ങളുടെ നിറഭേദങ്ങളാണ് മഞ്ഞയായും നീലയായും പ്രത്യക്ഷപ്പെടുന്നത്. നീല, രതിസൂചകമായി നോവലിൽ നേരത്തേ പ്രത്യക്ഷപ്പെട്ടുതുടങ്ങിയതാണ്. ഇന്ദുലേഖയുടെ നീലമുടി മുതൽ മൈമൂനയുടെ നീല ഞരമ്പുവരെ രത്യർത്ഥം നിറഞ്ഞിരിക്കുന്നു. പോണിക്കര റാഫിയുടെ 'പാപി'കളിലെ നീലപ്പാവാടയും ഉറൂബിന്റെ സുന്ദരികളും സുന്ദരൻമാരും എന്ന രചനയിലെ നീലപ്പാമ്പുകളും 'കാല'ത്തിൽ സുമിത്രയുടെ നീലനിറം കലർന്ന ചുണ്ടുകളും രതി സൂചകങ്ങൾതന്നെ.

''നീലഞെരമ്പ്, രവി ചോദിച്ചു. കയ്യിലങ്ങോളം ണ്ടോ?''

മൈമൂന കുപ്പായത്തിന്റെ കൈ ആവോളം തെരുത്തുതേറ്റി കാണിച്ചു. കൈത്തണ്ടയുടെ മുകൾ നിരപ്പുവരെ. ഇനിയുമങ്ങോട്ട് പൊക്കാൻ വയ്യ.'' (വിജയൻ 1982:189)

ഇതിനു സമാനമായ ദൃശ്യമാണ് 'ആരോഹണ'ത്തിൽ വി.കെ. എൻ ചിത്രീകരിക്കുന്നത്.

''കഴുകന്റെ കൊക്കുള്ള സ്ഫടികപ്പാത്രം വലതുകൈകൊണ്ട് പൊക്കിയപ്പോൾ വെളുത്തുമെലിഞ്ഞ അവരുടെ കൈവണ്ണയിലെ നീല ഞെരമ്പുകൾ തെളിഞ്ഞു. ഞെരമ്പുകളെ പിന്തുടർന്ന, പയ്യന്റെ ദൃഷ്ടി ചുമലോളമെത്തി. അടിയിൽ ചാരത്തിൽ പഞ്ചസാര വിതറിയതുമാതിരി തോന്നിച്ച, ലഹരിപിടിപ്പിക്കുന്ന ഇത്തിരിദിക്കെത്തി നിന്നു.'' (വി.കെ.എൻ. 1984:18)

നോവൽ നിർബന്ധിക്കുന്ന സാമൂഹിക ഇടപെടലുകൾക്ക് ധൈര്യമില്ലാതെ വരുമ്പോൾ അഥവാ ഒരു പ്രതിസന്ധിയെ നേരിടുമ്പോൾ മറ്റൊരു സാമുഹികഘടനയിലേക്കു കൂടുമാറുന്ന നായകൻമാർ മലയാളനോവലിലെ സ്ഥിരം ഫോർമുലയാണ്. ഇന്ദുലേഖയുടെ വിവാഹം കഴിഞ്ഞുവെന്ന് തെറ്റിദ്ധരിക്കുന്ന മാധവൻ ദേശസഞ്ചാരത്തിനിറങ്ങുന്നു. ആ പാരമ്പര്യം നോവലിൽ നിരന്തരം ആവർത്തിക്കുന്നു.. നവോത്ഥാന നോവലിൽ 'ബാല്യകാലസഖിയിലെ മജീദ്, ഓടയിൽനിന്നിലെ പപ്പു, നാലുകെട്ടിലെ അപ്പുണ്ണി, 'ഉമ്മാച്ചുവിലെ മായൻ, 'സുന്ദരികളും സുന്ദരൻമാരരിലും രാമൻമാസ്റ്റർ, ദൽഹിയിലെ അരവിന്ദൻ, 'ഖസാക്കിന്റെ ഇതിഹാസത്തിലെ നൈസാമലി, രവി തുടങ്ങിയവരെല്ലാം ഈ ഘടനാമാറ്റം സ്വയം വരിച്ചവരാണ്. പട്ടാളനോവലുകളിലും സിംഗപ്പൂർ കഥകളിലും ഗൃഹാതുരതയുടെ സ്മൃതി ചിത്രങ്ങളായും വർത്തമാനകാല

മായും ഈ വിരുദ്ധഘടനകൾ കടന്നുവരുന്നു. ദേശസഞ്ചാരം കഴിഞ്ഞു മടങ്ങിയെത്തിയ മാധവൻ ഇന്ദുലേഖയെ സ്വന്തമാക്കുന്നു. അപ്പുണ്ണി നാലുകെട്ട് സ്വന്തമാക്കുന്നു. മായൻ ഉമ്മാച്ചുവിനെ നേടുന്നു. സുന്ദരികളും സുന്ദരൻമാരും എന്ന നോവലിലെ രാമൻമാസ്റ്റർ മൃതപ്രായയായ കുഞ്ചുക്കുട്ടിയെ കണ്ടെത്തുന്നു. നൈസാമലി മൈമൂനയെ മാത്രമല്ല ഖസാക്കിനെ തന്നെ തന്റേതാക്കുന്നു. ബാല്യകാലസഖിയിലെ മജീദിനും ഇതിഹാസത്തിലെ രവിക്കും പഴയ ഘടനയിൽ കേന്ദ്രസ്ഥാനത്തെത്താൻ കഴിയുന്നില്ല. മജീദ് ശ്രമിച്ചിട്ടും ലോകം അനുവദിച്ചില്ല. ലോകം അനുവദിക്കാതിരുന്നിട്ടും രവി അതിനു തുനിഞ്ഞതുമില്ല. ഈ വൈരുദ്ധ്യവും സമാന്തരവും ബാല്യകാലസഖിയെയും ഇതിഹാസത്തെയും വിരുദ്ധധ്രുവങ്ങളിലെത്തിക്കുന്നു.

മലയാള നോവൽ ആവർത്തിക്കുന്ന പ്രതീകങ്ങളിലൊന്നാണ് തീവണ്ടി. വ്യാവസായിക യുഗത്തിലേക്കുള്ള വാഹനമായാണ് തീവണ്ടി കടന്നുവരുന്നത്. നോവലിൽ പുതിയ മൂല്യസങ്കല്പങ്ങളുടെ യാത്രാനുഭവമായി അതു മാറുന്നു. കാലബോധത്തിന്റെയും ദാർശനികാഭിമുഖ്യത്തിന്റെയും രൂപകങ്ങളായും തീവണ്ടി പ്രത്യക്ഷപ്പെടുന്നു.

'ഓടയിൽ നിന്നി'ലെ പപ്പുവിന് പുതിയ ജീവിതം നൽകുന്നത് റെയിൽവേ സ്റ്റേഷനാണ്. സ്റ്റേഷന്റെ ഭൗതിക സാഹചര്യത്തിൽ ഒരു ചുമട്ടുതൊഴിലാളിയായി പപ്പു മാറുന്നു. 'കാല'ത്തിൽ തീവണ്ടി തീക്ഷ്ണഭാവമാർന്ന് കുതിക്കുന്നു.

'പുഴയ്ക്കക്കരെയുള്ള ഇരുമ്പുപാലത്തിൽ ഭാരം കയറ്റിയ വാഗണുകൾ കയറുന്നു. തണ്ടുതാളത്തിന്റെ ഇരമ്പലിലൂടെ നനഞ്ഞ മരത്തടികളുടെ ഗന്ധത്തിലൂടെ ചക്രവാളുകളുടെ കീറിമുറിക്കുന്ന ശബ്ദം ചെവികളിലേക്കു കടന്നുവരുന്നു.' (വാസുദേവൻനായർ 1987:419)

കോവിലൻ (1969:17) തീവണ്ടിയിൽനിന്നു താഴെ ഒഴുകുന്ന ഗംഗയും ഗംഗയുടെ തീരത്തു യാചിച്ചലയുന്ന ബുദ്ധനും പാപപരിഹാരം തേടുന്ന ഭക്തരുമുള്ള ലോകം കാണുന്നു. പുറംകാഴ്ചകൾ കാണുമ്പോഴാണ് തന്റെ ഏതാന്തമായ യാത്രയ്ക്ക് അർത്ഥമുണ്ടാകുന്നതെന്ന് 'താഴ്വരകളിലെ' യാത്രക്കാരൻ തിരിച്ചറിയുന്നു. ഇവിടെ സമാന്തരമായ ഒരു കാലമാണ് തെളിയുന്നത്. ഉറൂബിന്റെ നോവലുകളിൽ തീവണ്ടിക്കാഴ്ചകൾ ആവർത്തിക്കുന്നുണ്ട്. ഉമ്മാച്ചുവിൽ നീങ്ങുന്ന വണ്ടിക്കരികിൽ കുറ്റിപോലെനിൽക്കുന്ന മായന്റെ മുഖത്തുകയറിയിറങ്ങുന്ന നിഴലിനെപ്പറ്റി (1982:150) വിവരിക്കുന്നുണ്ട്. സുന്ദരികളും സുന്ദരൻമാരും എന്ന നോവലിലെ മറ്റൊരു ചിത്രം നോക്കുക.

''താനും ഈ വിധം ഒരു വണ്ടിക്കാണ് വന്നിറങ്ങിയതെന്ന് വിശ്വം ഓർത്തു. തറയ്ക്കുന്ന നിറങ്ങൾ, ഇരമ്പലുകൾ, ഞെരക്കങ്ങൾ, ചാട്ടവാറടികൾ ഇവയുടെ ഒരു കോലാഹലമായിരുന്നു. ഹൃദയത്തിൽ അപശ്രുതികളോടു കൂടിയ ഒരു വാദ്യമേളം ഉച്ചസ്ഥായിയിലായി നിൽക്കു

കയായിരുന്നു. വണ്ടിതന്നെയും വലിച്ചു പായുകയാണ്. പക്ഷെ, താൻ പായുന്നുണ്ടെന്നാണ് തോന്നിയത്'' (ഉറൂബ് 1971:232)

നഗരവൽക്കരണത്തിന്റെ കേരളീയാനുഭവമാണ് അതിന്റെ പരുക്കൻ ഭാവത്തിൽ തെളിയുന്നത്. ഓടുന്നത് തീവണ്ടിയല്ല താൻ തന്നെയാണെന്ന് വിശ്വത്തിനറിയാം. അനുഭവങ്ങളെല്ലാം ഇവിടെ ഉച്ചസ്ഥായിയിലാണ്. നിറങ്ങൾ തറക്കുന്നവയാണ്. ശബ്ദങ്ങൾ അലറുന്നവയാണ്. പിന്നെ ഉരസലുകളും ഞെരക്കങ്ങളും ചാട്ടവാറടികളും ഇവയ്ക്ക് അകമ്പടിയാകുന്ന ശ്രുതിതെറ്റിയ വാദ്യമേളം ഉച്ചസ്ഥായിയിലാണ്. കഠിനാനുഭവങ്ങളിലേക്കുള്ള യാത്രയുടെ അടയാളങ്ങളാണ് തീവണ്ടിയാത്രയായി ധ്വനിക്കുന്നത്.

''ഇപ്പോൾ ഞാറ്റുപുര ഒരു തീവണ്ടിമുറിയാണ്. പെട്ടെന്ന് പുറത്തെ ഇരുട്ടിനെക്കുറിച്ച് ഓർത്തുപോവുകയാണ്. താനിപ്പോൾ എവിടെയാണ്യ ഇരുവശവും ഇരുട്ടിന്റെ തരിശുകളിലൂടെ തിരിവിളക്കുകൾ നീങ്ങി മറഞ്ഞു. യാത്രക്കിടയിലൊരിക്കൽ, എങ്ങുനിന്നോ മറ്റൊരു തണ്ടുവളം പാഞ്ഞടുത്തു. മറ്റൊരു പ്രയാണം. കർമ്മബന്ധത്തിന്റെ നൊടിനേരത്തെ പരിചയം. ചക്രങ്ങൾക്കടിയിൽ ഒരു നൊടിമാത്രം, താളം കൊട്ടിക്കൊണ്ട് അതുവീണ്ടുമകന്നു.'' (വിജയൻ 1982:61)

ഇരുട്ടിൽ ഏകാന്തമായ യാത്രയാണ് രവിയുടേത്. ഞാറ്റുപുരയും രവിയും കാലത്തിനുമുകളിലൂടെ പ്രവഹിക്കുന്നു. പുറത്തെ ഇരുളിൽ തിരിവെളിച്ചങ്ങളും മിന്നാമിനുങ്ങുകളും മറയുകയാണ്. താളഭേദങ്ങളിൽ കർമ്മബന്ധങ്ങളുടെ അപൂർവ്വ പരിചയം ഒരു നൊടിനേരത്തേക്ക് അനുഭവപ്പെടുത്തുന്നു. അതു മറയുന്നു. രവിയുടെ യാത്രപോലെ വിരക്തിയുടെയും ആസക്തിയുടെയും വാഹനമായി തീവണ്ടികളും ഞാറ്റുപുരയും രൂപാന്തരപ്പെടുന്നു.

തീവണ്ടിയെപ്പോലെ, വ്യാവസായിക യുഗത്തിന്റെ പ്രതീകമായി ദിനപത്രങ്ങളും കേരളീയ ജീവിതത്തെ സ്വാധീനിച്ചുതുടങ്ങുന്നത് നോവൽപാഠങ്ങളിൽ അടയാളപ്പെട്ടിട്ടുണ്ട്. 'ഒരു തെരുവിന്റെ കഥ' യിലെ പത്രവില്പനക്കാരൻ കുറുപ്പ് വിവരങ്ങളറിയാനുള്ള മനുഷ്യന്റെ ഇച്ഛയെ തൊട്ടുണർത്തുന്നു. 'ചായക്കടയിലെ അബ്ദുവിന്റെ പത്രവായന' (കേശവദേവ് 1988:5) ഒരു കേരളീയാനുഭവമാണ്. പത്രവാർത്തകൾ ലോകത്തിന്റെ അതിരുകൾ മായ്ച്ചുകളയുന്നതും ജർമനിയും ജപ്പാനുമെല്ലാം കേരളീയമായി ചർച്ചചെയ്യപ്പെടുന്നതും പുതിയൊരു ജീവിതാവബോധത്തിലേക്ക് വഴിതുറക്കുന്നതിനും നോവൽ സാക്ഷിയായിട്ടുണ്ട്.

സംഭാഷണം

നോവലിന് അടിസ്ഥാനപരമായി ഒരു സംഭാഷണക്രമമാണുള്ളതെന്ന് മിഖായിൽ ബക്തിൻ (Bakthin 1922:131) നിരീക്ഷിച്ചിട്ടുണ്ട്. ബഹു

സ്വരമാർന്ന സാഹിത്യരൂപമാണ് നോവൽ. അതിൽ ഭിന്ന വ്യവഹാര ങ്ങളാണുള്ളത്. ഭാവഗീതങ്ങളുടെയോ മഹാകാവ്യങ്ങളുടെയോ മുഖ്യ അടിസ്ഥാനമായ ആത്മഭാഷണ പ്രവണതയല്ല നോവലിനുള്ളതെന്ന് ബക്തിൻ ചൂണ്ടിക്കാണിച്ചിട്ടുണ്ട് (Lodge 1990:76). ലിംഗ -വർഗ-വംശ -ദേശ- കാലഭേദങ്ങളെല്ലാം നോവലിൽ ബഹുസ്വരങ്ങളായി നിറയു ന്നുണ്ട്. ഇവയെല്ലാം അവയുടെ തന്നെ വിപരീതങ്ങളിൽ ഇടഞ്ഞു നിൽക്കുന്ന ചിത്രങ്ങളാണ് നോവലിൽ ആവിഷ്കൃതമാകുന്നത്. നോവൽ പാഠത്തെ ഇത് പ്രശ്നോൻമുഖമായി നിർത്തുന്നു.

'കോരന് ഒരഭിപ്രായം കൂടി ഉണ്ടായിരുന്നു. ഈ തമ്പ്രാക്കൻമാര് താമസിക്കുന്ന കാണായ പറമ്പെല്ലാം പറേനാ വെള്ളത്തീന്നു കുത്തി പ്പൊക്കിയെ.'

ശമയപ്പുലയൻ അവന്റെ കുട്ടിക്കാലത്തെ കഥ പറഞ്ഞു. ഈ നാട്ടിൽ അന്ന് എട്ടോ പത്തോ വീടേയുള്ളൂ. ഇന്ന് എണ്ണൂറല്ല, ആയിരമല്ല. എല്ലാ പറയനും പുലയനും പണിപ്പെട്ടതാണ്.

കുഞ്ഞപ്പിയുടെ നാവിങ്ങനെ അനങ്ങി.

''അവരുടെ നെല്ലും ചക്രോം?''

''അവരു കണ്ടം കൃഷി ചെയ്തു''

''ആരാ? പറേനും പെലേനും മേല ചെയ്തു. നെല്ലൊണ്ടായി. തമ്പ്രാ ക്കൻമാരു അറേ മാരിയിട്ടു. പറേനും പെലേനും മേലചെയ്തു കു ത്തിപ്പൊക്കി പറമ്പുണ്ടാക്കി. തൈ മച്ച് അവരു തേങ്ങായിടുന്നു.'' (തകഴി 1951:37)

അധ്വാനിക്കുന്ന പറയരുടെ സംഭാഷണത്തിൽ കുടിയാനും ജൻമിയും മുഖാമുഖം നേരിടുന്നു. വർഗസമരത്തിന്റെ പാഠം അനുഭവങ്ങളിൽ നിന്നു നിവർന്നുവരികയാണ്. അധ്വാനത്തിന്റെയും ചൂഷണത്തിന്റെ യും ചിത്രമുണ്ട് ഇവിടെ. കൂട്ടായ്മയുടെയും ഒറ്റപ്പെടലിന്റെയും അനു ഭവങ്ങൾ താരതമ്യത്തിനെത്തുന്നു. സഹനത്തിന്റെ ഭൂതകാലവും പ്രതി രോധത്തിന്റെ വർത്തമാനകാലവും എതിർമുഖങ്ങളിലാകുന്നു. ഭാഷ യിലാകട്ടെ ഗ്രാമ്യവും സംസ്കൃതവുമായ പ്രയോഗങ്ങൾ എതിരിടുന്നു. നോവലിനെ ആകെ നിർണയിക്കുന്ന മുഖ്യതീരുമാനങ്ങളും ദിശാ വ്യതിയാനങ്ങളും തകഴി സംഭാഷണങ്ങളിലൂടെയാണ് അഭിവ്യഞ്ജി പ്പിക്കുന്നത്. ഏണിപ്പടികളിൽ ബോട്ടുയാത്രയ്ക്കിടയിലുണ്ടായ ഒരു സംഭാഷണ സന്ദർഭം പ്രധാന കഥാപാത്രമായ കേശവപിള്ളയുടെ ജീവിതം തന്നെ മാറ്റിമറിക്കുന്നുണ്ട്. (തകഴി 1964:15)

മരണത്തേക്കാൾ മലിനമായ ഏകാന്തതയിൽ കഴിയുമ്പോഴും വിമ ലയുടെ സ്വപ്നങ്ങൾ സംഘർഷ നിർഭരമാണ്.

''അരുത്, അങ്ങോട്ടു തുഴയരുത്''

''ഉം?''

'കയമാണ്, കയത്തിൽ കാശെറിയണം.'

'കാശിന് അതിലും നല്ല ഉപയോഗമുണ്ട്.'

'അവിടെ ഈശ്വരവിശ്വാസമില്ലാത്തവർ തോണി മുങ്ങി മരിക്കുമെന്നാണ് കേൾവി.'

'മരിക്കാൻ ഭയമുണ്ടോ'

പുറത്തു വിടർന്നു നിൽക്കുകയാണ് ജീവിതം നോക്കെത്തുന്നിടത്തെല്ലാം മരണത്തെപ്പറ്റി ഓർക്കാൻ വയ്യ. (വാസുദേവൻനായർ 1983:63)

യാത്രയും ചുഴിയും വിശ്വാസവും അവിശ്വാസവും ജീവിതവും മരണവും അവിടെ ഏറ്റുമുട്ടുന്നു. ഈ സംഘർഷം ഇവിടെ ഉദ്ധരിച്ച സംഭാഷണശകലത്തിന്റെ മാത്രം സവിശേഷതയല്ല. നോവൽ പാഠത്തിലെ മുഖ്യവൈരുദ്ധ്യങ്ങളാണവ. അതിലേക്കുള്ള സൂചനകൾ ഉദ്ധരിച്ച ഖണ്ഡത്തിൽ പതിഞ്ഞുകിടക്കുന്നുണ്ടെന്നുമാത്രം. പാഠത്തിൽ ആഖ്യാനത്തിന്റെ നിരവധി സവിശേഷതകളായി ഒരു സംഭാഷണക്രമത്തിൽ അവ വായനക്കാരനിലെത്തുന്നു. ഇവിടെ ചുഴിയിൽ താഴുന്ന തോണി മനശ്ശാസ്ത്രത്തിന്റെ പിൻബലമുള്ള വായനയിൽ വിമലയുടെ അസംപ്തരതിയുടെ പ്രതീകാത്മക വാങ്മയമാകുന്നു. തകഴിയിലെ സംഭാഷണങ്ങൾ കണിശമായ തീരുമാനങ്ങളിലേക്കോ അവയുടെ പ്രയോഗങ്ങളിലേക്കോ നയിക്കുന്നതായിരിക്കും. 'മഞ്ഞിൽ' ആ തീർച്ചയുടെ കണിശതയല്ല കാണുന്നത്. പ്രശ്നതീവ്രത അനുഭവിപ്പിക്കുകയാണ്. കാത്തിരിപ്പും മരണവും ഒരു ദാർശനിക സമസ്യരൂപപ്പെടുത്തുന്നുമുണ്ട്.

''വല്യപ്പച്ചാ!''

'ങേ,

നല്ലവണ്ണം കണ്ണു തുറന്നുനോക്കി.

'നീയെന്തിനാ പെണ്ണേ അപ്പോത്തിക്കിരിയെ കൊണ്ടുവന്നത്? എനിക്കങ്ങനെ ദീനമൊന്നുമില്ല. പിന്നെ ആയുസ്സിനെ പിടിച്ചു നിർത്താൻ ആരെക്കൊണ്ടാകും?

'ആയുസ്സുള്ളിടത്തോളം സുഖമായിരിക്കണ്ടായോ വല്യപ്പച്ച?'

'നീ എന്നെ കാറ്റിൻപുറത്തു കയറ്റി ഓടിക്കുന്നു. കൊടുങ്കാറ്റിൽ നീ എന്നെ ലയിപ്പിച്ചുകളയുന്നു. മരണത്തിലേക്കും സകല ജീവികളും ചെന്നെത്തുന്ന വീട്ടിലേക്കും നീ എന്നെ കൊണ്ടുപോകുമെന്നും ഞാനറിയുന്നു.'

'കണ്ടോ, ഇങ്ങനെ തൊട്ടതിനും പിടിച്ചതിനുമൊക്കെ ഓരോന്നു കെട്ടിച്ചമച്ചാലോചിക്കും. അതുകൊണ്ടാ ഈ മയമൊക്കെ വരുന്നത്.''

(പാറപ്പുറത്ത് 1977:241)

'അരനാഴികനേര'ത്തിൽ മരണം ധാരാളമായി കടന്നുവരുന്നു. അവിടെ ജീവിതത്തിന്റെ നിതാന്തമായ വിചാരണയായി അതു മാറുന്നു. ജീവിതം മരണം എന്ന ദ്വന്ദ്വം കടന്നുവരുമ്പോൾ കുഞ്ഞോനാച്ചൻ എന്ന തൊണ്ണൂറുകാരൻ വൃദ്ധൻ വളരെ നിസ്സംഗനാണ്. മരണംപോലെ

അമൂർത്തമായ വാക്യാനുഭവമാണ് കുഞ്ഞോനാച്ചനിലൂടെ പുറത്തുവരുന്നത്. കാറ്റിൻപുറത്തെ ഓട്ടം, കൊടുങ്കാറ്റിലെ ലയം, സകലജീവികളും എത്തുന്ന വീട്ടിലേക്കുള്ള യാത്ര എന്നിങ്ങനെ ആ അനുഭവം ആവിഷ്കൃതമാകുന്നു. മൂർത്തമായ സംഭാഷണങ്ങൾക്കു നടുവിൽ ഈ സംഭാഷണം അടർന്നുമാറിനിൽക്കുന്നു. ജീവിതത്തിന്റെ ക്ലേശാനുഭവങ്ങൾക്കു സമാന്തരമായ മരണത്തിന്റെ സന്ധിയിൽ ജീവിതവും മരണവും മുട്ടിനിൽക്കുന്നു. ഈ നില്പ് നോവലിനെ ഒരു ദാർശനിക പാഠമാക്കി മാറ്റുന്നു. കാറ്റും കൊടുങ്കാറ്റും ഒടുവിൽ അതൊടുങ്ങുന്ന വീടും കുഞ്ഞോനാച്ചന്റെ ജീവിതത്തിന്റെ രൂപകം കൂടിയാകുന്നു.

'സുലൈമാനിക്കാ, മരയ്ക്കാർ ശാന്തമായി തുടർന്നു.

'കയിഞ്ഞേനെപ്പറ്റി ഒന്നും ആലോചിക്കരുത്. അതാലോസിച്ചാൽ നിലയില്ല. ഇപ്പൊയ ഇങ്ങള് കണ്ടോ?'

'എന്താ?'

ഇന്നലെ ഇതിലൂടെ പോയ വെള്ളം ഇഞ്ഞി മടങ്ങി വരൂല. പക്കെങ്കില് ഇന്നും വെള്ളം ഒയ്ക്ണ്. ഞമ്മളതില് തടീം എറക്ക്ണ് തിരിഞ്ഞില്ല?

'മനസ്സിലായി'

'സരി, എന്നാൽപ്പിന്നെ കാലത്തിന്റെ ചേല്ക്ക് കോലം' (ഉറൂബ് 1977:224)

സംഭാഷണം യുക്തിനിഷ്ഠവും ലക്ഷ്യപൂർവ്വവുമാകുന്ന നോവൽ സന്ദർഭമാണിത്. കാലത്തെ സംബന്ധിച്ച ഒരു ദാർശനികതലം തുറക്കുന്നുമുണ്ട്. ഈ ദാർശനിക തലത്തിലൂടെ അമൂർത്തമായ ഒരനുഭൂതിതലമോ അസ്തിത്വപ്രതിസന്ധിയോ പകരാനല്ല ഉറൂബ് ശ്രമിക്കുന്നത്. കാലത്തിന്റെ സ്വഭാവം തിരിച്ചറിഞ്ഞ് സ്വയം രൂപീകരിക്കാനുള്ള യുക്തിഭദ്രമായ ഒരു ഉപദേശമാണത്. തകഴിയുടെ സംഭാഷണങ്ങളിൽ കാണുന്ന തീരുമാനങ്ങളുടെ തീർച്ച ഇവിടെയുണ്ട്. തകഴിയിലെ പ്രാദേശിക ഭാഷയുടെയും സംസ്കാരത്തിന്റെയും സ്വാധീനത്തുടർച്ചയുണ്ട്. എന്നാൽ തകഴിക്കില്ലാത്ത കാലസംബന്ധിയായ പുതിയൊരു അവബോധം എം. ടിയിലും ഉറൂബിലും തെളിഞ്ഞു നിൽക്കുന്നു.

"ചിറ്റമ്മ കരയ്യാണോ?" ചോദിക്കുന്നു

തന്റെ ചുമലിൽ ചുണ്ടമർത്തിക്കൊണ്ട് അവർ കരയുന്നു. അവർ പറയുന്നു. "എനിയ്ക്ക് എന്തോര് വല്ലായ."

"പാപം. അല്ലേ?"

"ഈശ്വരാ!"നേരിയ പട്ടുരോമങ്ങൾ കുരുത്ത അവരുടെ മേൽചുണ്ടിൽ ചുണ്ടമർത്തുന്നു.

"എനിക്കൊന്നും തോന്നണില്ല." ഖേദത്തോടെ അവരോടുപറയുന്നു.

'രവീ!"

ചെകിടോർക്കുന്നു. രാത്രിയിൽ അച്ഛൻ ശ്വാസം വലിക്കുന്നതു കേൾക്കാം. ശ്വസിക്കാൻ എന്തുമാത്രം ശ്രമപ്പെടുന്നു!

ചോദ്യചിഹ്നത്തിനു പിറകിൽ ചോദിക്കുന്നു എന്നുള്ള ആവർത്തനം ഇവിടെ അരോചകമാവുന്നില്ല. പറയുന്നു, അവരോടു പറയുന്നു ചെകിടോർക്കുന്നു. എന്നിങ്ങനെ ക്രിയാരൂപങ്ങളുടെ ആവർത്തനം വേറെയും കാണുന്നുണ്ട്. മറ്റിടങ്ങളിലെല്ലാം വക്താവും സന്ദർഭവും ധ്വനിപ്പിക്കുന്ന സംഭാഷണരീതിയാണ് വിജയൻ പിന്തുടരുന്നത്. ചോദ്യചിഹ്നത്തിനു പിറകിൽ ചോദിക്കുന്നു എന്നാ ക്രിയാപദത്തിന്റെ ഭാരം സന്ദർഭത്തിന്റെ ഘനമൂകതയിലാണ് നടുക്കമുണർത്തുന്നത്. പറയുന്നു, ചെകിടോർക്കുന്നു എന്നിവിടങ്ങളിലും ഇതേ അനുഭവം തന്നെയാണുള്ളത് 'വഴിതെറ്റി'ന്റെ കുറ്റബോധം ഈ പദങ്ങളിലൂടെ നോവൽ പാഠത്തിൽ പ്രവേശിക്കുന്നു.

നോവലിന്റെ അടിസ്ഥാനസ്വഭാവമായ സംഭാഷണക്രമം ഭാഷാഘടനയിൽ സാരമായ മാറ്റം വരുത്തി. സംഭവവിവരണങ്ങൾക്കും വ്യാഖ്യാനങ്ങൾക്കും ആശ്രയിക്കുന്ന മാധ്യമം എന്ന നിലയിൽ നിന്നും സർഗ്ഗാത്മക സൃഷ്ടിയുടെ ആധാരം എന്ന നിലയിലേക്കു ഭാഷ വളർന്നു. ജീവൽഭാഷയുടെ മൊഴിഭേദങ്ങളും സ്വയം നവീകരണശ്രമങ്ങളും ഏകീകൃതമായ ഒരു നിയമത്തിനു വിധേയമാകാതെത്തന്നെ നോവൽ ശരീരത്തിൽ പ്രവേശിച്ചു. മാനകഭാഷ (Standard Language) യുടെ വ്യാകരണബദ്ധതയേക്കാൾ, വിവിധ ജനവിഭാഗങ്ങളിലെ മൊഴിഭേദങ്ങളുടെ ഗ്രാമ്യത ആ ഭാഷയുടെ പ്രത്യേകതയായി. 'ചാകര വരട്ടെ, മൻമലും നേരിതും മേടീക്കാം' (തകഴി 1981:81) എന്നിങ്ങനെ അരയന്റെ ആത്മഭാഷണംപോലും അംഗീകൃതഭാഷയിൽ നിന്നു ഇടഞ്ഞു നിന്നു. നോവലിസ്റ്റ് നേരിട്ടുനടത്തുന്ന വിവരണങ്ങളിൽ ഗ്രാമ്യപദങ്ങൾ കണ്ടുതുടങ്ങി. എങ്കിലും അംഗീകൃത ഭാഷതന്നെയാണ് ആഖ്യാനത്തിൽ മിക്ക നോവലിസ്റ്റുകളും പിന്തുടർന്നത്. സാരമായ വിച്ഛേദം വരുന്നത് എഴുപതുകളുടെ മധ്യത്തിൽ ഒ.വി. വിജന്റെ ധർമ്മപുരാണം പ്രസിദ്ധീകൃതമായതോടെയാണ്.

മൊഴിഭേദങ്ങളുടെ സന്നിവേശത്തിനൊപ്പം നോവലിൽ അംഗീകൃതഭാഷയുടെ ചിട്ടകൾ നവീകരിക്കാനും അമ്പതുകളിലും അറുപതുകളിലും നോവലിസ്റ്റുകൾ ശ്രദ്ധിച്ചു. തന്റെ സ്വരം വേറിട്ടു കേൾപ്പിക്കാൻ മാത്രമല്ല തന്റെ കാലത്തെ ജീവൽപ്രശ്നങ്ങളെ വൈരുദ്ധ്യതീക്ഷ്ണമായിത്തന്നെ പുനരാവിഷ്കരിക്കാനും ഈ നവീകരണം അത്യാവശ്യമായിരുന്നു. വാച്യാർത്ഥത്തെ മറികടക്കുന്ന അർത്ഥസാധ്യതകൾ വിളയിക്കാൻ പ്രത്യക്ഷത്തിൽ അയുക്തികമായ പ്രയോഗങ്ങൾപോലും ഭാഷയിൽ വേണ്ടിവന്നു. ഉദാ.

1. 'ഇതാ കടലു കരിയണെ' (ചെമ്മീൻ)
2. അവളിൽ നിന്നു വിദ്യുല്ലതികകളുടെ പ്രവാഹമുണ്ടായി' (ഉഷ്ണമേഖല)
3. ജൻമാന്തരങ്ങളുടെ ഇളവെയിലിൽ തുമ്പികൾ പറന്നലഞ്ഞു!'

(ഖസാക്കിന്റെ ഇതിഹാസം)

മൂർത്തമായ ഭാഷാഘടകങ്ങളെ അമൂർത്താനുഭവമാക്കി മാറ്റുന്ന രചനാതന്ത്രമാണ് ഇവിടെയുള്ളത്. യുക്തിനിഷ്ഠാനുഭവങ്ങൾക്കകത്ത് ഒതുങ്ങിനിൽക്കുന്ന തീർച്ചകൾക്കു പകരം അയുക്തികമായ സന്ദേഹങ്ങൾ നോവൽ പാഠത്തിൽ അടയാളപ്പെട്ടത് ഈ ഭാഷാതന്ത്രത്തിലൂടെയാണ്.

ഭാഷയുടെ ചടുലതയും ജീവൽ സ്വഭാവവും നിലനിർത്താൻ എഴുത്തുകാരന് ഭാഷാഘടകങ്ങളുടെ തെരഞ്ഞെടുപ്പിലും സംയോജനത്തിലും ജാഗ്രത പുലർത്തേണ്ടിവന്നു. ഒന്നാം ഉദാഹരണത്തിൽ, കടൽ കരിയുന്നുവെന്നത് പ്രത്യക്ഷത്തിൽ അസംബന്ധാർത്ഥമാണ് ഉത്പാദിപ്പിക്കുന്നത്. വാച്യാർത്ഥത്തിന് അതീതമാണ് അവിടെ അർത്ഥസിദ്ധി. രണ്ടാമത് ഉദാഹരണവാക്യത്തെ അനുഭൂതി സാന്ദ്രമാക്കുന്നത് അവൾ, വിദ്യുല്ലതിക, പ്രവാഹം എന്നീ പദങ്ങളുടെ ഘടകബന്ധമാണ് 'ഇതാ കടാലെ കരിയണെ' ആദ്യ ഉദാഹരണം പൂരകസാധ്യതകൊണ്ടും സമ്പന്നമാണ്. 'ഇതാ കടൽ കരിയുന്നു' എന്നു പറയുമ്പോഴുണ്ടാകുന്ന അനുഭവത്തിന്റെ നിഷേധം കൂടിയാണ് 'ഇതാ കടൽ കരിയുന്നുഎന്നത്. കടൽ കടലല്ലാതായി- കടലിന്റെ നിഷേധമായി -മാറുന്നത് ചെമ്പൻകുഞ്ഞിന്റെ പ്രവൃത്തിദോഷംകൊണ്ടാണെന്ന് കറുത്തമ്മ ചൂണ്ടിക്കാട്ടുകയാണ്. കരിയുന്നു എന്ന പ്രയോഗം കനിയുന്നു എന്ന പൂരകസാധ്യത ധ്വനിപ്പിച്ചുകൊണ്ടാണ് അപൂർവ്വമായ തിളക്കമാർജ്ജിക്കുന്നത്. തീക്ഷ്ണ വൈരുധ്യങ്ങൾ അവതരിപ്പിക്കുമ്പോൾ നോവലിലെ ആഖ്യാനം ഈ പൂരക സാധ്യതകളെ ആശ്രയിക്കാറുണ്ട്. മൂന്നും നാലും അധ്യായങ്ങളിലെ വിശദമായ പരിശോധന ഇതുവ്യക്തമാക്കുന്നുണ്ടല്ലോ.

''പാവപ്പെട്ടവൻ ഒന്നിച്ചപ്പോൾ' (രണ്ടിടങ്ങഴി) അവർക്കുണ്ടായ സ്വരൈക്യംതകഴിയുടെ നോവലിന്റെ പൊതുസ്വഭാവമായി വളരുന്നുണ്ട്. തോട്ടിയുടെമകൻ, രണ്ടിടങ്ങഴി, ചെമ്മീൻ തുടങ്ങിയ നോവലുകളിൽ ഈ ഏകസ്വരത പ്രകടമാണ്. തോട്ടിയുടെ മകൻ ആലപ്പുഴയിലെ തോട്ടികളുടെയും രണ്ടിടങ്ങഴി കുട്ടനാട്ടിലെ പറയരുടെയും ചെമ്മീൻ നീർക്കുന്നത്തെയും തൃക്കുന്നപ്പുഴയിലെയും അരയൻമാരുടെയും ജീവിതമാണ് ആവിഷ്കരിക്കുന്നത്. ഈ നോവലുകളിലെ സംഭാഷണത്തിൽ ഭാഷയുടെയും സംസ്കാരത്തിന്റെയും പ്രാദേശികത്തനിമ നിലനിർത്താനും അതു കേന്ദ്രമാക്കി നോവൽപാഠത്തെ രൂപീകരിക്കാനും തകഴിക്കു സാധിച്ചു. ഇത് സംഭാഷണത്തിന്റെ ഭാഷാഘടന ഏകതാനമാക്കാൻ ഇടനൽകി.. ചെമ്മീൻ പ്രസിദ്ധീകൃതമായ കാലത്തുതന്നെയാണ് ഉമ്മാച്ചുവും രംഗപ്രവേശം ചെയ്തത്. ഉമ്മാച്ചുവിൽ ഭിന്ന സംസ്കൃതികളിലൂടെയുള്ള ഇതിവൃത്ത വികാസമാണ് കാണുന്നത്. മത -രാഷ്ട്രീയ -തൊഴിൽ- കുടുംബഘടനകളിലെ ഭിന്ന സംസ്കാരങ്ങളിലൂടെ കടന്നുപോകുന്നതിനാൽ ഉമ്മാച്ചുവിലെ സംഭാഷണത്തിന്

ഏകസ്വരതയില്ല. സുന്ദരികളും സുന്ദരൻമാരും, അസുരവിത്ത്, താഴ്വരകൾ, ഏഴാമെടങ്ങൾ, പാത്തുമ്മയുടെ ആട്, കൂട്ടംതെറ്റിമേയുന്നവർ, ദൽഹി, ഉഷ്ണമേഖല, ആരോഹണം, ഖസാക്കിന്റെ ഇതിഹാസം തുടങ്ങിയ നോവലുകളിൽ ഈ ഭിന്ന സംസ്കൃതികളിലൂടെയുള്ള വായന (cross culture reading) നിർബന്ധമാകുന്നു.

ഭിന്ന സംസ്കാരങ്ങളുടെ ഭാഷാവിഷ്കാരമായി നോവൽസ്വരൂപം മാറിയപ്പോൾ അതിന്റെ ഘടന കൂടുതൽപ്രശ്നനിഷ്ഠമാവുകയായിരുന്നു. ചെമ്മീനിൽ കുറഞ്ഞ അപവാദങ്ങളോടെയാണെങ്കിലും നിലനിന്ന യഥാതഥ രചനാരീതിയുടെ നിവേദകപ്രവണതകൾ മറികടക്കുന്നവയായി ഉറൂബിന്റെയും എം.ടിയുടെയും കോവിലന്റെയും നോവലുകൾ. ഭാഷയുടെ സ്വയം നവീകരണക്ഷമതയെ പ്രോജ്ജ്വലിപ്പിച്ച തെരഞ്ഞെടുപ്പിന്റെയും സംയോജനത്തിന്റെയും ചേർച്ചാസാധ്യതകൾ ഇവരുടെ നോവലുകളെ പ്രശ്നപാഠങ്ങളാക്കി മാറ്റി. അതോടെ സൂക്ഷ്മത്തിൽ യഥാതഥമായ പുതിയൊരാവിഷ്ക്കാര പദ്ധതി മലയാളനോവലിനു കൈവന്നു. 'പാത്തുമ്മയുടെ ആട്' മനുഷ്യന്റെ ആന്തരികജീവിതത്തിന്റെ ഭിന്നഭാവങ്ങൾ ലളിതമായി തുറന്നുകാട്ടുന്നു. ക്ലേശനിർഭരമായ സാധാരണ മനുഷ്യരുടെ ജീവിതം അർത്ഥത്തിന്റെ ആന്തരികക്രമങ്ങളിലേക്ക് നീക്കി. 'പാത്തുമ്മയുടെ ആട്' ഒരു പൂരകസാധ്യതയുടെ നിറവാകുന്നു. അറുപതുകളിലെ നോവലിൽ ഈ രചനാതന്ത്രത്തിന്റെ പ്രശംസാവഹമായ പ്രയോഗങ്ങൾ കാണാം. ഖസാക്കിന്റെ ഇതിഹാസ'ത്തിൽ വിപരീതങ്ങളുടെ വിചാരണ ജീവിതത്തിന്റെ പൊരുളുകൾ ആഴത്തിൽ അന്വേഷിക്കുന്നു. ഇതിനു സഹായകമാകുന്നത് കൂടുതൽ പ്രശ്നാസ്പദമായ ഒരു ഘടന നോവൽ സ്വന്തമാക്കിയതുകൊണ്ടാണ്.

ഗ്രന്ഥ സൂചി

ഈ പുസ്തകത്തിൽ സൂചിപ്പിച്ച ഗ്രന്ഥങ്ങളും ലേഖനങ്ങളും

മലയാളം

അച്യുതനുണ്ണി, ചാത്തനാത്ത്, എം.ആർ രാഘവവാരിയൽ (പ്രസാ.) 1984. *ശൈലീവിജ്ഞാനം സമകാലപഠനങ്ങൾ*. ശുകപുരം. വള്ളത്തോൾ വിദ്യാപീഠം.

അജയകുമാർ, എൻ 1988. *ഘടനാസിദ്ധാന്തം സാഹിത്യവിമർശനത്തിൽ.* മലയാളവിമർശം 8 (ജനുവരി ജൂൺ) 36–37

ഈവാഷെവ, വാലന്റീനാ 1982. *ഇരുപത്തിഒന്നാം നൂറ്റാണ്ടിന്റെ പടിവാതിൽക്കൽ: സാങ്കേതികശാസ്ത്രവിപ്ലവവും സാഹിത്യവും.* തിരുവനന്തപുരം: പ്രഭാത് ബുക്ക്ഹൗസ്.

ഉറൂബ് (പി.സി. കുട്ടികൃഷ്ണൻ)1971. *സുന്ദരികളും സുന്ദരൻമാരും* (ഒന്നാംപതിപ്പ് 1958) കോട്ടയം:സാഹിത്യപ്രവർത്തകസഹകരണസംഘം

———— 1974 *അണിയറ* (ഒന്നാംപതിപ്പ് 1967) കോട്ടയം നാഷണൽ ബുക്ക്സ്റ്റാൾ

———— 1982, *ഉമ്മാച്ചു*(ഒന്നാം പതിപ്പ് 1954) കോട്ടയം: സാഹിത്യപ്രവർത്തക സഹകരണ സംഘം

കാക്കനാടൻ 1984. *ഏഴാംമുദ്ര* (ഒന്നാംപതിപ്പ് 1968) കോട്ടയം ഡി.സി. ബുക്സ്

———— 1986. *ഉഷ്ണമേഖല* (ഒന്നാംപതിപ്പ് 1969) കോട്ടയം: ഡി. സി. ബുക്സ്

കേശവദേവ് 1951. *ഉലക്ക.* കോട്ടയം: സാഹിത്യപ്രവർത്തകസഹകരണ സംഘം

———— 1961. *ഓടയിൽനിന്ന്.* (ഒന്നാംപതിപ്പ് 1945) കോട്ടയം: സാഹിത്യപ്രവർത്തക സഹകരണ സംഘം

———— 1970. *കണ്ണാടി* (ഒന്നാം പതിപ്പ് 1949) കോട്ടയം:സാഹിത്യപ്രവർത്തക സഹകരണസംഘം

1988. *ഭ്രാന്താലയം.* (ഒന്നാം പതിപ്പ് 1949) കോട്ടയം നാഷണൽ ബുക്കസ്റ്റാൾ.

കേസരി (എ ബാലകൃഷ്ണപിള്ള) 1984. *കേസരിയുടെ സാഹിത്യവി*

മർശനങ്ങൾ. കോട്ടയം:സാഹിത്യപ്രവർത്തക സഹകരണ സംഘം

കോവിലൻ 1969. *താഴ്‌വരകൾ.* തൃശൂർ : കറന്റ് ബുക്സ്

__________ 1976 *എ മൈനസ് ബി* (ഒന്നാം പതിപ്പ് 1958) കോഴിക്കോട്: പൂർണാ പബ്ലിഷേഴ്സ്.

__________ 1983. *ഏഴാമെടങ്ങൾ.* (ഒന്നാം പതിപ്പ് 1965) കോട്ടയം ഡിസി ബുക്സ്

കോവൂർ, ഇ.എം. 1972. *കാട്* (ഒന്നാം പതിപ്പ് 1964) കോട്ടയം:സാഹിത്യ പ്രവർത്തകസഹകരണസംഘം

കൃഷ്ണപിള്ള, എൻ. 1990. *അകപ്പൊരുൾ തേടി.* തൃശൂർ: കേരള സാഹിത്യ അക്കാദമി

കൃഷ്ണവാരിയർ എൻ.വി 1977. *വള്ളത്തോളിന്റെ കാവ്യശില്പം.* തിരുവനന്തപുരം: കേരള സർവകലാശാല.

ചന്തുമേനോൻ, ഒ. 1991. *ഇന്ദുലേഖ* (ഒന്നാം പതിപ്പ് 1889) കോട്ടയം:സാഹിത്യപ്രവർത്തകസഹകരണസംഘം

ചാക്കോ, പി.ടി. 1984. *കഥയുടെയും നോവലിന്റെയും സ്ട്രക്ചറലിസ്റ്റു വഴി* കലാകൗമുദി (മാർച്ച് 4) 23-25

ചെറുകാട് 1970. *മണ്ണിന്റെ മാറിൽ* (ഒന്നാംപതിപ്പ് 1954) തൃശൂർ കറന്റ് ബുക്സ്

__________ 1989. *മുത്തശ്ശി* (ഒന്നാം പതിപ്പ് 1959) തൃശൂർ കേരളസാഹിത്യ അക്കാദമി

തകഴി (ശിവശങ്കരപ്പിള്ള) 1951. *രണ്ടിടങ്ങഴി* (ഒന്നാം പതിപ്പ് 1949) തൃശൂർ: മംഗളോദയം

__________ 1963. *തോട്ടിയുടെ മകൻ* (ഒന്നാം പതിപ്പ് 1949) തൃശൂർ: മംഗളോദയം

__________ 1981. *ചെമ്മീൻ* (ഒന്നാം പതിപ്പ് 1956) കോട്ടയം : സാഹിത്യപ്രവർത്തക സഹകരണസംഘം

__________ 1990. *ഏണിപ്പടികൾ* (ഒന്നാം പതിപ്പ് 1964)കോട്ടയം : സാഹിത്യപ്രവർത്തക സഹകരണസംഘം

__________ 1991. *'നോവൽ രചനയുടെ പ്രശ്നങ്ങൾ'* തകഴിയും മലയാളനോവലും. എഡി. ഡോ. വി.എസ്. ശർമ്മ. തിരുവനന്തപുരം : കേരളസർവ്വകലാശാല

നന്തനാർ 1973. *അറിയപ്പെടാത്ത മനുഷ്യജീവികൾ* (ഒന്നാം പതിപ്പ് 1956) കോട്ടയം :നാഷണൽ ബുക്ക്സ്റ്റാൾ

നൗഫൽ, എം.എസ്, 1988. *'ബാല്യത്തിന്റെ പ്രതിഫലനം എം.ടി. വാസുദേവൻനായരുടെയും മാധവിക്കുട്ടിയുടെയും ചെറുകഥകളിൽ'* ഭാഷാസാഹിതി 12 3 (ജൂലൈ - സപ്തംബർ) 31.41

പാറപ്പുറത്ത് 1977. *അരനാഴികനേരം* (ഒന്നാം പതിപ്പ് 1967) കോട്ടയം : സാഹിത്യപ്രവർത്തക സഹകരണസംഘം

പൊറ്റെക്കാട്, എസ്.കെ. 1982. *ഒരു തെരുവിന്റെ കഥ* (ഒന്നാം പതിപ്പ് 1960) കോട്ടയം : സാഹിത്യപ്രവർത്തക സഹകരണസംഘം

———— 1990. *വിഷകന്യക* (ഒന്നാം പതിപ്പ് 1948) കോഴിക്കോട് : പൂർണ്ണ പബ്ലിഷേഴ്സ്

പോൾ, എം.പി. 1959. *നോവൽ സാഹിത്യം.* കോട്ടയം : സാഹിത്യപ്രവർത്തക സഹകരണസംഘം

പ്രഭാകരവാര്യർ, കെ.എം. 1978. *ഭാഷയും മനശ്ശാസ്ത്രവും.* തിരുവനന്തപുരം: കേരളഭാഷാ ഇൻസ്റ്റിറ്റ്യൂട്ട്

———— 1985. *'ഘടനാ സിദ്ധാന്തം ഭാഷാശാസ്ത്രത്തിൽ'* മലയാളവിമർശം2 (ജനുവരി - ജൂൺ)

———— 1988. *മൊഴിയും പൊരുളും.* തിരുവനന്തപുരം: കേരളഭാഷാ ഇൻസ്റ്റിറ്റ്യൂട്ട്

ബഷീർ, വൈക്കം മുഹമ്മദ് 1984 *പാത്തുമ്മയുടെ ആട്.* (ഒന്നാം പതിപ്പ് 1959) കോട്ടയം : ഡിസി ബുക്സ്

———— 1992. *ബഷീർ സമ്പൂർണ്ണകൃതികൾ* കോട്ടയം : ഡിസി ബുക്സ്

ഭാസ്കരൻ. ടി. 1978, *ഭാരതീയ കാവ്യശാസ്ത്രം.* തിരുവനന്തപുരം : കേരളഭാഷാ ഇൻസ്റ്റിറ്റ്യൂട്ട്

മുകന്ദൻ, എം. 1981. *ദൽഹി.* (ഒന്നാം പതിപ്പ് 1969) കോട്ടയം : സാഹിത്യപ്രവർത്തക സഹകരണസംഘം

———— 1984. *കൂട്ടംതെറ്റി മേയുന്നവർ.* കോഴിക്കോട് പൂർണ്ണ പബ്ലിഷേഴ്സ്

മുഹമ്മദ് എൻ.പി. 1972. *ഹിരണ്യകശിപു.* (ഒന്നാം പതിപ്പ് 1967) കോട്ടയം : സാഹിത്യപ്രവർത്തക സഹകരണസംഘം

രവീന്ദ്രൻ (എഡി.) 1983. *കലാവിമർശം : മാർക്സിസ്റ്റ് മാനദണ്ഡം.* കൊച്ചി: നിളാ പബ്ലിഷേഴ്സ്

രവീന്ദ്രൻ പി.പി. 1989. *'കിരാതത്വത്തിന്റെ സുവർണരേഖകൾ'* കലാ

കൗമുദി (ഏപ്രിൽ 23) 38-40

രവീന്ദ്രൻ, എസ്. 1988. '*ഡീ കൺസ്ട്രക്ഷൻ'* മാതൃഭൂമി ആഴ്ചപ്പതിപ്പ് (മാർച്ച് 13) 8-9, 35 - 37

———— 1989 'സൃഷ്ടിയും നിരൂപണവും' മാതൃഭൂമി ആഴ്ചപ്പതിപ്പ് (മെയ് 21) 36-39

രാഘവവാരിയർ 1982. *വടക്കൻ പാട്ടുകളുടെ പണിയാല.* ശുകപുരം: വള്ളത്തോൾ വിദ്യാപീഠം

രാജലക്ഷ്മി 1994. *ഞാനെന്ന ഭാവം*, തൃശൂർ കറന്റ് ബുക്സ്

രാജീവൻ, ബി. 1991. *ജനനിബിഡമായ ദന്തഗോപുരം.* തിരുവനന്തപുരം. ചിന്താ പബ്ലിഷേഴ്സ്.

———— 1993. *മിഹായേൽ ബാക്തിനും ആധുനികോത്തര സംസ്കാരവിമർശനവും'* ചിന്ത മെയ്ദിനപ്പതിപ്പ് 63-68

രാമകൃഷ്ണൻ ദേശമംഗലം (അവതാ.) 1986. *കാവ്യഭാഷയിലെ പ്രശ്നങ്ങൾ.* വാ.2. തിരുവനന്തപുരം : കേരളഭാഷാ ഇൻസ്റ്റിറ്റ്യൂട്ട്

———— 1989. *കവിയുടെ കലാതന്ത്രം.* തിരുവന്തപുരം : കേരള ഭാഷാ ഇൻസ്റ്റിറ്റ്യൂട്ട്

———— 1992. *'സാഹിത്യകൃതി - എഴുത്തുകാരന്റേതും വായനക്കാരന്റേതും.'* മലയാളവിമർശം 12 (1991 ജൂലൈ - ജൂൺ92)

രാമകൃഷ്ണൻ മലയാറ്റൂർ 1989. *യക്ഷി.* (ഒന്നാം പതിപ്പ് 1967) കോട്ടയം നാഷണൽ ബുക്സ്റ്റാൾ

ലീലാവതി, എം. 1990. *സ്ത്രീസങ്കല്പം ചെറുകാടിന്റെ നോവലുകളിൽ.* തിരുവനന്തപുരം : പ്രഭാത് ബുക്ക്ഹൗസ്

വാസുദേവൻ നായർ, എം..ടി. 1970. *നാലുകെട്ട്* (ഒന്നാം പതിപ്പ് 1958) തൃശൂർ കറന്റ് ബുക്ഹൗസ്

———— 1983. *മഞ്ഞ്.* കോഴിക്കോട് : പൂർണ്ണ പബ്ലിഷേഴ്സ്.

———— 1987. *കാലം* (ഒന്നാം പതിപ്പ് 1969) കോട്ടയം : സാഹിത്യ പ്രവർത്തക സഹകരണസംഘം

വി.കെ.എൻ, 1967. *മഞ്ചൽ*, തൃശൂർ കറന്റ് ബുക്സ്

———— 1984. *ആരോഹണം.* ((ഒന്നാം പതിപ്പ് 1969) കോഴിക്കോട്: മാതൃഭൂമി പ്രിന്റിംഗ് ആന്റ് പബ്ലിഷിംഗ് ഹൗസ്.

വിജയൻ, ഒ.വി. 1982. *ഖസാക്കിന്റെ ഇതിഹാസം.* കോട്ടയം : സാഹിത്യപ്രവർത്തക സഹകരണസംഘം

———— 1988. *അശാന്തി.* കോട്ടയം കറന്റ് ബുക്സ്

———— 1989. *ഇതിഹാസത്തിന്റെ ഇതിഹാസം.* കോട്ടയം ഡി.സി. ബുക്സ്

വിജയൻ, പി. 1987. *മാർക്സിസവും നവനിരൂപണവും.* കോഴിക്കോട്: സൗഹൃദസംഘം

വിലാസിനി 1982. *ഊഞ്ഞാൽ* (ഒന്നാം പതിപ്പ് 1967) കോട്ടയം : സാഹിത്യപ്രവർത്തക സഹകരണസംഘം

ശ്രീജൻ, വി.സി. 1991. *ചിന്തയിലെ രൂപങ്ങൾ.* കണ്ണൂർ : സമീക്ഷ.

———— 1993. *കഥയും പ്രത്യയശാസ്ത്രവും.* തിരുവനന്തപുരം: ചിന്ത പബ്ലിഷേഴ്സ്

———— 1993 *പ്രവാചകന്റെ മരണം.* കണ്ണൂർ : സമീക്ഷ

ശ്രീനാഥ് എം.1985. *'ഘടനാസിദ്ധാന്തത്തിന് ഒരു മുഖവുര.'* വിജ്ഞാനകൈരളി (മെയ്5)281 - 291

ഷിബു മുഹമ്മദ് 1994. *'പ്രണയത്തിന്റെ പാഠം'.* ദേശാഭിമാനി ഓണം വിശേഷാൽപ്രതി. 185 -194

സച്ചിദാനന്ദൻ 1988. *സംസ്കാരത്തിന്റെ രാഷ്ട്രീയം,* കോഴിക്കോട് : മൾബറി ബുക്സ്.

———— 1990. *'സൗന്ദര്യശാസ്ത്രം ഭൗതികവാദത്തിലേക്ക്'* ചിന്ത മെയ്ദിനപ്പതിപ്പ് 93 -112

സുകുമാർ അഴീക്കോട് 1983. 'അവതാരിക' *കൈരളീധ്വനി* ഡോ. പി. കെ നാരായണപ്പിള്ള കോട്ടയം നാഷണൽ ബുക്സ്റ്റാൾ

ഹാരിസ് വി.സി. 1991. *'ചിഹ്നം - പ്രതിസന്ധി - വായന'* ഭാഷാസാഹിതി 49 - 58

റാഫി, പോഞ്ഞിക്കര 1952. *പാപികൾ.* കോട്ടയം : നാഷണൽ ബുക്സ്റ്റാൾ

ഇംഗ്ലീഷ്

Allott, Mirriam 1980. *Novelists On the Novel.* London: Routledge & Kegan Paul

Armstrong, Nancy and Leonard Tennen House 1987. *The Ideology of Conduct.* New York and London : Metheun

Barthes, Roland 1973. *Mythologies.* London : Paladin Graftan Books

———— 1989 *The Rustle of Language.* Los Angeles : University of California Press

Basin, Yavgeny 1979. *Semantic Philosophy of Art*, Moscow : Progress

Publishers.

Belsey, Catherine 1988. *Critical Practice*. London and New York: Routledge & Kegan Paul.

__________ 1992. "Literature, history, politics,' *Modern Criticism and Theory*. Ed. By David Lodge, London and New York: Longman.

Benveniste, Emile 1971. *Problems in General Linguistics*. Miami : University of Miami Press

Blauberg, I.V and V.N Sadovsky 1977. *Systems Theory*. Moscow : Progress Publishers

Blonsky, Marshall (Ed.)1985. *On Signs*. Oxford : Basil Blackwell.

Culler, Jonathan 1986. *Structuralist poetics*. London : Routledge & Kegan Paul

Dant, Tim 1991. *Knowledge , Ideology and Discourse*. London : Routledge & Kegan Paul

Durant. Alan and Nigel Fabb 1990. *Literary studies in Action*. London : Routledge & Kegan Paul

Eagleton, Marry and David pierce 1979. *Attitudes to class in The English Novel*. London : thames and Hudson

Eagleton, Terry 1985. *The rape of Clarrissa Writing sexuality and class struggle in samuel Richardson*. London Basil Black well

Esthope, Antony 1991. *British post - structuralism since 1968*.London : Routledge & Kegan Paul

Foucault, michael 1970. *The Order of Things* . London: Tavistock publications.

Foulkes, A.P 1983. *Literature and propaganda*. London and New York: Metheun

Fox, Ralph 1954. *The Novel and the people.* Moscow : Foreign Languages publishing House.

Harland, Richard 1988. *Super Structuralism*. London and New York: Metheun

Hawkes, Terrence 1977. *Structuralism and Semiotics*. London Metheun

Innis,Robert E (Ed.)1985. *Semiotics an Introductory Anthology*. London: Hutchinson & Co.Ltd.

Jackson, Leonard 1991. *The Poverty of Structuralism.* London and New York: Longman

Lavers, Annette 1982. *Roland Barthes Structuralism and After.* London : Metheun.

Levi Strauss, Claud 1986. *Structural Anthropology.* England : Penguin.

Lodge, David 1986. *Working with Structuralism.* London: ARK Paperbacks.

———— 1990. *After Bakthin: Essays on Fiction and Criticism.* London and NewYork : Routledge

Matejka, Ladislav and Kristyna Pomorska (Ed.) 1971. *Readings in Russian Poetics: Formalist and Structuralist Views.* Cambridge and London : The MIT Press

Mitchel, Jack 1975. 'Aesthetic problems of the proletarian - Revolutionary Novel in Ninteenth Century Britain' *Marxists on Literature an Anthology* (Ed.by David Craig). England: Penguin.

Orr, John 1977. *Tragic Realism in Modern Society.* London Metheun.

Peaget, Jean 1971, *Structuralism.* London Routeledge and Kegan paul.

Reich, Wilhem 1983. *The Mass Psychology of Facism.* London Penguin.

Said. Edward. W. 1991. *The World, The Text and The Critic.* London Vintage.

Saussure, Ferdinand De 1959. *Course in General Linguistics.* NewYork: Philosophical Library

Selden, Raman 1985. *A Reader's Guide to Contemporary Literary Thought.* Sussex: The Harvester Press Ltd.

Sturrock, John (Ed.) 1979. *Structuralism and Since.* NewYork: Oxford University Press

Vijayan. O.V, 1994. *"Lesson for Marxists: Revolution as crime of passion."* The Times of India, May 14-12

Williams, Raymond 1982. "Working- class, Proletarian, Socialist: Problems in some welsh Novels. *"The Socialist Novel in Britain* (Ed.)by Gustav H. Klaus) London: The Harvester Press

Wilson, Colin 1977. *The Craft of the Novel*, London: Victor Gollancz Ltd.

www.ingramcontent.com/pod-product-compliance
Lightning Source LLC
LaVergne TN
LVHW100841051026
849519LV00006B/2388
* 9 7 8 9 3 8 2 7 0 9 7 0 1 *